INSIGHT PUBLICA ®

INSIGHT PUBLICA®

Nadakkavu, Kozhikode, Kerala
Tel:0495–4020666
www. insightpublica. com
e-mail: insightpublica@gmail. com

Oru Manushyante Vidhi

(Malayalam)

Mihayil Sholeahov

First Insight Edition: December 2018
This Edition: March 2020

ISBN 978-93-87398-53-5
Published by
Insightinpublica Publishers Pvt. Ltd.
Printed at Repro India Limited, India

മിഹയിൽ
ഷോളൊഹോവ്

ഒരു മനുഷ്യന്റെ
വിധി

കഥകൾ

INSIGHT PUBLICA

ഉള്ളടക്കം

ഞാൻ 1905-ൽ ജനിച്ചു... ആഭ്യന്തരയുദ്ധകാലത്ത് ദോൻപ്രദേശത്തായിരുന്നു.

1902-ൽ ഞാൻ പട്ടാളത്തിൽ ചേരുകയും തുടർന്ന് ദോൻപ്രദേശത്ത് ഉടനീളം സഞ്ചരിക്കുകയും ചെയ്തു. വളരെക്കാലം ഞാൻ ധാന്യമെടുപ്പുപ്രവർത്തനങ്ങളിൽ ഏർപ്പെട്ടിരുന്നു. 1922 വരെ ദോൻപ്രദേശത്ത് വിഹരിച്ചുകൊണ്ട് അക്രമിസംഘങ്ങളെ വേട്ടയാടി, അവർ ഞങ്ങളെയും...

മിഹയിൽ ഷോളൊഹൊവ്

(ആത്മകഥയിൽനിന്ന്)

മറുക്

എരിഞ്ഞ വെടിമരുന്നിന്റെ മണമുതിർക്കുന്ന വെടിത്തിരിപ്പെട്ടികൾ, ഒരു ആടിന്റെ എല്ലിൻമുട്ടി, യുദ്ധമുന്നണിയുടെ ഭൂപടം, യുദ്ധനടപടികളെക്കുറിച്ചുള്ള ഒരു റിപ്പോർട്ട്, മെഡലുകൾ ഞാത്തിയിട്ടതും കുതിരവിയർപ്പിന്റെ ഗന്ധമുള്ളതുമായ ഒരു കടിഞ്ഞാൺ. ഒരു കഷണം റൊട്ടി--ഇത്രയും മേശപ്പുറത്തുണ്ട്. ഈർപ്പമുള്ള ചുമരിൽനിന്നും പൂപ്പ് കയറിപ്പിടിച്ച പരുക്കൻ ബഞ്ചിൽ ജനാലപ്പടിയും ചാരി ഇരിക്കുകയാണ് സ്ക്വാഡ്രൂൺ കമാണ്ടർ നിക്കൊലായ് കൊഷെവോയ്. മരവിച്ച വിരലുകൾക്കിടയിൽ ഒരു പെൻസിലുണ്ട്. മേശപ്പുറത്ത് പരത്തിയിട്ടിരിക്കുന്ന പഴയ ചില പോസ്റ്ററുകൾക്കരികിലായി പകുതി പൂരിപ്പിച്ച ഒരു ചോദ്യാവലി കിടക്കുന്നു. ആ മിനുസമില്ലാത്ത കടലാസുതാളിൽ എഴുതിയിരിക്കുന്നത് ഇത്രയുമാണ്: "കൊഷെവോയ്, നിക്കൊലായ്, സ്ക്വാഡ്രൂൺ കമാണ്ടർ. കൃഷിപ്പണിക്കാരൻ. കൊംസൊമോൾ അംഗം."

"വയസ്സ്" എന്ന വാക്കിനെതിരായി പെൻസിൽ സാവധാനത്തിൽ 18 എന്ന അക്കം വരച്ചു.

നിക്കൊലായുടെ ചുമലുകൾക്ക് നല്ല വീതിയുണ്ട്. കാഴ്ചയ്ക്ക് ഉള്ളതിലേറെ പ്രായം തോന്നിക്കും. കൺകോണുകളിലെ ഞൊറികളും

വയസ്സന്മാരുടേതുപോലെ വളഞ്ഞ മുതുകുമാണ് പ്രായക്കൂടുതൽ തോന്നിക്കുന്നത്.

"പയ്യനല്ലേ. വിളയാത്ത കായാണ്," സ്ക്വാഡ്രണിലുള്ളവർ അയാളെ കളിയാക്കിപ്പറയും. പക്ഷേ അവർ ഇതുംകൂടി പറയും: "ഒരാളെപ്പോലും നഷ്ടപ്പെടാതെ രണ്ടു് അക്രമിസംഘങ്ങളെ വകവരുത്താനും തഴക്കമുറ്റ ഏതൊരു കമാണ്ടറോടും കിടപിടിക്കുമാറ് തന്റെ സ്ക്വാഡ്രണെ നയിച്ചുകൊണ്ടു് ആറു മാസം തുടർച്ചയായി പോർക്കളത്തിൽ പയറ്റിനിൽക്കാനും കഴിവുള്ള മറ്റൊരാളെ കാണിച്ചുതര്വ്വ."

തനിക്ക് പതിനെട്ടു വയസ്സേയുള്ളുവെന്നതു് നിക്കൊലായ്ക്ക് എപ്പോഴും മനപ്രയാസമുളവാക്കുന്ന ഒരു സംഗതിയാണ്. ചോദ്യാവലിയിൽ "വയസ്സ്" എന്ന ഇടം വരുമ്പോൾ അയാളുടെ പെൻസിൽ അറച്ചുനിൽക്കും. കവിളുകൾ ഈർഷ്യകൊണ്ടു ചുവക്കും. നിക്കൊലായുടെ അച്ഛൻ ഒരു കൊസാക്കുകാരനായിരുന്നു. അങ്ങിനെ അച്ഛൻവഴിക്ക് അയാളും കൊസാക്കാണ്. തനിക്ക് അഞ്ചോ ആറോ വയസ്സു പ്രായമായിരുന്നപ്പോൾ അച്ഛൻ തന്നെ പൊക്കിയെടുത്തു് അദ്ദേഹത്തിന്റെ പട്ടാളക്കുതിരയുടെ പുറത്തിരുത്തിയ കാര്യം ഏതാണ്ടൊരു സ്വപ്നംപോലെ അയാൾക്കോർമ്മയുണ്ടു്.

"കുഞ്ചിരോമത്തിൽ മുറുക്കിപ്പിടിച്ചോ, മോനെ," അദ്ദേഹം വിളിച്ചു പറഞ്ഞു. അടുക്കളവാതിൽക്കൽ നിന്നിരുന്ന അമ്മ അവനെ നോക്കി ചിരിച്ചു. അവരുടെ വിളറിയ മുഖത്തെ വിടർന്ന കണ്ണുകൾ കുതിരയുടെ കൂർത്ത നട്ടെല്ലിന്മേൽ ഇറുകിപ്പിടിച്ചിരിക്കുന്ന അവന്റെ കുഞ്ഞിക്കാലുകളിലും കടിഞ്ഞാൺ പിടിച്ചിരിക്കുന്ന അച്ഛന്റെ രൂപത്തിലും തറച്ചുനിന്നു.

അതെല്ലാം പണ്ടത്തെ കഥ. ജർമ്മൻകാർക്കെതിരായ യുദ്ധത്തിനു പോയ നിക്കൊലായുടെ അച്ഛനെ പിന്നെ കണ്ടിട്ടില്ല. വെള്ളത്തിൽ മുങ്ങിപ്പോയപോലെ ഒരു പോക്കങ്ങു പോയി. പിന്നീടു് ഒരു തുമ്പുമില്ല. ഇന്നേവരെ അദ്ദേഹത്തെപ്പറ്റി യാതൊരു വിവരവുമില്ല. അമ്മ മരിച്ചു. അച്ഛനിൽനിന്ന് നിക്കൊലായ്ക്ക് കിട്ടിയിട്ടുള്ളതു് കുതിരകളോടുള്ള സ്നേഹവും അതിരറ്റ ധൈര്യവും അച്ഛനുള്ളതുപോലെതന്നെ ഇടത്തെ കാലിൽ കണങ്കാലിനു തൊട്ടുമുകളിലായി പ്രാവിന്റെ മുട്ടയുടെ വലിപ്പത്തിലുള്ള ഒരു മറുകുമാണ്. പതിനഞ്ചു വയസ്സുവരെ ഓരോരോ കൃഷിപ്പണികളുമായി മല്ലിട്ടു കഴിഞ്ഞു. പിന്നീടു് തന്റെ

ഗ്രാമത്തിലൂടെ കടന്നുപോയ ഒരു ചുവപ്പുസേനാറജിമെന്റിൽ ചേർന്നു. നീണ്ട പട്ടാളക്കോട്ടുമിട്ട് വ്യാങ്കല്യമായി പട വെട്ടാൻ പോയി. കഴിഞ്ഞ വേനലിന് ഒരു ദിവസം നിക്കൊലായ് മിലിട്ടറി കമ്മിസാറുമൊന്നിച്ച് ദോൻനദിയിൽ കുളിക്കുകയായിരുന്നു. ഷെൽഷോക്കേറ്റ തല കുലുക്കി, നിക്കൊലായുടെ വെയിലേറ്റു കരിവാളിച്ച കുനിയ ചുമലിൽ തട്ടിക്കൊണ്ട് കമ്മിസാർ വിക്കിവിക്കി പറഞ്ഞു:

"നീ ഭ-ഭ-ഭാഗ്യമുള്ളവനാണെന്നറിയാമോ. മറുക് ഭ-ഭ-ഭാഗ്യത്തിന്റെ ലക്ഷണമാണെന്നാണു പറയുന്നത്."

നിക്കൊലായ് തിളങ്ങുന്ന പല്ലു കാട്ടി ഒന്നു ചിരിച്ചിട്ട് വെള്ളത്തിലേക്ക് ഊളിയിട്ടു. വീണ്ടും പൊങ്ങിമുക്രയിടുംപോലെ ഒരു ശബ്ദം കേൾപ്പിച്ചുകൊണ്ട് അയാൾ വിളിച്ചുപറഞ്ഞു:

"അക്കാര്യം വിട്ടു, ചങ്ങാതി! ഞാൻ കൊച്ചുന്നാൾ തൊട്ട് തന്തയും തള്ളയുമില്ലാതെ വളർന്നവനാണ്. ഇക്കാലമത്രയും ചോര വിയർപ്പാക്കി പണിയെടുത്താണ് ജീവിച്ചത്. ഇതാണോ ഭാഗ്യം !"

ഇത്രയും പറഞ്ഞിട്ട് അയാൾ ദോൻനദിയെ പുണർന്നുകിടക്കുന്ന മഞ്ഞച്ച മണൽത്തിട്ടയുടെ നേരെ നീന്തിപ്പോയി.

II

നിക്കൊലായ് താമസിക്കുന്ന വീടിരിക്കുന്നത് പുഴയ്ക്കു അഭിമുഖമായി ഉയർന്നുനിൽക്കുന്ന കിഴക്കാംതൂക്കായ ഒരു പാറയുടെ മുകളിലാണ്. ജനലിൽനിന്നു നോക്കിയാൽ വിശാലമായി പരന്നുകിടക്കുന്ന ദോൻനദീതടത്തിന്റെ ഹരിതഭംഗിയും ഉരുക്കുപോലെ മിന്നുന്ന വെള്ളത്തിന്റെ പളപളപ്പും കാണാം. കൊടുങ്കാറ്റടിക്കുന്ന രാത്രികളിൽ ഓളങ്ങൾ പാറയുടെ ചുവട്ടിൽ വന്നലയ്ക്കുന്നു. ജനവാതിലുകളുടെ ഞരക്കവും തേങ്ങലും കേൾക്കാം. വെള്ളം പൊങ്ങിപ്പൊങ്ങി തറപ്പലകകൾക്കിടയിലൂടെ അരിച്ചുവരികയാണെന്നും നിക്കൊലായ്ക്കു തോന്നും.

മറ്റൊരു വീട്ടിലേക്കു മാറിത്താമസിക്കാൻ അയാൾ ആലോചിച്ചതാണ്. എന്തുകൊണ്ടോ അത് ഇതുവരെ തരപ്പെട്ടില്ല. ഇപ്പോഴാണെങ്കിൽ ശരൽക്കാലവുമായി.

മഞ്ഞുറഞ്ഞുകിടക്കുന്ന ഒരു സുപ്രഭാതത്തിൽ നിക്കൊലായ്

വീടിന്റെ ഇറയത്തേക്ക് ഇറങ്ങിനിന്നു. അടിയിൽ ഇരുമ്പു തറച്ച ബൂട്സിന്റെ ശബ്ദം ചുറ്റുമുള്ള നിശ്ശബ്ദതയെ ഭഞ്ജിച്ചു. ചെറിയ ചെറിമരത്തോപ്പിലേക്കു നടന്ന് അയാൾ മഞ്ഞുതുള്ളികൾ പറ്റി ചാരനിറം പൂണ്ട് അശ്രുകലുഷിതമായിരിക്കുന്ന പുൽത്തകിടിയിൽ നിവർന്നു കിടന്നു. തൊഴുത്തിൽ വീട്ടുകാരി പശുവിനെ അടക്കിനിർത്തുന്ന ശബ്ദവും കിടാവിന്റെ തൊള്ളതുറന്നുള്ള കരച്ചിലും പാല് തൊട്ടിയിലേക്കു ചീറ്റിവീഴുന്ന മണിനാദവും കേൾക്കാം.

പടിവാതിൽ കിറുകിറുത്തു. പട്ടി കുരയ്ക്കാൻ തുടങ്ങി. "കമാണ്ടറുണ്ടോ വീട്ടിൽ?" പ്ലറ്റൂൺ സാർജന്റിന്റെ ശബ്ദം കേട്ടു.

നിക്കൊലായ് കൈമുട്ടിൽ ഊന്നി തല പൊക്കി നോക്കി.

"ഇവിടുണ്ട്. എന്താ കാര്യം?"

"ഗ്രാമത്തിൽനിന്ന് ആളു വന്നിരിക്കുന്നു. സാൽസ്ക് ജില്ലയിൽനിന്ന് ഒരു അക്രമിസംഘം വന്ന് ഗ്രൂഷിനൊ സ്റ്റേറ്റ് ഫാം പിടിച്ചെടുത്തുവത്രെ."

"അയാളെ ഇങ്ങോട്ടു വിളിച്ചുകൊണ്ടുവാ."

വന്നയാൾ തന്റെ കുതിരയെ ലായത്തിലേക്കു നടത്താൻ ശ്രമിച്ചു. പക്ഷേ ചൂടുവിയർപ്പിൽ കുളിച്ചിരുന്ന ആ ജന്തു പാതിവഴി ചെന്നപ്പോൾ തളർന്നുവീണ് ഒരു വശത്തോട്ടു ചെരിഞ്ഞു. അതിന്റെ നേരെ ശ്വാസംമുട്ടെ കുരച്ചുകൊണ്ടിരുന്ന പട്ടിയെ സ്ഫടികംപോലുള്ള കണ്ണുകളാൽ മിഴിച്ചുനോക്കിക്കൊണ്ട് അത് ഊർദ്ധ്വം വലിച്ചു. അത് ഊർദ്ധ്വം വലിച്ചതിനു കാരണമുണ്ട്. ആ ദൂതന്റെ കയ്യിലെ കൂടിന്റെ പുറത്ത് മൂന്നു കുരിശടയാളങ്ങളുണ്ടായിരുന്നു. അത് അടിയന്തിരമായി ഏല്പിക്കാൻവേണ്ടി അയാൾ വിശ്രമമില്ലാതെ മുപ്പതു നാഴിക ദൂരം പാഞ്ഞു വരികയാണ്.

വില്ലേജ് ചെയർമാന്റെ സഹായാഭ്യർത്ഥന നിക്കൊലായ് വായിച്ചു. മുൻവശത്തെ മുറിയിലേക്കു നടന്ന് വാളെടുത്തു ധരിക്കുമ്പോൾ അയാൾ മനസ്സിൽ ഓർക്കുകയായിരുന്നു: "വല്ലടത്തും പോയി നാലക്ഷരം പഠിക്കാമെന്നു വിചാരിച്ച് ഇരിക്കുമ്പോഴേക്കും മറ്റൊരു അക്രമിസംഘം വന്നു ചാടിയിരിക്കുന്നു. കമ്മിസാർ എന്നെ കളിയാക്കുകയാണ്. സ്ക്വാഡ്രൺ കമാണ്ടറായിട്ട് എനിക്ക് അക്ഷരത്തെറ്റുകൂടാതെ എഴുതാൻകൂടി അറിയില്ലെന്നാണു പറയുന്നത്. പക്ഷേ

ഇടവകയിലെ സ്കൂൾ മുഴുമിക്കാൻ പറ്റാഞ്ഞതു് എന്റെ കുറ്റമാണോ? നല്ലയാളാണ്!.... ഇപ്പോഴിതാ മറ്റൊരു സംഘം... വീണ്ടും ചോരയൊഴുക്കണം.... എനിക്കു മടുത്തു.... മതിയേ മതി!"

തോക്കുനിറച്ച് ഇറയത്തേക്കിറങ്ങുമ്പോൾ അയാളുടെ ചിന്തകൾ പന്തയക്കുതിരകളെപ്പോലെ തലയ്ക്കകത്തൂടെ പായുകയായിരുന്നു. "എനിക്ക് പട്ടണത്തിൽ പോകാൻ ഒത്തെങ്കിൽ.... പഠിക്കാനൊത്തെങ്കിൽ....."

കുതിരയുടെ ജഢത്തിനടുത്തുകൂടി അയാൾ ലായത്തിന്റെനേരെ നടന്നു. അങ്ങോട്ടു നോക്കിയപ്പോൾ കുതിരയുടെ പൊടിപിടിച്ച നാസാരന്ധ്രങ്ങളിൽനിന്ന് ഊറിവരുന്ന ചോരയുടെ കറുത്ത നാട കണ്ടു. അയാൾ വേഗം തല തിരിച്ചു.

III

മൺകൂനകളുടേയും കാറ്റ് നക്കിത്തുടച്ച കൈവണ്ടിപ്പാതയുടെ ചാലകളുടേയും മീതെ, പരുപരുത്ത കോരപ്പുല്ലുകളുടേയും ബീറ്റു ചെടികളുടേയും ഇടയിലൂടെ തെറുത്തുകയറുന്ന പ്ലാന്റൻചെടികൾ കാണാം. ആംബർമുത്തുകൾ വിതറിയതുപോലെ സ്റ്റെപ്പിയിൽ ചിതറിക്കിടക്കുന്ന തുറുക്കളങ്ങളിലേക്കു കച്ചി കൊണ്ടുപോകാൻ ഒരു കാലത്തു് ഉപയോഗിച്ചിരുന്നതാണ് ആ കൈവണ്ടിപ്പാത. കമ്പിക്കാലുകൾ ഇടുക്കുകളും ചുരങ്ങളും താണ്ടി ശരൽക്കാലത്തിന്റെ വെളുത്ത മൂടലിലേക്ക് ഓടിമറയുന്നു. ആ കമ്പിക്കാലുകൾക്കരികിലൂടെ വരികയാണ് അത്തനാനും സംഘവും. ദോൺപ്രദേശത്തേയും കബാൻ പ്രദേശത്തേയും അമ്പതു കൊസാക്കുകളടങ്ങുന്നതാണ് ആ സംഘം. സോവിയറ്റ് ഭരണത്തിൽ അസംതൃപ്തരായ അവർ മൂന്നു ദിവസമായി റോഡുവഴിക്കും റോഡില്ലാത്ത സ്റ്റെപ്പിലൂടെയും ചെന്നായ്പ്പറ്റത്തെപ്പോലെ ഒളിച്ചോട്ടുകയാണ്. ഈ സമയത്തെല്ലാം നിക്കൊലായ് കൊഷെവോയുടെ സേനാദളം അവരുടെ പുറകെ വിടാതെയുണ്ടായിരുന്നു.

പടവെട്ടി തഴമ്പിച്ച പഴയ പട്ടാളക്കാരാണ് സംഘത്തിലുള്ളതു്. എങ്കിലും അത്തമാൻ സദാ ജാഗരൂകനാണ്. അയാൾ തന്റെ കുതിമുള്ളുകളിൽ എത്തിവലിഞ്ഞു സ്റ്റെപ്പിയിലൂടെ കണ്ണോടിച്ചു. ദോൺനദിയുടെ അങ്ങേപ്പുറത്തു് നീണ്ടുകിടക്കുന്ന കാടിന്റെ നീലയരുകിലേയ്ക്കുള്ള

ദൂരം അയാൾ കണക്കുകൂട്ടി.

അങ്ങിനെ അയാൾ ചെന്നായെപ്പോലെ ഒളിച്ചോടുകയാണ്. പുറകെ, നിക്കൊലായ് കൊഷെവോയുടെ സ്ക്വാഡ്രൺ.

വേനൽക്കാലത്ത് തെളിഞ്ഞ നീലാകാശത്തിൻകീഴിൽ ഗോതമ്പിന്റെ കതിർക്കുലകൾ വെള്ളിമണികിലുങ്ങുംപോലുള്ള ഒരു മുഴക്കം ഉതിർത്തുകൊണ്ട് തലയാട്ടി നിൽക്കുന്നു. കൊയ്ത്തിനു തൊട്ടു മുമ്പാണിത്. പതിനേഴുവയസ്സുകാരനെപ്പോലെ ഗോതമ്പുമണികളുടെ മീശ കറുക്കുകയും ചെടികൾ വളർന്നുവളർന്ന് ഒരാൾപ്പൊക്കത്തിലാവുകയും ചെയ്യുന്ന സമയമാണത്.

താടി വളർത്തിയ കൊസാക്ക് കൃഷിക്കാർ കുന്നിൻ ചെരിവുകളുടേയും നദിയോരത്തുള്ള പുൽപ്പറമ്പുകളുടേയും വക്കത്ത് ബാർലി വിതയ്ക്കുന്നു. അതൊരിക്കലും നന്നായി വളരില്ല ഒരു ഏക്കറിൽനിന്ന് ഏറിയാൽ കിട്ടുന്നത് ആറു ബുഷലാണ്. എങ്കിലും അവരത് വിതയ്ക്കുന്നു. കാരണം, ഒന്നാമത്, ഒരു കന്യകയുടെ കണ്ണുനീരിനേക്കാൾ നിർമ്മലമായ വോഡ്ക്ക അതിൽ നിന്നു വാറ്റിയെടുക്കാം. രണ്ടാമത്, നൂറ്റാണ്ടുകളുടെ പഴക്കമുള്ള ഒരു പതിവാണത്. അവരുടെ അച്ഛനപ്പൂപ്പന്മാർ മദ്യപ്രിയരായിരുന്നു. വെറുതെയല്ല അരയ്ക്കു മേലോട്ട് നഗ്നനായി, കുടിച്ചു ലക്കുകെട്ട് ഒരു വീഞ്ഞിന്റെ വീപ്പയുടെ പുറത്തിരിക്കുന്ന ഒരു കൊസാക്കുകാരന്റെ രൂപം ദോൻ കൊസാക്ക് സേനയുടെ മുദ്രയിൽ കാണാവുന്നത്. ശരൽക്കാലത്ത് അന്നാട്ടിലെ ഗ്രാമങ്ങളിൽ വാറ്റിയെടുക്കുന്ന വീര്യമുള്ള ഒരു മദ്യമാണത്. കൊസാക്കുകളുടെ ചുവന്ന തലപ്പുള്ള നീളൻതൊപ്പികൾ വേലിപ്പത്തലുകളുടെ മീതെ ആടിയാടി നീങ്ങുന്നതു കാണാം.

സാക്ഷാൽ അത്തമാനുതന്നെ ഒരു സമയവും വെളിവില്ലാത്തതിന്റെ കാരണവും അതുതന്നെ. സ്പ്രിംഗുവച്ച പീരങ്കിവണ്ടികളിലിരിക്കുന്ന ഡ്രൈവർമാരുടേയും പീരങ്കിവെടിക്കാരുടേയും തല ആടുന്നതിന്റെ കാരണവും മറ്റൊന്നല്ല.

ഏഴു വർഷമായി അത്തമാൻ തന്റെ ഗ്രാമം കണ്ടിട്ടില്ല. ആദ്യം ജർമ്മൻകാരുടെ തടവുപുള്ളി. അതു കഴിഞ്ഞു വ്രാങ്കലിന്റെകൂടെ. പൊരിഞ്ഞ വെയിലത്ത് കൊൺസ്റ്റാന്റീനോപ്പിളിൽ. മുള്ളുവേലിയ്ക്കു പിന്നിലെ തടവുജീവിതം. അതു കഴിഞ്ഞു താറും ഉപ്പും പറ്റിപ്പിടിച്ച

മുക്കോൺ പായ കെട്ടിയ തുർക്കികളുടെ പാക്കപ്പലിൽ. കുബാനിലെ കോറപ്പുല്ലുകൾക്കിടയിൽ. എന്നിട്ടിപ്പോഴിതാ ഈ കവർച്ചസംഘവും.

പുറകോട്ടൊന്നു തിരിഞ്ഞുനോക്കാൻ മിനക്കെട്ടാൽ ഇപ്പറഞ്ഞതാണ് അത്തമാന്റെ ജീവിതം. സ്റ്റെപ്പിയിലെ വെള്ളക്കുഴികൾക്കടുത്തുള്ള കാളകളുടെ കുളമ്പടിപ്പാടുകൾ വെയിലിന്റെ ചൂടേറ്റ് കട്ടിയാവുന്നതുപോലെ അയാളുടെ ഹൃദയത്തിനും കട്ടിവച്ചിരിക്കുന്നു. ദുർഗ്രഹമായ ഏതോ വേദന അയാളുടെ ഉള്ള് കാർന്നുതിന്നുന്നു, എന്തെന്നില്ലാത്തൊരു അമർഷവും അറപ്പും അയാളുടെ മാംസപേശികളിൽ കുത്തിനിറയ്ക്കുന്നു. ഈ അമർഷവും അറപ്പും മറക്കാനോ മദ്യത്തിൽ മുക്കിക്കൊല്ലാനോ സാദ്ധ്യമല്ലെന്നാണ് അയാളുടെ വിശ്വാസം. എന്നിട്ടും അയാൾ കുടിക്കുന്നു. ഒരൊറ്റ ദിവസംപോലും വെളിവില്ല. കാരണം, സൂര്യനു മുമ്പിൽ ആർത്തിപൂണ്ട കരിമൺജഠരവും കാട്ടി മലർന്നുകിടക്കുന്ന ദോൻനദീതീരത്തെ സ്റ്റെപ്പിയിൽ വളരുന്ന ബാർലിക്കു് മാധുര്യവും സൗരഭ്യവും ഏറും. വെയിലേറ്റു കരിവാളിച്ച കവിൾത്തടങ്ങളോടുകൂടിയ ഭർത്തൃവിരഹിണികളായ നാട്ടുമ്പുറത്തുകാരികൾ വാറ്റിയെടുക്കുന്ന വോഡ്ക്ക ഊറ്റുവെള്ളത്തിൽനിന്നു തിരിച്ചറിയാനാവില്ല.

IV

വെളുപ്പിനാണ് ആദ്യമായി മഞ്ഞു് ഉറഞ്ഞതു്. ആമ്പൽപ്പൂക്കളുടെ വലിയ ദലങ്ങൾ വെള്ളിത്തരികൾ വിതറിയതുപോലെ വെട്ടിത്തിളങ്ങി. അഭ്രപാളികൾ പോലുള്ള ഹിമസൂചികൾ തന്റെ മില്ലിന്റെ ചക്രത്തിന്മേൽ പറ്റിപ്പിടിച്ചിരിക്കുന്നതു് നേരം പുലർന്നപ്പോൾ ലൂക്കീച്ച് കണ്ടു.

രാവിലെതൊട്ട് ലൂക്കീച്ചിന് നല്ല സുഖമില്ല. നടുവിനൊരു പിടുത്തം. കാല് വേദനിച്ചിട്ട് അനക്കാൻ വയ്യ. നിലത്തു വേരുപിടിച്ചതുപോലെ. അയാൾ മില്ലിനകത്ത് പ്രാഞ്ചിപ്രാഞ്ചി നടന്നു. വളരെ പണിപ്പെട്ടാണ് ഓരോ തവണയും കാലനക്കിയതു്. എല്ലും മാംസവും വെവ്വേറെയായതുപോലെ തോന്നി. ഒരു മൂലയിൽ നിന്ന് ഓടി പുറത്തു വന്ന ഒരു പറ്റം ചുണ്ടെലികൾ ഈറൻകണ്ണുകളാൽ അയാളെ തുറിച്ചുനോക്കി. ഒരു കഴുക്കോലിന്റെ മുകളിൽനിന്ന് ഒരു പ്രാവിന്റെ കൂജനം കേട്ടു. സ്റ്റെപ്പിയിലെ കളിമണ്ണുകൊണ്ട് കരുപ്പിടിച്ചമാതിരിയുള്ള മൂക്കു വലിച്ച് വൃദ്ധൻ ആറ്റിലെ എക്കലിന്റേയും പൊടിച്ച ധാന്യത്തിന്റേയും

മണം നുകർന്നു. തൂണുകളെ നക്കിനനണയുന്ന വെള്ളത്തിന്റെ അസുഖകരമായ ശബ്ദം കേട്ട് അയാൾ ചിന്താമഗ്നനായി തന്റെ ചിടപിടിച്ച താടിരോമങ്ങൾ വലിച്ചു.

കുറച്ചു വിശ്രമിക്കാമെന്നു കരുതി ലൂക്കീച്ച് തേനീച്ചകളെ വളർത്തുന്ന തോട്ടത്തിൽ പോയി കിടന്നു. വലിയ ആട്ടിൻതോൽക്കോട്ടും പുതച്ച് അയാൾ സുഖമായി ഉറങ്ങി. ഒരു വശത്തേക്ക് തൂങ്ങിക്കിടന്ന വായുടെ കോണിൽനിന്ന് ചൂടുള്ള ഒട്ടുന്ന തുപ്പൽ താടിരോമങ്ങളിലേക്ക് ഒലിച്ചിറങ്ങി. അരണ്ട സന്ധ്യാവെളിച്ചം വൃദ്ധന്റെ ചെറിയ കുടിലിനെ പുണർന്നു. പാൽപ്പാടപോലുള്ള മൂടൽമഞ്ഞ് മില്ലിനെ പൊതിഞ്ഞു....

ഉണർന്നപ്പോൾ കാട്ടിൽനിന്നു രണ്ടു പേർ അയാളുടെ നേരെ കുതിരയോടിച്ചു വരുന്നതു കണ്ടു. വൃദ്ധൻ തേനീച്ചക്കൂട്ടിനടുത്തേക്ക് നടക്കുകയായിരുന്നു. അവരിലൊരാൾ വിളിച്ചുപറഞ്ഞു:

"ഇവിടെ വാ, അപ്പൂപ്പാ!"

ലൂക്കീച്ച് അയാളെ സംശയത്തോടെ ഒന്നു നോക്കിയിട്ട് നടപ്പു നിർത്തി. തോക്കുമായി വന്ന്, തോന്നിയതുപോലെ ഗോതമ്പുമാവും കാലിത്തീറ്റയും എടുത്തുകൊണ്ടു പോകുന്ന ഇത്തരക്കാരെ ഈ കുഴപ്പം പിടിച്ച കാലത്ത് അപ്പൂപ്പൻ പല തവണ കണ്ടിരിക്കുന്നു. അവരോടെല്ലാവരോടും തരാതരം നോക്കാതെ അപ്പൂപ്പന് വെറുപ്പായിരുന്നു.

"ഒന്നു വേഗമിങ്ങോട്ടു വാടോ, കിഴട്ടുമൂപ്പീന്നേ!"

ലൂക്കീച്ച് തേനീച്ചക്കൂടുകൾക്കിടയിൽനിന്ന് നടന്നു ചെന്ന് അവരിൽനിന്ന് അല്പം ദൂരെ മാറി നിന്നു. നിറംമങ്ങിയ ചുണ്ടുകൾ ചപ്പിക്കൊണ്ട് അയാൾ ആഗതരെ സംശയത്തോടെ നോക്കി.

"ഞങ്ങൾ ചുവപ്പന്മാരാണ്, അപ്പൂപ്പാ, പേടിക്കേണ്ട," അത്തമാൻ സൗമ്യമായി പറഞ്ഞു. "ഞങ്ങൾ ഒരു അക്രമിസംഘത്തെ പിന്തുടരുകയായിരുന്നു. ഇടയ്ക്കുവച്ച് കൂട്ടംതെറ്റിപ്പോയി. അവർ ഇതുവഴി കടന്നുപോയോ?"

"ആരോ കടന്നുപോയി."

"എങ്ങോട്ടാണു പോയത്, അപ്പൂപ്പാ?"

"ആർക്കറിയാം."

"ആരെങ്കിലും മില്ലിൽ തങ്ങിയോ?"

"ഇവിടാരുമില്ല," എന്ന് ഒറ്റവാക്കിൽ മറുപടിപറഞ്ഞിട്ട് ലൃക്കീച്ച് തിരിഞ്ഞുനടക്കാൻ ഭാവിച്ചു.

"അവിടെ നിൽക്ക്, മൂപ്പീന്നേ." അത്തമാൻ കുതിരപ്പുറത്തുനിന്നു താഴെയിറങ്ങി. കുടിച്ചു കുഴഞ്ഞിരുന്ന അയാൾ തന്റെ വളഞ്ഞകാലു കളിൽ നിന്നാടി. വീട്ടിൽ വാറ്റിയ വോഡ്ക്കയുടെ ഇളച്ചുകയറുന്ന ഗന്ധം അയാളിൽനിന്നു പ്രസരിച്ചു. "ഞങ്ങൾ കമ്മ്യൂണിസ്റ്റുകാരെ കൊന്നൊടുക്കുകയാണ്, അപ്പൂപ്പാ.... അതോർത്തോ! ഞങ്ങളാരാണെ ന്ന് തനിക്കറിഞ്ഞിട്ട് ആവശ്യമില്ല! " അയാൾ കാലിടറി വീഴാൻ തുടങ്ങി. കടിഞ്ഞാൺ കയ്യിൽനിന്നു നിലത്തുവീണു. "എഴുപതുകുതിര കൾക്കു തിന്നാനുള്ള ഗോതമ്പു തരിക. ഇക്കാര്യം പുറത്ത് ആരോടും പറയാതിരിക്കുക. അതാണ് തന്റെ ജോലി.... വേഗം വേണംതാനും. മനസ്സിലായോ? എവിടെയാണ് ഗോതമ്പിരിക്കുന്നത്?"

"ഇവിടെങ്ങുമില്ല," എന്നു പറഞ്ഞു ലൃക്കീച്ച് തല തിരിച്ചു.

"പത്തായപ്പുരയിലെന്താ?

"കണ്ണിൽക്കണ്ട ചപ്പും ചവറുമൊക്കെയായിരിക്കും, ഗോതമ്പില്ല."

"ശരി, പോയി നോക്കാം."

അത്തമാൻ വൃദ്ധനെ കുപ്പായക്കോളറിൽ പിടിച്ചു വലിച്ച് കാൽമു ട്ടുകൊണ്ടിടിച്ച് പത്തായപ്പുരയുടെ അടുത്തേക്ക് തള്ളിക്കൊണ്ടു പോയി. വശത്തോട്ടു കോടി, ഭൂമിയിലേക്ക് അമർന്നിരുന്നതുപോലെ തോന്നിച്ച അതിന്റെ കതക് അയാൾ തള്ളിത്തുറന്നു. തൊട്ടികൾ നിറയെ ഗോതമ്പും ബാർലിയുമുണ്ടായിരുന്നു.

"ഈയിരിക്കുന്നത് ഗോതമ്പല്ലേടാ, തെമ്മാടി?"

"ആണ്, മോനെ, ഗോതമ്പാണ്.... ബാക്കിവന്നതാണ്. എന്റെ ഒരു കൊല്ലത്തെ ശ്രമമാണ്. എന്നിട്ട് അതു കുതിരയ്ക്കു കൊടുക്കാനല്ലേ പറയുന്നത്?"

"അപ്പോൾ ഞങ്ങളുടെ കുതിരകൾ പട്ടിണി കിടന്നു ചത്തോട്ടെ എന്നാണോ? നീ ചുവപ്പന്മാരുടെ ഭാഗത്താണോ? ചാവണമെന്നു

നിർബന്ധമാണോ?"

"എന്നോട്ട് കുറച്ചെങ്കിലും ദയ കാട്ടു! ഞാനെന്തുകുറ്റം ചെയ്തു?" ലൂക്കീച്ച് തൊപ്പിയൂരിക്കൊണ്ട് മുട്ടിൽവീണ് അത്തമാന്റെ രോമാവൃതമായ കയ്യിൽ കയറിപ്പിടിക്കുകയും അതിൽ മുത്താൻ ശ്രമിക്കുകയും ചെയ്തു.

"പറയ്! നിനക്കിഷ്ടം ചുവപ്പന്മാരോടാണോ?"

"എനിക്കു മാപ്പു തരൂ ! അറിവില്ലായ്മകൊണ്ട് വല്ലതും പറഞ്ഞുപോയെങ്കിൽ ക്ഷമിക്കു ! ദയവുചെയ്ത് എന്നെ കൊല്ലരുത്," വൃദ്ധൻ അത്തമാന്റെ കാൽക്കൽ വീണ് കെഞ്ചി.

"ചുവപ്പന്മാരുടെ ഭാഗത്തല്ലെന്ന് ദൈവത്തെ പിടിച്ച് ആണയിട്ട്... കുരിശു വരയ്ക്കണ്ട. മണ്ണു തിന്ന്! "

വൃദ്ധൻ നിലത്തുനിന്ന് ഒരുപിടി മണ്ണു വാരിയെടുത്തു. അയാളുടെ കണ്ണുനീരിൽ കുതിർന്ന ആ മണ്ണ് അയാൾ പല്ലില്ലാത്ത വായിലിട്ടു ചവച്ചു.

"ശരി, ഇപ്പോൾ എനിക്കു വിശ്വാസമായി. എണീറ്റോ, മൂപ്പീന്നേ !"

വഴക്കമില്ലാത്ത കാലുകളിൽ എണീറ്റുനിൽക്കാൻ വൃദ്ധൻ പാടുപെടുന്നതു കണ്ട് അത്തമാൻ പൊട്ടിച്ചിരിച്ചു. മറ്റു കുതിരസവാരിക്കാർ വന്ന് പത്തായപ്പുര മുഴുവനും കൊള്ളയടിച്ചു. ഗോതമ്പും ബാർലിയും കുതിരകളുടെ കുളമ്പുകൾക്കടിയിൽ ചിതറി. തങ്കനിറമാർന്ന ധാന്യമണികൾ മുറ്റത്ത് പരവതാനി ചമച്ചു.

V

നേരം പുലർന്നുവരുന്നേയുള്ളു. ചുറ്റും മൂടലും ഈർപ്പവുമാണ്.

ലൂക്കീച്ച് പാറാവുകാരന്റെ കണ്ണുവെട്ടിച്ച് പുറത്തുകടന്നു. പുലരിയും കാത്ത് വീർപ്പടക്കിനിന്നിരുന്ന കുറ്റിച്ചെടികൾക്കിടയിലൂടെ അയാൾ തനിക്കു മാത്രമറിയാവുന്ന ഒരു വഴിയിലൂടെ കൃഷിക്കളം ലക്ഷ്യമാക്കി നടന്നു.

കാറ്റാടിമില്ലുവരെ അയാൾ പ്രാഞ്ചിപ്രാഞ്ചി നടന്നു. അവിടന്ന് മൈതാനം മുറിച്ചുകടന്ന് ഒരു ഇടവഴിയിലേക്ക് തിരിയാൻ

ഭാവിച്ചപ്പോഴാണ് കുറെ കുതിര സവാരിക്കാരുടെ അവ്യക്തരൂപങ്ങൾ മുമ്പിൽ കണ്ടത്.

"ആരവിടെ?" എന്ന ചോദ്യം അന്തരീക്ഷത്തിലെ നിശബ്ദതയിൽ മുഴങ്ങി.

"ഞാനാണ്," ല്യക്കീച്ച് മന്ത്രിച്ചു. അയാളുടെ സപ്തനാഡികളും തളർന്നു. അയാൾ വിറയ്ക്കാൻ തുടങ്ങി.

"താനാരാണ് ? പാസ്സെവിടെ ? എന്തിനാണ് ഇവിടെ ചുറ്റിപ്പറ്റി നടക്കുന്നത് ?"

"ഞാൻ മില്ല് നടത്തുന്നവനാണ്... വാട്ടർമില്ല്... എനിക്ക് കൃഷിക്കളംവരെ പോയിട്ട് ആവശ്യമുണ്ട്."

"എന്താണിത്ര ആവശ്യം ? നടക്ക് കമാണ്ടറുടെ അടുത്തേക്ക് ! ഹും, വേഗം !" എന്നു വിളിച്ചുപറഞ്ഞുകൊണ്ട് സവാരിക്കാരിലൊരാൾ ല്യക്കീച്ചിന്റെനേരെ കുതിരയോടിച്ചു വന്നു.

കുതിരയുടെ ചൂടുള്ള ചുണ്ടുകൾ വൃദ്ധന്റെ കഴുത്തിൽ ഉരസി. അയാൾ കാലുകൾ വലിച്ചിഴച്ച് ആവുംവേഗത്തിൽ കളത്തിലേക്ക് നടന്നു.

ഓടിട്ട ചെറിയൊരു വീടിന്റെ മുറ്റത്തെത്തിയപ്പോൾ അവർ നിന്നു. കൂടെയുള്ളയാൾ ജീനിപ്പുറത്തുനിന്നു ചാടിയിറങ്ങി. കുതിരയെ വേലിയിൽ കെട്ടിയിട്ട് അയാൾ നടക്കല്ലുകൾ ചവുട്ടിക്കയറി. അയാളുടെ വാള് കിലുകിലെ ശബ്ദിച്ചു.

"എന്റെ കൂടെ വാ !"

ജനാലയ്ക്കൽ വെളിച്ചം കണ്ടു. അവർ അകത്തു കടന്നു. പുകയിലപ്പുകയുടെ മണം മുഖത്തടിച്ചപ്പോൾ ല്യക്കീച്ച് തുമ്മി. അയാൾ തൊപ്പിയൂരി മുറിയുടെ ഒരു മൂലയിലേക്കു നോക്കി ധൃതിയിൽ കുരിശുവരച്ചു.

"ഇതാ ഒരു വയസ്സനെ പിടികിട്ടി. കൃഷിക്കളത്തിലേക്കു പോവുകയാണത്രെ."

നിക്കൊലായ് മേശയുടെ പിന്നിൽനിന്ന് തലപൊക്കി നോക്കി. അയാളുടെ പപ്രശ്ശമായ മുടിയിൽ ഉുവലുകൾ പറ്റിപ്പിടിച്ചിരുന്നു. ഉറക്കച്ചടവോടെയാണെങ്കിലും കർശനമായ സ്വരത്തിൽ അയാൾ ചോദിച്ചു:

"താൻ എങ്ങോട്ടു പോകുന്നു?"

ഒരു ആഹ്ലാദശബ്ദത്തോടെ ലൂക്കീച്ച് മുമ്പോട്ട് നീങ്ങിനിന്നു.

"നീയാണോ, മോനെ. നമ്മുടെ ആളാണല്ലൊ. ഞാൻ വിചാരിച്ചു, പിന്നെയും ആ ദൈവവിരോധികളാണെന്ന്.... ഞാൻ പേടിച്ച് കിടുകിടെ വിറയ്ക്കുകയായിരുന്നു. അതുകാരണം ചോദിക്കാൻ നാവു പൊങ്ങിയില്ല. ഞാൻ മില്ലു നടത്തുന്നവനാണ്. മിത്രോഹക്കാട്ടിലൂടെ പോകുമ്പോൾ നിങ്ങൾ അവിടെ വന്നല്ലോ. എന്നിട്ട് ഞാൻ കുറച്ചു പാൽ കുടിക്കാൻ തന്നു. എന്താ, മറന്നുപോയോ?"

"ശരിതന്നെ. ഇപ്പോൾ എന്താണ് പറയാനുള്ളത് ?"

"പറയാം, മോനെ. ഇന്നലെ രാത്രി അക്രമിസംഘക്കാർ മില്ലിൽ വന്ന് ധാന്യം മുഴുവനും അവരുടെ കുതിരകൾക്കുവേണ്ടി എടുത്തു. എന്നെ കൊല്ലാൻ പോയതാണ്. അവരുടെ തലവനുണ്ടല്ലൊ അയാൾ എന്നോട്ട് പറയുകയാണ്, ഞാൻ അവരുടെ ആളാണെന്ന് ആണയിട്ടു പറയാൻ. അയാൾ എന്നെ മണ്ണു തീറ്റിച്ചു."

"അവർ ഇപ്പോൾ എവിടെയാണ്?"

"അവിടെത്തന്നെയുണ്ട്. കയ്യിൽ വോഡ്ക്കയുണ്ട്. ആ വൃത്തികെട്ട ചെകുത്താന്മാർ എന്റെ ഏറ്റവും നല്ല മുറിയിലിരുന്ന് കുടിയും ബഹളവുമാണ്. അക്കാര്യം ഇവിടെ വന്നു പറയാനാണ് ഞാൻ ഈ വഴി മുഴുവനും ഓടിവന്നത്. നിങ്ങൾ വിചാരിച്ചാൽ അവരെ ശരിപ്പെടുത്താൻ പറ്റുമായിരിക്കും."

"എല്ലാവരോടും തയ്യാറാകാൻ പറ !" എന്നു വിളിച്ചുപറഞ്ഞുകൊണ്ടു നിക്കൊലായ് എണീറ്റു. വൃദ്ധന് ഒരു പുഞ്ചിരി സമ്മാനിച്ചിട്ട് അയാൾ തളർച്ചയോടെ തന്റെ ഓവർക്കോട്ടിന്റെ കൈത്തുളകളിലേക്ക് കൈകൾ തിരുകിക്കയറ്റി.

VI

നേരം വെളുത്തു.

നിക്കൊലായ് പീരങ്കിവണ്ടിയുടെ അടുത്തേക്ക് കുതിരയോടിച്ചു ചെന്നു. അയാൾ ഉറങ്ങിയിട്ട് ദിവസങ്ങൾ പലതായെന്ന് മുഖത്തു നോക്കിയാലറിയാം.

"നമ്മൾ ആക്രമിക്കുന്നയുടൻതന്നെ അവരുടെ വലതുവശം നോക്കി കാച്ചിയേക്കണം. നമുക്ക് അവരുടെ ചിറകു മുറിക്കണം!"

വരിപിടിച്ചു നിന്നിരുന്ന സ്ക്വാഡ്രന്റെ അടുത്തേക്ക് അയാൾ മടങ്ങി.

മുരടിച്ചുനിന്നിരുന്ന ഒരു കൂട്ടം ഓക്കുമരങ്ങൾക്കപ്പുറത്ത് കുതിരസവാരിക്കാരുടെ ഒരു പംക്തി പ്രത്യക്ഷപ്പെട്ടു. ഓരോ വരിയിലും നാലു പേരുണ്ട്. നടുക്ക് പീരങ്കിവണ്ടികളുമായി അവർ പെരുവഴിയിലൂടെ നീങ്ങുകയാണ്.

നിക്കൊലായ് പോർവിളി മുഴക്കി. പുറകിൽനിന്ന് കുളമ്പടികളുടെ പെരുകിവരുന്ന ഗർജ്ജനം കാതിൽ മുഴങ്ങി. അയാൾ തന്റെ കുതിരയെ ചാട്ടകൊണ്ടടിച്ചു.

കുറ്റിക്കാടിന്റെ വക്കത്തുനിന്ന് യന്ത്രത്തോക്ക് തുരാതുരാ വെടിയുണ്ടകൾ തുപ്പി. പെരുവഴിയിലെ സവാരിക്കാർ ഞൊടിയിടയിൽ നാലുപാടും ചിതറി പ്രത്യാക്രമണത്തിനു തയ്യാറെടുത്തു.

* * *

കുന്നിൻചെരിവിലെ കുറ്റിക്കാട്ടിനിടയിൽനിന്ന് ഒരു ചെന്നായ ചാടിപ്പുറത്തു വന്നു. ദേഹം മുഴുവനും മുൾച്ചെടികളുടെ ഒട്ടുന്ന കാകൾ പറ്റിപ്പിടിച്ചിരിപ്പുണ്ട്. ഒരു നിമിഷത്തേക്ക് അത് തല നീട്ടി ചെവി വട്ടം പിടിച്ചു. അധികം അകലെയല്ലാതെ വെടി പൊട്ടുന്ന ശബ്ദം കേൾക്കാം. ആളുകളുടെ ആർപ്പുവിളികൾ തിരമാലയുടെ ഇരമ്പം പോലെ ചെവിയിൽ വന്നലയ്ക്കുന്നു.

ഠേ ! ആൽഡർമരങ്ങളുടെ ഇടയിൽ ഒരു വെടി പൊട്ടി. കുന്നിന്റെ മറുവശത്തുനിന്ന് ഉഴുതുകിടക്കുന്ന പാടങ്ങളും കടന്ന് അതിന്റെ മാറ്റൊലി മുഴങ്ങി--ഠേ !

ഠേ ! ഠേ ! ഠേ !--കൂടുതൽ വെടികൾ..... ഠേ ! ഠേ ! ഠേ !--കുന്നിനപ്പുറത്തുനിന്നുള്ള മാറ്റൊലികൾ.

ഏതാനും നിമിഷങ്ങൾകൂടി അങ്ങനെ നിന്നിട്ട് ചെന്നായ് ഇടുക്കിൽ കാടുപിടിച്ചു കിടക്കുന്ന മഞ്ഞച്ച പുല്ലിനിടയിലേക്ക് തിടുക്കംകൂട്ടാതെ നടന്നുപോയി.

"പിടിച്ചു നിൽക്കിൻ ! യന്ത്രത്തോക്കുകൾ കൈവിട്ടു കളയരുത്!

കാട്ടിലേക്കു കയറിൻ ! കാട്ടിലേക്ക്, നാശങ്ങളേ !" കുതിമുള്ളിൽ പൊങ്ങിനിന്നുകൊണ്ട് അത്തമാൻ അട്ടഹസിച്ചു.

പക്ഷേ വണ്ടിക്കാരും തോക്കുകാരും കുതിരകളെ പൂട്ടിയിരിക്കുന്ന തോൽവാറുകൾ അറുത്തുമാറ്റുകയായിരുന്നു. യന്ത്രത്തോക്കിൽനിന്നുള്ള നിരന്തരമായ വെടിയുണ്ടകളുടെ ശരവർഷം അക്രമികളുടെ നിരയെ കീറിമുറിച്ചുകഴിഞ്ഞിരുന്നു. അവർ നാലുപാട്ടും വിരണ്ടോടി.

അത്തമാൻ കുതിരയെ തിരിച്ചപ്പോൾ വാളും ചുഴറ്റിക്കൊണ്ട് ഒരു സവാരിക്കാരൻ തന്റെനേരെ കുതിച്ചുവരുന്നതു കണ്ടു. അയാളുടെ മേലങ്കിയുടെ പുറകുവശം ചിറകുപോലെ വിടർന്നുനിന്നു. മാറത്ത് തൂങ്ങികിടക്കുന്ന ബൈനോക്കുലറും ആട്ടിൻതോൽക്കോട്ടും കണ്ടപ്പോൾ തന്റെനേരെ പാഞ്ഞുവരുന്നത് വെറുമൊരു സാധാരണ ചുവപ്പുപട്ടാളക്കാരനല്ലെന്ന് അത്തമാനു മനസ്സിലായി. അയാൾ കുതിരയെ കടിഞ്ഞാൺ വലിച്ച് നിർത്തി. മീശ മുളയ്ക്കാത്ത മൂപ്പെത്താത്ത മുഖം രോഷംകൊണ്ടു പിടയുന്നതും കണ്ണുകൾ കാറ്റിനെതിരെ ഇറുക്കിപ്പിടിച്ചിരിക്കുന്നതും ദൂരെനിന്നേ അയാൾ കണ്ടു. അരക്കച്ചയിൽ ഉടക്കിയ കൈത്തോക്കിൽ അത്തമാൻ പിടിച്ചുവലിച്ചപ്പോൾ അയാളുടെ കുതിര നൃത്തം ചവിട്ടിക്കൊണ്ട് മുൻകാൽ പൊക്കി നിന്നു.

"ഇങ്ങു വാടാ, മീശ മുളയ്ക്കാത്ത നായ്ക്കുട്ടി !" അയാൾ വിളിച്ചുപറഞ്ഞു. "വാള് വീശിക്കോ ! വീശിക്കോ ! ഞാൻ നിന്നെയും ഒരൊറ്റ വീശ്ശ് വീശ്ശും !"

അയാൾ തന്റെ നേർക്കടുത്ത കറുത്ത മേലങ്കിയുടെ നേരെ നിറയൊഴിച്ചു. കുതിര ഒരു ഇരുപതു വാര ദൂരം മുന്നോട്ട് കുതിച്ചിട്ട് നിലത്തു വീണു. പക്ഷേ നിക്കൊലായ് മേലങ്കി ദൂരെയെറിഞ്ഞിട്ട് വെടിവച്ചുകൊണ്ട് അത്തമാന്റെനേരെ പാഞ്ഞു. അയാൾ അടുത്തടുത്തു വന്നു....

മരങ്ങൾക്കപ്പുറം ആരോ നിലവിളിച്ചു. ഒരു കാട്ടുജന്തുവിന്റെ രോദനംപോലെ തോന്നിച്ച ആ ശബ്ദം പെട്ടെന്നു നിന്നു. സൂര്യൻ മേഘങ്ങളുടെ പിന്നിൽ മറഞ്ഞു. സ്റ്റെപ്പിയിലും, പെരുവഴിയിലും, കാറ്റും ശരൽക്കാലവും ചേർന്ന് നക്കിത്തുടച്ച കാട്ടിലും നിഴലുകൾക്ക് നീളം വച്ചു.

"ഒരു കൊച്ചുചെറുക്കൻ. ഒരു പട്ടിക്കുട്ടി. അവന്റെ ഈ എടുത്തുചാട്ടം കാരണം ചാവുന്നു." അത്തമാൻ സ്വയം പിറുപിറുത്തു. നിക്കൊലായുടെ

വെടിയുണ്ടകൾ തീരുന്നതുവരെ കാത്തുനിന്നശേഷം അയാൾ കടിഞ്ഞാണഴിച്ച്, റാഞ്ചാൻ വരുന്ന പരുന്തിന്റെ വേഗത്തിൽ താഴോട്ടു പറന്നു.

ജീനിയിൽനിന്ന് കുനിഞ്ഞു് അയാൾ വാൾ ആഞ്ഞു വീശി. വെട്ടേറ്റ ശരീരത്തിൽ നിന്ന് പെട്ടെന്ന് ശക്തി ചോർന്നുപോയതു് അയാൾക്കു് അനുഭവപ്പെട്ടു. അതു് അനുസരണയോടെ നിലത്തേക്ക് കുഴഞ്ഞുവീണു. അത്തമാൻ കുതിരപ്പുറത്തുനിന്നിറങ്ങി. കൊല്ലപ്പെട്ടയാളിന്റെ ദേഹത്തുനിന്ന് ബൈനോക്കുലർ വലിച്ചൂരിയെടുത്തു. അപ്പോഴും കുറേശ്ശെ പിടഞ്ഞുകൊണ്ടിരുന്ന കാലുകളിലേക്കു നോക്കി. ചുറ്റുമൊന്നു കണ്ണോടിച്ചശേഷം അത്തമാൻ തന്റെ ശത്രുവിന്റെ കാലിൽ കിടന്നിരുന്ന മേൽത്തരം തോലുകൊണ്ടുള്ള ബൂട്സ് ഊരിയെടുക്കാനായി അരികത്തു് കുത്തിയിരുന്നു. ജഡത്തിന്റെ മുട്ടിന്മേൽ ഒരു കാലൂന്നിനിന്ന് അയാൾ ബൂട്ടുകളിലൊരെണ്ണം എളുപ്പത്തിൽ വലിച്ചൂരി.

പക്ഷേ മറ്റേ കാലിലെ സോക്സ് ചുരുണ്ടുകൂടിയതുപോലെ തോന്നി. എത്ര വലിച്ചിട്ടും ബൂട്ട് ഊരിവരുന്നില്ല. അത്തമാനു ദേഷ്യം വന്നു. അയാൾ പ്രാകിക്കൊണ്ട് വീണ്ടും വലിച്ചപ്പോൾ ബൂട്ടിനൊപ്പം സോക്സും കൂടി ഊരിപ്പോന്നു. കണങ്കാലിനു തൊട്ടു മുകളിലായി അയാൾ പ്രാവിൻമുട്ടയുടെ വലുപ്പത്തിലുള്ള ഒരു മറുകു കണ്ടു. ആ യുവാവിനെ ഉണർത്താൻ ഭയന്നിട്ടെന്നപോലെ അയാൾ മെല്ലെ ആ തണുത്ത മുഖം തന്റെ നേരെ തിരിച്ചു. അയാളുടെ കൈകൾ അവന്റെ വായിൽ നിന്നു പതഞ്ഞൊഴുകിയ ചോരയിൽ കുതിർന്നു. ഒരു നിമിഷം അയാൾ ആ മുഖത്തേക്ക് തറച്ചുനോക്കി. എന്നിട്ടേ അയാൾ ആ കൂർത്ത തോളുകളെ കെട്ടിപ്പുണർന്നുള്ളൂ.

"മോനേ! നിക്കൊലായ്!" അയാൾ നിർവികാരസ്വരത്തിൽ വിളിച്ചു. എന്റെ മാംസവും മജ്ജയുമല്ലേ നീ!"

പെട്ടെന്ന് അയാളുടെ മുഖം കറുത്തു. അയാൾ അലറി:

"പറയൂ! ഒരു വാക്കെങ്കിലും പറയൂ! എന്താണിതു്?"

ജീവൻ അണഞ്ഞുപൊയ്ക്കൊണ്ടിരുന്ന കണ്ണുകളിലേക്ക് ഉറ്റുനോക്കിക്കൊണ്ട് അയാൾ ആ ദേഹത്തേക്കു് അലച്ചുവീണു. അയാൾ ചോരപുരണ്ട കൺപോളകൾ അകത്തുകയും ആ ചേതനയറ്റ ശരീരം പിടിച്ചുകുലുക്കുകയും ചെയ്തു....പക്ഷേ അളവറ്റ പ്രാധാന്യമുള്ള ഒരു

മഹാകാര്യം പുറത്തു പറയാൻ ഭയന്നിട്ടെന്നവണ്ണം നിക്കൊലായ് തന്റെ നീലിച്ച നാക്കിൻതുമ്പ് പല്ലുകൾക്കിടയിൽ കടിച്ചുപിടിച്ചിരുന്നു.

അത്തമാൻ മകനെ കെട്ടിപ്പിടിച്ചു. അവന്റെ തണുത്ത കൈകളിൽ ചുംബിച്ചു. അതിനുശേഷം തന്റെ കൈത്തോക്കിന്റെ കുഴൽ തുപ്പലിൽ കുതിരുമാറ് പല്ലുകൾക്കിടയിൽ കടിച്ചുപിടിച്ചുകൊണ്ട് അയാൾ തന്റെ വായിലേക്ക് വെടിവച്ചു...

* * *

വൈകുന്നേരം കാടിനപ്പുറത്ത് കുതിരസവാരിക്കാർ പ്രത്യക്ഷപ്പെട്ടപ്പോൾ, ആളുകളുടെ ശബ്ദവും കുതിരകളുടെ ചിനയ്ക്കലും കുതിരമുള്ളകളുടെ കിലുക്കവും കാറ്റടിച്ചെത്തിയപ്പോൾ, അത്തമാന്റെ ചപ്രത്തലയ്ക്കൽനിന്നും ഒരു ശവംതീനിപ്പരുന്ത് വൈമനസ്യത്തോടെ പറന്നു പൊങ്ങി നരച്ച ശരൽക്കാലാകാശത്തിൽ അലിഞ്ഞു ചേർന്നു.

(വിവർത്തനം: ഗോപാലകൃഷ്ണൻ

മേച്ചിൽക്കാരൻ

I

കിഴക്ക് വെയിൽകൊണ്ടു പൊരിഞ്ഞു കരുവാളിച്ച തവിട്ടുനിറമാർന്ന സ്റ്റെപ്പിയിൽനിന്നും, വിണ്ടുകീറി വെളുത്ത് ഉപ്പുമൂടിക്കിടക്കുന്ന മണ്ണിൽനിന്നും ഒരു പൊള്ളുന്ന കാറ്റടിച്ചു തുടങ്ങിയിട്ട് പതിനാറു ദിവസങ്ങളായി.

മണ്ണ് കരിപോലെ കറുത്തു. പുല്ലുകൾ ചുരുണ്ടുപോയി. അവയ്ക്ക് മഞ്ഞനിറമായി. പ്രധാനറോഡിനരികെ ഉണ്ടായിരുന്ന കിണറുകൾ വറ്റിവരണ്ടു. അവയിലൊന്നിലെങ്കിലും ഒരു തുള്ളി വെള്ളം ഉണ്ടായിരുന്നില്ല. ഇലകൾക്കുള്ളിൽ നിന്നും ഇതുവരെ പുറത്തെത്താത്ത ഗോതമ്പുകതിരുകൾ വാടി, കൂനുള്ള വൃദ്ധന്മാരെപ്പോലെ വളഞ്ഞുനിന്നു.

ഉറക്കംതൂങ്ങിനിന്ന ചെറിയ ഗ്രാമത്തിൽ ഒരു മണിയുടെ ചിലമ്പിച്ച ശബ്ദം മുഴങ്ങി.

കഠിനമായ ചൂടാണ്. വേലികൾക്കരികിൽക്കൂടി പൊടിയുയർത്തിക്കൊണ്ട് കടന്നുപോകുന്ന കാലടിശബ്ദവും റോഡിൽക്കൂടി തപ്പിത്തടഞ്ഞ് മുന്നോട്ടുപോവുന്ന വൃദ്ധന്മാർ വടികൾ നിലത്തൂന്നുന്നതിന്റെ ശബ്ദവുമൊഴിച്ചാൽ അവിടം സർവ്വത്ര നിശ്ശബ്ദമാണ്.

ഗ്രാമത്തിലെ ഒരു യോഗത്തിനുള്ള ക്ഷണമായിരുന്നു ആ മണിയടി. ഒരു മേച്ചിൽക്കാരനെ ജോലിക്കെടുക്കുന്നതിനെപ്പറ്റിയായിരുന്നു അന്നത്തെ ചർച്ച.

എക്സിക്യൂട്ടിവ് കമ്മിറ്റി ഓഫീസ് ശബ്ദമുഖരിതമായി. അതിനുളളിൽ പുകയിലപ്പുക നിറഞ്ഞു.

ഒരു പെൻസിൽക്കുറ്റികൊണ്ട് ചെയർമാൻ മേശമേൽ കൊട്ടി.

"പൗരന്മാരെ! കന്നുകാലികളെ സൂക്ഷിക്കാൻ ഇനി തന്നെക്കൊണ്ടാവില്ലെന്ന് നമ്മുടെ പഴയ മേച്ചിൽക്കാരൻ പറയുന്നു. ശമ്പളം മോശമാണെന്നതാണ് അയാൾ പറയുന്ന കാരണം. അതുകൊണ്ട് ഞങ്ങൾ, അതായത് എക്സിക്യൂട്ടീവ് കമ്മിറ്റി, ഫ്രൊലോവ് ഗ്രിഗോരിയെ തൽസ്ഥാനത്തു നിയമിക്കണമെന്ന് നിർദ്ദേശിക്കുന്നു. അയാൾ ഒരു അനാഥനും കൊംസൊമോൾ അംഗവുമാണ്.... അയാളുടെ അച്ഛൻ ഒരു ചെരിപ്പു കുത്തിയായിരുന്നുവെന്ന് നിങ്ങൾക്കൊക്കെ അറിയാമല്ലൊ. അയാൾ ഇപ്പോൾ സഹോദരിയുമൊന്നിച്ച് ഇവിടെ താമസിക്കുകയാണ്. അവർക്ക് ചെലവു കഴിക്കാൻ യാതൊരു മാർഗ്ഗവുമില്ല. അതുകൊണ്ട്, പൗരന്മാരെ, നിങ്ങൾ കനിഞ്ഞ് മേച്ചിൽക്കാരന്റെ ജോലി അയാൾക്കു കൊടുക്കുമെന്നു ഞാൻ പ്രത്യാശിക്കുന്നു."

വൃദ്ധനായ നേസ്റ്റെറൊവിന് ഇതു സഹിക്കാൻ കഴിഞ്ഞില്ല.

"ഞങ്ങളുടെ ജോലിക്ക് അയാൾ പോരാ. ഒരു വലിയ പറ്റം കന്നുകാലികളാണു ഞങ്ങളുടേതു്. അയാൾ അതിന്റെ സൂക്ഷിപ്പുകാരനാകുന്നതെങ്ങിനെയാണ്? കന്നുകാലികളെ ദൂരെയുള്ള പുൽമേടുകളിൽ മേയ്ക്കാൻ കൊണ്ടുപോകണം. ഇവിടെയെങ്ങും പുല്ലില്ല. അയാളാണെങ്കിൽ ഈ ജോലി ഇതിനുമുമ്പു ചെയ്തിട്ടില്ല. ശരൽക്കാലമാകുമ്പോഴേക്കും കിടാക്കളിൽ പകുതിയെണ്ണം കാണുകയില്ല."

മില്ലുനടത്തിപ്പുകാരനായ ഇഗ്നാത് നേർത്ത ശബ്ദത്തിൽ മൂക്കിൽക്കൂടി പറഞ്ഞുതുടങ്ങി. കൗശലക്കാരനായ ആ വൃദ്ധന്റെ പഞ്ചസാരവാക്കുകളിൽ അമർഷം കലർന്നിരുന്നു

"എക്സിക്യൂട്ടിവിന്റെ സഹായം കൂടാതെതന്നെ ഞങ്ങൾ ഒരു മേച്ചിൽക്കാരനെ കണ്ടുപിടിച്ചുകൊള്ളാം. ഇതു ഞങ്ങളുടെ കാര്യമാണ്. വിശ്വസ്തനും, കന്നുകാലികളുമായി ഇണങ്ങിക്കഴിയുന്നവനുമായ ഒരു പ്രായമായ മനുഷ്യനെയാണ് ഞങ്ങൾക്കാവശ്യം."

"അതു ശരിയാണ്, അപ്പൂപ്പാ!"

"ഒരു വൃദ്ധനെ നിങ്ങൾ ജോലിക്കാക്കിയാൽ നിങ്ങളുടെ കിടാക്കൾ നഷ്ടപ്പെടാനാണ് കൂടുതൽ സാദ്ധ്യത. കാലം മാറിയിരിക്കുന്നു; മോഷണം എല്ലായിടത്തും ധാരാളമുള്ള കാലമാണിത്."

ചെയർമാനാണ് ഇങ്ങിനെ ഉറപ്പിച്ചുപറഞ്ഞത്. അദ്ദേഹം എന്തോ പ്രതീക്ഷിക്കുന്നതുപോലെ തോന്നി. പെട്ടെന്ന് മുറിയുടെ പിന്നിൽ നിന്നിരുന്ന ആരോ അദ്ദേഹത്തെ പിൻതാങ്ങി.

"ഇല്ല, ഒരു വയസ്സന് ഈ ജോലി ചെയ്യാൻ പറ്റില്ല. മേയ്ക്കാനുള്ളത് പശുക്കളെയല്ല. കേവലം ഒരു വയസ്സു മാത്രമുള്ള കിടാക്കളെയാണ്. അവയുടെ ഒപ്പമെത്തണമെങ്കിൽ ഒരാൾ പട്ടിയെപ്പോലെ ഓടിനടക്കണം. പറ്റം വിരണ്ടോടുകയാണെങ്കിൽ അവയെ തടുത്തുകൂട്ടുന്നതിനുമുമ്പ് നിങ്ങളുടെ കിളവന്റെ കുടലുവരെ പുറത്തു ചാടും!"

മുറിയിലാകെ കൂട്ടച്ചിരി മുഴങ്ങി. പക്ഷേ വൃദ്ധനായ മില്ലുനടത്തിപ്പുകാരൻ വിട്ടുകൊടുത്തില്ല. അയാൾ പിന്നിൽ ഇരുന്ന് പിറുപിറുത്തു:

"കമ്മ്യൂണിസ്റ്റുകൾക്ക് ഇതിൽ കാര്യമൊന്നുമില്ല... ഇത് പ്രാർത്ഥനകൊണ്ടു സാധിക്കേണ്ട കാര്യമാണ്, എങ്ങിനെയെങ്കിലും ഒപ്പിക്കേണ്ട കാര്യമല്ല...." ആ ശല്യക്കാരൻ തന്റെ കഷണ്ടിത്തല തടവി.

ചെയർമാന്റെ പ്രതികരണം കർശനമായിരുന്നു: "പൗരന്മാരെ, ഇങ്ങിനെ കൂക്കിവിളിക്കാൻ പാടില്ല. കൂക്കിവിളിക്കുന്നവരെ ഞാൻ യോഗത്തിൽനിന്നു പുറത്താക്കും."

പ്രഭാതത്തിൽ, പുകക്കുഴലുകളിൽനിന്നു അഴുക്കു പുരണ്ട പഞ്ഞിച്ചുരുളുകൾപോലെ കട്ടിയായി ഉയർന്ന പുക പൊതുനിരത്തിനു മുകളിൽ അധികം ഉയരത്തിലല്ലാതെ ഒഴുകിനടക്കുമ്പോൾ ഗ്രിഗോരി നൂറ്റമ്പതു കന്നുകാലികളുള്ള പറ്റത്തെ തടുത്തുകൂട്ടി ഗ്രാമം കടന്ന് ചാരനിറംപൂണ്ടു വിഷാദമൂകമായി നിന്നിരുന്ന കുന്നിൻപുറത്തുകൂടി മേച്ചിൽസ്ഥലത്തേക്കു കൊണ്ടുപോയി.

സ്റ്റെപ്പിയിൽ അവിടവിടെയായി ചാരനിറമാർന്ന മലയെലികളുടെ മാളങ്ങളുണ്ടായിരുന്നു. മലയെലികൾ മുന്നറിയിപ്പു കൊടുക്കുന്ന തങ്ങളുടെ പ്രത്യേകശബ്ദം പുറപ്പെടുവിച്ചുകൊണ്ടിരുന്നു. മലയിടുക്കുകളിൽ മുരടിച്ചുനിന്നിരുന്ന പുല്ലുകൾക്കിടയിൽനിന്നും കാട്ടുപക്ഷികൾ

പുറത്തുവന്നു. അവയുടെ ത്തുവല്പകൾ തിളങ്ങി.

കന്നുകാലിപ്പറ്റം നിശ്ശബ്ദമായിരുന്നു. കിടാക്കളുടെ ഇരട്ടക്കുളമ്പു കൾ മണ്ണിന്റെ ചുളിവീണ മുഖത്ത് മഴത്തുള്ളികൾപോലെ പതിച്ചു.

ഗ്രിഗോരിയെ സഹായിക്കാൻ അവന്റെ സഹോദരി ദൂന്യയും കൂടെ യുണ്ടായിരുന്നു. അവളുടെ പുള്ളിക്കുത്തുകളുള്ള തുടുത്ത കവിളുകളും, ചുണ്ടുകളും കണ്ണുകളും സദാ ചിരിച്ചുകൊണ്ടിരുന്നു. അവളുടെ ശരീ രമാകെത്തന്നെ പൊട്ടിച്ചിരിക്കുകയായിരുന്നു. കാരണം, അവൾ പതിനേഴ വസന്തങ്ങളേ കണ്ടിട്ടുള്ളൂ. സഹോദരന്റെ മ്ലാനമായ വദനവും, ചെവിയിളക്കിക്കൊണ്ട് ഓടിപ്പോകുന്നതിനിടയിൽ കാട്ടുചെടികൾ കടിച്ചെടുക്കുന്ന പശുക്കിടാക്കളും, രണ്ടു ദിവസമായി തിന്നാൻ യാതൊന്നും ഉണ്ടായിരുന്നില്ല എന്ന വസ്തുതപോലും, വലിയൊരു തമാശയായിട്ടു മാത്രമേ പതിനേഴാമത്തെ വയസ്സിൽ ആരും കാണൂ.

എന്നാൽ ഗ്രിഗോരി ചിരിക്കുകയായിരുന്നില്ല. ഒരു വൃത്തികെട്ട തൊപ്പിയുടെ അടിയിൽ പ്രത്യക്ഷപ്പെട്ട അവന്റെ നെറ്റിത്തടം ചരിഞ്ഞതും ചുളിവീണതുമായിരുന്നു. കണ്ണുകൾ തളർന്നിരുന്നു. ആ പത്തൊൻപതുകാരന് ഉള്ളതിലും വളരെക്കൂടുതൽ പ്രായം തോന്നിച്ചു

കന്നുകാലിപ്പറ്റം സ്വച്ഛമായി മുമ്പോട്ടു പോയി. മുറിച്ചിട്ട വിവിധവ ർണ്ണത്തിലുള്ള പുൽക്കറ്റകളെപ്പോലെ കിടാക്കൾ റോഡിന്റെ വശങ്ങ ളിൽ നിരയായി നിന്നു. പിന്നിലായിപ്പോയ കിടാക്കളെ നോക്കി ചൂളംവിളിച്ചുകൊണ്ട് ഗ്രിഗോരി സഹോദരിയുടെ നേരെ തിരിഞ്ഞു പറഞ്ഞുതുടങ്ങി:

"ദൂന്യാ, ശരൽക്കാലമാകുമ്പോഴേക്കും നമുക്ക് പട്ടണത്തിലേക്കു പോകാൻ വേണ്ടത്ര ധാന്യം സമ്പാദിക്കാം. ഞാൻ അവിടെ തൊഴി ലാളികളുടെ പാഠശാലയിൽ ചേരും. നിന്നെയും വിദ്യാഭ്യാസസൗക ര്യമുള്ള എവിടെയെങ്കിലും ഏല്പിക്കാമെന്നാണ് എന്റെ പ്രതീക്ഷ. പട്ട ണത്തിൽ നമുക്ക് ഇഷ്ടം പോലെ പുസ്തകങ്ങൾ കിട്ടും. ദൂന്യാ, അവിടെ ആളുകൾ തിന്നുന്നത് ശരിക്കുള്ള റൊട്ടിയായിരിക്കും, നമ്മെപ്പോലെ പുല്ലും മാവും കുഴച്ചുണ്ടാക്കിയ എന്തെങ്കിലുമൊന്നായിരിക്കുകയില്ല."

"അവിടെ പോകാനുള്ള പണം എവിടെനിന്നുണ്ടാകും?"

“പൊട്ടിപ്പെണ്ണേ! അവർ നമുക്ക് ഇരുപതു പൂദ് ധാന്യം തരും. അതു പണമല്ലേ? ഒരു പൂദിന് ഒരു റൂബിൾ വച്ച് നാമതു വില്ക്കും. കൂടാതെ തിനയും ചാണകവരളികളും നമുക്ക് വിൽക്കാൻ കാണും.”

ഗ്രിഗോരി വഴിയുടെ മദ്ധ്യത്തിൽ നിന്നു. ചാട്ടയുടെ പിടികൊണ്ട് അവൻ നിലത്തുള്ള പൊടിയിൽ ഏതാനും അക്കങ്ങൾ കുറിച്ചിട്ട് അവ കൂട്ടിനോക്കി.

“പക്ഷേ ഇപ്പോൾ നമ്മൾ എന്തു തിന്നും, ഗ്രീഷാ? നമ്മുടെ കയ്യിൽ റൊട്ടി ഒരു തരിപോലുമില്ലല്ലോ.”

“എന്റെ സഞ്ചിയിൽ ഉണങ്ങിയ ബണ്ണിന്റെ ഒരു ചെറിയ കഷ്ണം ബാക്കിയുണ്ട്.”

“അതിന്ന് തിന്നാൽപ്പിന്നെ നാളെ എന്തു തിന്നും?”

“നാളെ ഗ്രാമത്തിൽനിന്നും ആരെങ്കിലും നമുക്ക് ഗോതമ്പുമാവു കൊണ്ടുവന്നുതരും. ചെയർമാൻ വാഗ്ദാനം ചെയ്തതാണ്....”

ഉച്ചവെയിൽ തീജ്വാലയുടെ ചൂടോടെ ഭൂമിയിൽ പതിച്ചു. ചാക്കു കൊണ്ടു തുന്നിയ ഗ്രിഗോരിയുടെ ഷർട്ട് വിയർപ്പിൽ കുതിർന്ന്, തോളെല്ലുകളിൽ ഒട്ടിപ്പിടിച്ചു.

കന്നുകാലിപ്പറ്റം അസ്വസ്ഥമായി സാവധാനം മുന്നോട്ടു നീങ്ങി. കാട്ടീച്ചകൾ പശുക്കിടാക്കളെ ഉപദ്രവിച്ചുകൊണ്ടിരുന്നു. ചൂടുപിടിച്ച വായുവിൽ കിടാക്കളുടെ കരച്ചിലും ഈച്ചകളുടെ മൂളലും മുഴങ്ങിക്കേട്ടു. സൂര്യൻ അസ്തമിക്കുന്നതിനു കുറച്ചുമുമ്പ് അവർ പറ്റത്തെ കന്നുകാലി കളെ രാത്രി സൂക്ഷിക്കുന്ന വളപ്പിനടുത്തേക്കുകൊണ്ടുവന്നു. അതിന ടുത്ത് ഒരു കുളവും മഴകൊണ്ട് ജീർണ്ണിച്ച വൈക്കോൽ മേഞ്ഞ ഒരു കുടിലും ഉണ്ടായിരുന്നു.

ഗ്രിഗോരി ഓടിനടന്ന് കന്നുകാലികളെ തടുത്തുകൂട്ടിയിട്ട്, വളപ്പി ന്റെ വാതിൽ തള്ളിത്തുറന്നു. ചതുരാകൃതിയിലുള്ള കറുത്ത വാതിലിൽ ക്കൂടി അവൻ കന്നുകാലികളെ ഓരോന്നിനെ എണ്ണി അകത്തേക്കു കടത്തി.

II

കുളത്തിന്റെ മറുകരയിൽ ഒരു കുറ്റൻ പയറിന്റെ ആകൃതിയിൽ

1 പൂദ്-16 കിലോഗ്രാം.

ഉയർന്നുനിന്നിരുന്ന കുന്നയുടെ മുകളിൽ അവർ ഒരു പുതിയ കുടിൽ കെട്ടിയുണ്ടാക്കി. ഗ്രിഗോരിയും ദൂന്യയുംകൂടി അതിന്റെ ഭിത്തികളിൽ ചാണകം മെഴുകി. ഗ്രിഗോരി കുറേ കാട്ടുചെടികൾ മുറിച്ചു മേൽക്കൂര മേഞ്ഞു.

പിറ്റേ ദിവസം ചെയർമാൻ കുതിരപ്പുറത്തു കയറി അവിടെ വന്നു. അദ്ദേഹം അര പൂദ് ചോളമാവും ഒരു സഞ്ചി തിനയും കൊണ്ടുവന്നി ട്ടുണ്ടായിരുന്നു.

കുളിർമ്മയുള്ള കുടിലിനുള്ളിൽ പ്രവേശിച്ച അദ്ദേഹം നിലത്ത് ചടഞ്ഞിരുന്നുകൊണ്ട് ഒരു സിഗററ്റു കത്തിച്ചു.

“നീയൊരു നല്ല പയ്യനാണ്, ഗ്രിഗോരി. പറ്റം മേച്ചിൽക്കാരനായി നീ കുറച്ചു നാൾ പണിയെടുത്തുകഴിഞ്ഞു് ശരല്ക്കാലത്ത് നമുക്ക് ജില്ലാകേന്ദ്രത്തിലേക്കു പോകാം . അവിടുന്ന് നിനക്ക് പഠിക്കാൻ എവിടെയെങ്കിലും പോകാൻ കഴിഞ്ഞേക്കും. വിദ്യാഭ്യാസവകുപ്പിൽ എനിക്കും പരിചയമുള്ള ഒരാൾ ജോലി ചെയ്യുന്നുണ്ട്. അയാൾ നിന്നെ സഹായിക്കും...”

സന്തോഷംകൊണ്ട് ഗ്രിഗോരിയുടെ മുഖം തുടുത്തു. ചെയർമാൻ യാത്രയായപ്പോൾ അവൻ അങ്കപടി പിടിച്ച് അദ്ദേഹത്തെ കുതിര പ്പുറത്തു കയറാൻ സഹായിക്കുകയും അദ്ദേഹത്തിന്റെ കരം ഗ്രഹിച്ച് സസ്നേഹം അമർത്തുകയും ചെയ്തു. കുതിരയുടെ കുളമ്പുകൾ ഉയർത്തിയ പൊടിപടലം നോക്കിക്കൊണ്ട് അവൻ വളരെ നേരം അവിടെത്ത ന്നെ നിന്നു.

സൂര്യോദയത്തിലും അസ്തമനത്തിലും ജ്വരബാധയാൽ ചുവന്നു തുടുക്കുന്ന വിളറിയ സ്റ്റെപ്പി, മദ്ധ്യാഹ്നസൂര്യന്റെ ഉഗ്രമായ ചൂടേറ്റ് ഊർദ്ധ്വശ്വാസം വലിച്ചു. നേർത്തുനേർത്തുവന്ന മൂടൽമഞ്ഞിന്റെ നീലിമയണിഞ്ഞ കുന്നിൻമുകളിലേക്കു നോക്കിക്കൊണ്ട് ഗ്രിഗോരി മലർന്നു കിടന്നു. സ്റ്റെപ്പിക്കു ജീവനുണ്ടെന്നും എണ്ണമറ്റ ഗ്രാമങ്ങളുടേയും പട്ടണങ്ങളുടേയും ഭാരത്താൽ അതു വിമ്മിട്ടപ്പെടുന്നുണ്ടെന്നും അവനു തോന്നി. ശ്വാസം കഴിക്കുവാൻവേണ്ടി മണ്ണ് ആയാസപ്പെട്ടുകയും കിതയ്ക്കുകയും ചെയ്യുന്നില്ലേ? പാറകളുടെ കനത്ത പാളികൾക്കിടയിൽ ഭൂഗർഭത്തിലെവിടെയോ പട്ടണങ്ങളുടേയും ഭാരത്താൽ അതു വിമ്മി ട്ടപ്പെടുന്നുണ്ടെന്നും അവനു തോന്നി. ശ്വാസം കഴിക്കുവാൻ വേണ്ടി

മണ്ണ് ആയാസപ്പെടുകയും കിതയ്ക്കുകയും ചെയ്യുന്നില്ലേ? പാറകളുടെ കനത്ത പാളികൾക്കടിയിൽ ഭൂഗർഭത്തിലെവിടെയോ തനിക്കു കാണാനാവാത്ത മറ്റൊരു ജീവൻ തുടിക്കുന്നുണ്ടെന്ന് അവനപ്പോൾ തോന്നി.

ആ പകൽവെളിച്ചത്തിലും അത്ഭുതവും ഭയവും അവനെ കീഴടക്കി.

അളക്കപ്പെട്ടിട്ടില്ലാത്ത കുന്നുകളെ അവൻ തന്റെ ദൃഷ്ടികൾകൊണ്ട് അളന്നുനോക്കി, വിറകൊള്ളുന്ന മൂടൽമഞ്ഞിലേക്കും തവിട്ടുനിറമുള്ള പുല്പരപ്പിനു മീതെ പൊട്ടുകൾപോലെ പ്രത്യക്ഷപ്പെട്ട കന്നുകാലി പ്പറ്റത്തിലേക്കും നോക്കിക്കൊണ്ടിരിക്കുമ്പോൾ അവനു തോന്നി റൊട്ടിയിൽനിന്നും മുറിച്ചെടുത്ത ഒരു കഷ്ണംപോലെ താൻ ലോക ത്തിൽനിന്നും നിശ്ശേഷം അടർമാത്തിമാറ്റപ്പെട്ടിരിക്കുകയാണെന്ന്.

ഒരു ശനിയാഴ്ച വൈകുന്നേരം ഗ്രിഗോരി പതിവുപോലെ കന്നുകാ ലിപ്പറ്റത്തെ വളപ്പിനുള്ളിലേക്കു കയറ്റി. ദൂന്യ കുടിലിനടുത്ത് തീക്കൂട്ടി കുറച്ചു തിനയും സുഗന്ധം പകരുന്ന ഇലകളും തിളപ്പിക്കുകയായിരുന്നു.

ഗ്രിഗോരി തീയ്ക്കടുത്തിരുന്ന് ചാട്ടപ്പിടികൊണ്ട് രൂക്ഷഗന്ധമുള്ള ചാണകവരളികൾ ഇളക്കി.

"ഗ്രിഷാത്ക്കയുടെ കിടാവിന് സുഖക്കേടു പിടിച്ചു. നമുക്ക് ആ വിവരം അയാളെ അറിയിക്കണം."

"ഞാൻ ഗ്രാമത്തിലേക്കു പോകണോ?" തനിക്ക് പോവാൻ പ്രത്യേകിച്ചു താല്പര്യമൊന്നുമില്ലെന്ന മട്ടിൽ ദൂന്യ ചോദിച്ചു.

"നീ പോകണ്ട. പറ്റത്തെ നോക്കാൻ എനിക്ക് ഒറ്റയ്ക്കു പ്രയാസ മാണ്." ഗ്രിഗോരി ഒരു പുഞ്ചിരിയോടെ കൂട്ടിച്ചേർത്തു: "ഒറ്റയ്ക്കിരുന്നു മുഷിഞ്ഞു, അല്ലേ?"

"അതു വാസ്തവമാണ്, ഗ്രീഷ. ഒരു മാസമായി നമ്മൾ ഈ സ്റ്റെപ്പിയിൽ താമസമാക്കിയിട്ട്. ഇതിനിടെ നമ്മൾ കണ്ടിട്ടുള്ളത് ആകെക്കൂടി ഒരു മനുഷ്യനെയാണ്. ഈ വേനല്ക്കാലം മുഴുവൻ ഇവിടെ താമസിച്ചാൽ, വർത്തമാനം പറയുന്നതെങ്ങിനെയാണെന്നുപോലും ഞാൻ മറന്നുപോകും."

"കുറച്ചുകൂടി ക്ഷമിക്കു, ദൂന്യ. ശരല്ക്കാലത്ത് നമ്മൾ രണ്ടുപേരും പട്ടണത്തിലേക്കു പോവും. നമ്മൾക്ക് അവിടെ സ്കൂളിൽ ചേർന്ന്

പഠിക്കണം. പഠിത്തം പൂർത്തിയാക്കി ഇങ്ങോട്ടു തിരിച്ചുവന്ന് നമുക്ക് ശാസ്ത്രീയമായി കൃഷിചെയ്യണം. ഇവിടെ അജ്ഞതയല്ലാതെ മറ്റൊന്നും കാണാനില്ല. ജനങ്ങൾ ഉറങ്ങിക്കിടക്കുകയാണ്. വായിക്കാനോ എഴുതാനോ ആർക്കും അറിയില്ല. ഒരൊറ്റ പുസ്തകം പോലും കിട്ടാനില്ല..."

"പക്ഷേ നമ്മളെ സ്കൂളിൽ ചേർക്കുകയില്ല.നമ്മളും ഇവിടെയുള്ള മറ്റുള്ളവരെപ്പോലെതന്നെ അറിവില്ലാത്തവരാണ്."

"തീർച്ചയായും നമ്മളെ സ്കൂളിൽ ചേർക്കും. ഗ്രാമത്തിൽ വച്ച് ഒരിക്കൽ ഞാൻ ഗ്രൂപ്പുസെക്രട്ടറിയുടെ കയ്യിലുണ്ടായിരുന്ന ലെനിന്റെ ഒരു പുസ്തകം വായിച്ചിട്ടുണ്ട്. തൊഴിലാളിവർഗ്ഗം ഭരണം നടത്തണമെന്ന് അതിൽ പറഞ്ഞിട്ടുണ്ട്. നിർദ്ധനരായ ആളുകൾക്ക് വിദ്യാഭ്യാസ സൗകര്യം നല്കണമെന്നും അതിൽ പറഞ്ഞിട്ടുണ്ട്."

ഗ്രിഗോരി മുട്ടിന്മേൽ എഴുന്നേറ്റുനിന്നു. അസ്തമനസൂര്യന്റെ സുവർണ്ണ പ്രഭ അവന്റെ കവിളുകളെ തലോടി.

"നമ്മുടെ റിപ്പബ്ലിക്കു ഭരിക്കാനുള്ള കഴിവു നേടണമെങ്കിൽ നാം പഠിച്ചേ തീരൂ. പട്ടണങ്ങളിൽ തൊഴിലാളികളുടെ കയ്യിലാണ് അധികാരം സ്ഥിതിചെയ്യുന്നത്. എന്നാൽ നമ്മുടെ ഗ്രാമത്തിലെ ചെയർമാൻ ഒരു ധനികകൃഷിക്കാരനാണ് . ചെറിയ ഗ്രാമങ്ങളിലും അധികാരസ്ഥാനത്തിരിക്കുന്നത് ധനികന്മാരാണ്."

"ഗ്രീഷ പഠിക്കുമ്പോൾ ഞാൻ നിലം ഉടച്ചും ഉണി നനച്ചും മറ്റും പണമുണ്ടാക്കാം."

ചാണകവരളികൾ പുകഞ്ഞുകൊണ്ടിരുന്നു. ഇടയ്ക്കിടെ അത് ഒരു ചീറലോടെ ആളിക്കത്തുന്നുണ്ട്. സ്റ്റെപ്പി നിശ്ശബ്ദമായി അർദ്ധനിദ്രയിലാണ്ടു കിടന്നു.

III

ഗ്രിഗോരി ഗ്രാമത്തിൽ ചെന്ന് പാർട്ടിഗ്രൂപ്പിന്റെ സെക്രട്ടറിയായ പൊലീത്തോവിനെ കാണണമെന്ന് ജില്ലാതലസ്ഥാനത്തേക്കുള്ള യാത്രക്കിടയിൽ ആ വഴി ചെന്ന ഒരു മിലിഷ്യാക്കാരൻ അവനെ അറിയിച്ചു.

ഗ്രിഗോരി നേരം വെളുക്കുന്നതിനുമുമ്പുതന്നെ ഗ്രാമത്തിലേക്കു

പുറപ്പെട്ടു. ഉച്ചയായപ്പോഴേക്കും ഒരു കുന്നിന്റെ മുകളിൽനിന്നും ഗ്രാമത്തിലെ മണിമേടയും അതിനു ചുറ്റും നിരന്നു നില്ക്കുന്ന ഇരുമ്പുതകിടടിച്ചതോ വൈക്കോൽ മേഞ്ഞതോ ആയ ചെറുഭവനങ്ങളും അവനു കാണാറായി.

വേദനിക്കുന്ന കാലുകളോടെ അവൻ ഗ്രാമത്തിന്റെ മദ്ധ്യത്തിലുള്ള കവലയെ ലക്ഷ്യമാക്കി സാവധാനം നടന്നു.

പുരോഹിതന്റെ വീട്ടിലായിരുന്നു ക്ലബ്ബ്. നിലത്ത് വിരിച്ചിട്ടിരിക്കുന്ന പുതിയ വൈക്കോൽ പാകൾ ചവിട്ടി അവൻ ഒരു വിശാലമായ മുറിയിലെത്തി.

ജനവാതിലുകളെല്ലാം അടച്ചിട്ടിരുന്നതിനാൽ മുറിയിൽ ഇരുട്ടായിരുന്നു. പൊലീത്തോവ് ജനലിനടുത്തിരുന്ന് ഒരു ചട്ടമുണ്ടാക്കുവാൻ തടി ചിന്തേരിടുകയായിരുന്നു.

"അതെ, ഞാൻ കാര്യങ്ങളെല്ലാം അറിഞ്ഞു," വിയർപ്പൊലിക്കുന്ന കൈ ഗ്രിഗോരിയുടെ നേരെ നീട്ടിക്കൊണ്ട് ഒരു പുഞ്ചിരിയോടെ അയാൾ പറഞ്ഞു."സാരമില്ല. ഞാൻ ജില്ലാതലസ്ഥാനത്ത് അന്വേഷിച്ചു." അവിടെ ഒരു എണ്ണ മില്ലിൽ കുറെ ചെറുപ്പക്കാരെ ആവശ്യമുണ്ടായിരുന്നു. പക്ഷേ ഇതിനകം തന്നെ അവർക്ക് ആവശ്യത്തിൽക്കൂടുതൽ ആളുകളെ കിട്ടിക്കഴിഞ്ഞു. ശരല്ക്കാലംവരെ നീ കന്നുകാലികളെ മേയ്ക്കേണ്ടിവരും. അതു കഴിഞ്ഞു് ഞങ്ങൾ നിന്നെ പഠിക്കാൻ പട്ടണത്തിലേക്കയയ്ക്കാം."

"എനിക്ക് ഈ ജോലിതന്നെ നഷ്ടപ്പെടാനിടയുണ്ട്. ഞങ്ങളുടെ കുഗ്രാമത്തിലുള്ള ധനികകൃഷിക്കാർക്ക് എന്നെ മേച്ചിൽക്കാരനായെടുക്കാൻ തീരെ സമ്മതമുണ്ടായിരുന്നില്ല. ഞാൻ കൊംസൊമോളുകാരനാണ്, ദൈവവിരോധിയാണ്, എന്നൊക്കെ അവർ പറഞ്ഞു. ഞാൻ കന്നുകാലികളെ മേച്ചുകൊണ്ടു നടക്കുമ്പോൾ ദൈവത്തെ പ്രാർത്ഥിക്കയില്ലത്രെ..." ഗ്രിഗോരി ഒരു തളർന്ന ചിരി ചിരിച്ചു.

ജനൽപ്പടിയിലുള്ള മരച്ചീളുകൾ കുപ്പായക്കൈകൊണ്ടു തുടച്ചു മാറ്റിയിട്ടു പൊലീത്തോവ് അവിടെ ഇരുന്നു. നനഞ്ഞു് കട്ടപിടിച്ച പുരികങ്ങൾക്കിടയിൽനിന്ന് അയാളുടെ കണ്ണുകൾ ഗ്രിഗോരിയെ സൂക്ഷിച്ചുനോക്കുകയായിരുന്നു.

"നീ ഒരു കമ്പുപോലെ മെലിഞ്ഞിരിക്കുന്നല്ലോ, ഗ്രിഗോരി.

അവിടെ നിന്റെ ശാപ്പാടുകാര്യം ഏങ്ങിനെയാണ്?"

"എനിക്ക് വേണ്ടത്ര കിട്ടുന്നുണ്ട്."

കുറേ സമയത്തേക്ക് ആരും ഒന്നും സംസാരിച്ചില്ല.

"ശരി, നമുക്ക് എന്റെ താമസസ്ഥലത്തേക്കുപോകാം. ഞാൻ നിനക്ക് പുതിയ ചില പുസ്തകങ്ങൾ തരാം. ജില്ലാകേന്ദ്രത്തിൽനിന്നും കുറേ പുസ്തകങ്ങളും ചിത്രങ്ങളും കിട്ടിയിട്ടുണ്ട്."

ശ്മശാനത്തിലേക്കു നയിക്കുന്ന തെരുവിൽക്കൂടി അവർ കുറേ ദൂരം നടന്നു. ചാരക്കൂനകളിൽ കോഴികൾ ധൂവലുകൾ വൃത്തിയാക്കിക്കൊണ്ടിരുന്നു. എവിടെയോ ഒരു തേവുകാൽ ഞരങ്ങി. ശ്വാസം മുട്ടിക്കുന്ന നിശ്ചലത കാതിൽ മുഴങ്ങി.

"നിനക്കു കുറച്ചുകഴിഞ്ഞു് പോയാൽ പോരേ? ഞങ്ങൾ ഒരു യോഗം നടത്താൻ പോവുകയാണ് മറ്റുള്ളവർ നിന്നെപ്പറ്റി തിരക്കാറുണ്ട് 'ഗ്രീഷ എവിടെ? അവൻ ഈയിടെ എന്തു ചെയ്യുകയാണ്? എന്നെല്ലാം അവർ ചോദിക്കാറുണ്ട്. നിനക്ക് അവരെയൊക്കെ ഇന്നു കാണാൻ സാധിക്കും. മാത്രവുമല്ല, ഞാൻ ഇന്ന് സാർവ്വദേശീയസ്ഥിതിയെപ്പറ്റി ഒരു പ്രസംഗം നടത്തുന്നുണ്ട്. രാത്രി എന്റെ കൂടെ താമസിച്ചിട്ട് നാളെ രാവിലെ പോയാൽപ്പോരേ?"

"രാത്രി താമസിക്കാൻ പറ്റില്ല. ദൂന്യയ്ക്ക് ഒറ്റയ്ക്ക് അവിടുത്തെ കാര്യങ്ങൾ നോക്കാനാവില്ല. ഞാൻ യോഗം കഴിയുന്നതുവരെ ഇവിടെ നില്ക്കാം. അതു കഴിഞ്ഞു് രാത്രിയിൽത്തന്നെ തിരിച്ചു പൊയ്ക്കൊള്ളാം."

പൊലീത്തോവിന്റെ വീട്ടിലെ പൂമുഖം കുളിർമയുള്ളതായിരുന്നു. ഉണങ്ങിയ ആപ്പിളിന്റെ സുഖകരമായ ഗന്ധത്തോടൊപ്പം ഭിത്തിയിൽ തൂക്കിയിട്ടിരുന്ന കുതിരക്കോപ്പിൽനിന്നുയർന്ന കുതിരവിയർപ്പിന്റെ രൂക്ഷമായ ഗന്ധം വായുവിൽ കലർന്നിരുന്നു.

ഒരു മൂലയിൽ ഒരു വീപ്പയിൽ കുറെ ക്വാസ്[2] ഇരിപ്പുണ്ട്. അതിനടുത്ത് ഒഴിഞ്ഞ ഒരു കട്ടിൽ കിടന്നിരുന്നു.

"എന്റെ കൊച്ചുമൂലയാണിത്. വീട്ടിനുള്ളിൽ എനിക്ക് ദുസ്സഹമായ ചൂടു തോന്നും."

പൊലീത്തോവ് കുനിഞ്ഞു് വിരിപ്പിനടിയിൽ നിന്നും വളരെ

2 റഷ്യാക്കാർക്ക് പ്രിയങ്കരമായ ഒരു ശീതളപാനീയം.

സൂക്ഷ്മതയോടെ 'പ്രാവ്ദ'യുടെ ഏതാനും പഴയ ലക്കങ്ങളും രണ്ടു പുസ്തകങ്ങളും വലിച്ചെടുത്തു.

അയാൾ അവ ഗ്രിഗോരിയുടെ കയ്യിൽക്കൊടുത്തു. അനന്തരം പലയിടത്തും തുന്നിക്കൂട്ടിയുള്ള ഒരു ചെറിയ ചാക്ക് പുറത്തെടുത്തു തുറന്നുകൊണ്ട് അയാൾ പറഞ്ഞു.

"ഇതു പിടിക്ക്."

ചാക്കിന്റെ വായ് തുറന്നു പിടിച്ചുകൊണ്ടിരിക്കുന്നതിനിടയിൽത്തന്നെ ഗ്രഗോരിയുടെ കണ്ണുകൾ അച്ചടിച്ച കടലാസിൽ പതിഞ്ഞു.

ചാക്കു പകുതി നിറയുന്നതുവരെ പൊലീത്തോവ് ധാന്യപ്പൊടി വാരി അതിലിട്ടുകൊണ്ടിരുന്നു. അയാൾ ചാക്ക് ഒന്നു കുലുക്കി അവിടെ വച്ചിട്ട് വീടിന്റെ മുൻവശത്തുള്ള മുറിയിലേക്കു പോയി.

പന്നിക്കൊഴുപ്പിന്റെ രണ്ടു കഷ്ണങ്ങളുമായിട്ടാണ് അയാൾ തിരിച്ചുവന്നത്. അയാൾ അത് വാടിയ ഒരു മുട്ടക്കൂസ് ഇലയിൽ പൊതിഞ്ഞ് ചാക്കിനുള്ളിൽ വച്ചു.

"നീ തിരിച്ചുപോകുമ്പോൾ ഇതു കൊണ്ടുപോകണം," അയാൾ പരുക്കൻ ശബ്ദത്തിൽ പറഞ്ഞു.

ഗ്രിഗോരിയുടെ മുഖം ചുവന്നു. "ഇതു മുഴുവൻ ഞാൻ കൊണ്ടുപോകുന്നതെങ്ങിനെയാണ്...."

"നിനക്കിതു് മുഴുവൻ കൊണ്ടുപോകാം."

"ഞാൻ കൊണ്ടുപോവുകയില്ല."

"എന്തു പറഞ്ഞു!" പൊലീത്തോവ് ഗ്രിഗോരിയെ ദേഷ്യത്തോടെ തുറിച്ചുനോക്കിക്കൊണ്ട് അട്ടഹസിച്ചു. അയാളുടെ മുഖം വിളറിയിരുന്നു. "നീ ഒരു സഖാവാണെന്നാണ് സ്വയം കരുതുന്നത്. എന്നിട്ടിങ്ങിനെയാണ്! ആരോടും പറയാതെ നീ പട്ടിണികൊണ്ടു ചാവാൻ പോവുകയാണ്, അല്ലേ? ഇത് കൊണ്ടുപോകണം , അല്ലെങ്കിൽ നീ ഇനി എന്റെ സുഹൃത്തല്ല."

"നിങ്ങൾക്കു വേറെ ഇല്ലാത്തതുകൊണ്ട് ഞാനിതു് കൊണ്ടുപോകുകയില്ല."

"എനിക്കില്ലത്രെ!" പൊലീത്തോവിന്റെ സ്വരം കുറേക്കൂടെ

മയമുള്ളതായിരുന്നു. ഗ്രിഗോരി ശ്രുണ്ഠിയോടെ ചാക്കു കെട്ടുന്നത് അയാൾ നോക്കിനിന്നു.

വെളുപ്പാൻകാലത്താണ് യോഗം അവസാനിച്ചത്.

ഗ്രിഗോരി സ്റ്റെപ്പിയിൽക്കൂടി നടന്നുതുടങ്ങി. ധാന്യപ്പൊടി നിറച്ചിരിക്കുന്ന ചാക്ക് അവന്റെ ചുമലുകളെ വേദനിപ്പിച്ചു. വിണ്ടുകീറിയ പാദങ്ങളിൽ അസഹ്യമായ നീറ്റൽ അനുഭവപ്പെട്ടു. എങ്കിലും പ്രസാദാത്മകമായ ഉൾക്കരുത്തോടെ അവൻ ഉജ്ജ്വലമായ ഉഷസ്സിന്റെ നേരെ നടന്നടുത്തു.

IV

നേരം വെളുത്തപ്പോൾ ദൂന്യ തീ കത്തിക്കാനുള്ള ഉണങ്ങിയ ചാണകവരളികൾ പെറുക്കുവാൻ കുടിലിൽ നിന്നും പുറത്തു വന്നു. കന്നുകാലികളുടെ വളപ്പിൽനിന്നും ഗ്രിഗോരി ഓടിവരുന്നതാണ് അവൾ കണ്ടത്. എന്തോ കുഴപ്പമുണ്ടായിട്ടുണ്ടെന്ന് അവൾ ഉടൻതന്നെ ഊഹിച്ചു.

"കുഴപ്പമെന്തെങ്കിലുമുണ്ടോ?"

"ഗ്രിഷാത്ക്കയുടെ കിടാവ് ചത്തു... വേറെ മൂന്നെണ്ണത്തിനുകൂടി ദീനം പിടിച്ചു." ഗ്രിഗോരി നെടുതായി ഒന്നു നിശ്വസിച്ചു."ദൂന്യാ, നീ ചെന്ന് ഗ്രിഷാത്ക്കയോടും മറ്റുള്ളവരോടും ഇങ്ങോട്ടു വരാൻ പറയണം. അവരുടെ കിടാക്കൾക്കു ദീനമാണെന്ന് പറയൂ."

ദൂന്യ അവളുടെ ഷാൾ എടുത്തു പുതച്ചുകൊണ്ട് കുന്നിനപ്പുറത്തേക്കു പുറപ്പെട്ടു. അവളുടെ പിന്നിലായി സൂര്യൻ കുന്നിൻമുകളിലേക്ക് ഇഴഞ്ഞു കയറിക്കൊണ്ടിരുന്നു. സഹോദരിയെ യാത്രയാക്കിയ ശേഷം ഗ്രിഗോരി കന്നുകാലികളുടെ വളപ്പിലേക്കു സാവധാനം നടന്നുപോയി.

ദീനംപിടിച്ച കിടാക്കളെ വളപ്പിന്റെ വേലിക്കരികിൽ ഉപേക്ഷിച്ചിട്ട് കന്നുകാലിപ്പറ്റം മലയിടുക്കിലേക്കു നീങ്ങിക്കഴിഞ്ഞിരുന്നു. ഉച്ചയായപ്പോഴേക്കും രോഗം പിടിച്ച കിടാക്കൾ ചത്തുപോയി.

അപ്പോൾ മുതൽ ഗ്രിഗോരി പറ്റത്തിനടുത്തുനിന്നും വളപ്പിലേക്കും തിരിച്ചു പറ്റത്തിനടുത്തേക്കും ഓടിക്കൊണ്ടിരുന്നു. രണ്ടു കന്നുകാലികളെക്കൂടി രോഗം ബാധിച്ചു.

ഒരു കിടാവ്വ് കളത്തിനടുത്തുള്ള നനഞ്ഞ മണ്ണിലേക്കു മറിഞ്ഞു വീണു. അതു ദയനീയമായി നിലവിളിച്ചുകൊണ്ടിരുന്നു. അതിന്റെ തുറിച്ച കണ്ണുകൾ കണ്ണുനീർ നിറഞ്ഞു് സ്ഫടികംപോലെ തിളങ്ങി. ഗ്രിഗോരിയുടെ കരുവാളിച്ച കവിളുകളിലൂടെയും ഉപ്പുള്ള കണ്ണുനീർ ഒലിച്ചിറങ്ങി.

സൂര്യൻ അസ്തമിക്കാറായപ്പോൾ ദൂന്യ ഉടമസ്ഥരേയും കൂട്ടിക്കൊണ്ടുവന്നു.

വൃദ്ധനായ അർത്യോം അപ്പൂപ്പൻ ചലനമറ്റുകിടന്നിരുന്ന അയാളുടെ കിടാവിനെ ഒരു വടികൊണ്ടു് കുത്തിനോക്കിയിട്ടു പറഞ്ഞു: “ഇതു മഹാമാരിയല്ലാതെ മറ്റൊന്നുമല്ല. ഇനി ഈ പറ്റത്തെ മുഴുവൻ ഇതു ബാധിക്കും.”

അവർ ചത്ത കന്നുകാലികളുകളുടെ തൊലിയുരിച്ചശേഷം അവയെ കളത്തിനിന്നും വളരെ അകലെയല്ലാത്ത ഒരു സ്ഥലത്തു കുഴിച്ചിട്ടു. അവിടെ ഉണങ്ങിയ കറുത്ത മണ്ണിന്റെ ഒരു കൂന പുതുതായി പ്രത്യക്ഷപ്പെട്ടു.

പിറ്റേന്നു് ദൂന്യയ്ക്കു് വീണ്ടും ആ വഴി മുഴുവൻ സഞ്ചരിക്കേണ്ടിവന്നു: ഏഴു കിടാക്കൾ പെട്ടെന്നു് രോഗബാധിതരായി.

ഭയാനകമായ ഒരു ഘോഷയാത്രപോലെ ദിവസങ്ങൾ ഒന്നിനു പുറകെ മറ്റൊന്നു് കടന്നുപോയി. കന്നുകാലികളെ സൂക്ഷിക്കുന്ന വളപ്പു് ശൂന്യമായി വന്നു. തന്റെ ഹൃദയവും അതോടൊപ്പം ശൂന്യമായിത്തീരുന്നതായി ഗ്രിഗോരിയ്ക്കു് തോന്നി. നൂറ്റി അൻപതു കന്നുകാലികളുണ്ടായിരുന്ന പറ്റത്തിൽ ഇപ്പോൾ അൻപതെണ്ണം മാത്രമാണു ശേഷിച്ചിരിക്കുന്നതു്. ഉടമസ്ഥന്മാർ കുതിരവണ്ടികളിൽ വന്നു. ചത്തുപോയ കന്നുകാലികളെ തുകലുകൾ ഉരിച്ചെടുത്തു. മലയിടുക്കിൽ ആഴംകുറഞ്ഞ കുഴികളുണ്ടാക്കി. ചോരപുരണ്ട ശവശരീരങ്ങൾ മണ്ണിട്ടു മൂടി. വണ്ടിയിൽക്കയറി തിരിച്ചുപോയി.

കന്നുകാലികളെ വളപ്പിനുള്ളിലേക്കു കയറ്റാൻ വളരെ പണിപ്പെടേണ്ടിവന്നു: രക്തത്തിന്റെയും തങ്ങളുടെ മദ്ധ്യത്തിലേക്ക് അദൃശ്യമായി ഇഴഞ്ഞുകയറിയ മരണത്തിന്റെയും സാന്നിദ്ധ്യം മണത്തറിഞ്ഞ കിടാക്കൾ ഭയന്നു കരഞ്ഞു.

പ്രഭാതത്തിൽ വിളറിയ മുഖവുമായി ഗ്രിഗോരി വളപ്പിന്റെ

ഞരങ്ങുന്ന വാതിൽ തുറന്ന് പറ്റത്തെ മേയാൻ വിട്ടപ്പോൾ കുഴിമാടങ്ങളുടെ മീതെയുള്ള പകുതി ഉണങ്ങിയ മണ്ണിന്റെ മുകളിൽ ചവിട്ടിയാണ് അവ കടന്നുപോകുന്നത്.

പകൽസമയം മുഴുവൻ അഴുകിയ മാംസത്തിന്റെ ദുർഗ്ഗന്ധം മൂക്കിലടിച്ചുകൊണ്ടിരുന്നു. വിരണ്ടോടിയ കന്നുകാലികൾ പൊടിപടലം ഉയർത്തിക്കൊണ്ടിരുന്നു. നിസ്സഹായരായ കന്നുകാലികളുടെ അവിരാമമായ കരച്ചിൽ അന്തരീക്ഷത്തെ ഭേദിച്ചുകൊണ്ടിരുന്നു. സൂര്യൻ എന്നത്തേയുംപോലെ അത്യുഗ്രമായ ചൂടോടെ സ്റ്റെപ്പിയുടെ മറുവശത്തേക്കുള്ള യാത്ര സാവകാശം തുടർന്നു കൊണ്ടിരുന്നു.

ഗ്രാമത്തിൽനിന്നും വേട്ടക്കാർ വന്നു. വളപ്പിനുള്ളിൽ നിന്നും ആ ഭയങ്കരരോഗത്തെ ഭയപ്പെടുത്തി ഓടിക്കുവാൻ വേണ്ടി അവർ വേലിക്കു ചുറ്റും വെടിവച്ചു. പക്ഷേ കിടാക്കൾ പിന്നേയും ചത്തു വീണുകൊണ്ടിരുന്നു. ദിവസം തോറും പറ്റത്തിന്റെ വലിപ്പം കുറഞ്ഞു വന്നു.

കുഴിമാടങ്ങളിലെ മണ്ണു മാന്തിയിരിക്കുന്നതും അകലെയല്ലാതെ എല്ലുകൾ കിടക്കുന്നതും ഗ്രിഗോരി ഒരു ദിവസം കണ്ടു; കന്നുകാലികൾ രാത്രികാലങ്ങളിൽ അസ്വസ്ഥരായി കാണപ്പെട്ടിരുന്നു, ഇപ്പോൾ അവ ഭയവിഹ്വലരായിത്തീർന്നു. പെട്ടെന്ന് നിശ്ശബ്ദതയെ ഭഞ്ജിച്ചുകൊണ്ട് അവ പേടിച്ചുകരയുകയും വളപ്പിനുള്ളിൽ പാഞ്ഞുനടന്ന് വേലികൾ പൊളിക്കുകയും ചെയ്യാറുണ്ടായിരുന്നു പുറത്തു ചാടിയ കന്നുകാലികൾ കൂട്ടം കൂട്ടമായി കുടിലിന്റെ അടുത്തേക്ക് ഓടിയെത്തും. അവിടെ തീക്കുണ്ഡത്തിനടുത്ത് അവ ദീർഘമായി ശ്വസിച്ചുകൊണ്ട് കിടന്ന് അയവിറക്കും.

എന്താണു കുഴപ്പമെന്ന് ഗ്രിഗോരിയ്ക്കു മനസ്സിലായതു് പിന്നീടാണ്. ഒരു രാത്രി അവൻ പട്ടികൾ കുരയ്ക്കുന്നതു കേട്ടു ചാടിയെഴുന്നേറ്റു. കോട്ട് വലിച്ചെടുത്തുകൊണ്ട് അവൻ കുടിലിൽനിന്നു പുറത്തേക്കോടിച്ചെന്നു. കിടാക്കൾ അവന്റെ ചുറ്റും കൂടി. അവ അവനോടു പറ്റിച്ചേർന്നു നിന്നു. മഞ്ഞുതുള്ളികൾ പറ്റി നനുനനുത്ത അവയുടെ പള്ളകൾ അവന്റെദേഹത്ത് ഉരസി.

കുടിലിന്റെ വാതുക്കൽ ഗ്രിഗോരി കുറച്ചുസമയം നിന്നു. പട്ടികളെ വിളിക്കുവാനായി അവൻ ചൂളമടിച്ചു. സമീപത്തുള്ള പാമ്പിൻകുഴി എന്ന മലയിടുക്കിൽ നിന്നും അതിനു മറുപടിയെന്നോണം

ചെന്നായ്ക്കൾ ഉച്ചത്തിൽ ഓരിയിടുന്നതു കേട്ടു. കുന്നിന്റെ ചുറ്റുമുണ്ടായി രുന്ന കുറ്റിക്കാടുകളിൽനിന്നും മറ്റൊരു ചെന്നായ് ഓരിയിട്ടു...

അവൻ കുടിലിനുള്ളിൽ കയറി എണ്ണവിളക്കു കത്തിച്ചു.

"ദുന്യ, നീ അതു കേട്ടോ?"

പുലർച്ചയ്ക്ക് നക്ഷത്രങ്ങൾ മറിഞ്ഞു തുടങ്ങിയപ്പോൾ ഓരിയിടൽ നിലച്ചു.

V

അന്നു രാവിലെ മില്ലുനടത്തിപ്പുകാരൻ ഇഗ്നാത്തും മിഹേയ് നേസ്റ്റെറൊവും അവിടെ എത്തി. ചെരുപ്പുകളുടെ കേടുപാടുകൾ നന്നാക്കിക്കൊണ്ട് ഗ്രിഗോരി കുടിലിനുള്ളിൽ ഇരിക്കുകയായിരു ന്നു. വൃദ്ധന്മാർ ഇരുവരും അകത്തേക്കു കയറി. ഇഗ്നാത് തൊപ്പി ഊരി. കുടിലിന്റെ മൺതറയിലേക്ക് ചരിഞ്ഞു പതിച്ചുകൊണ്ടിരുന്ന സൂര്യകിരണങ്ങൾക്കെതിരെ കണ്ണുകൾ ഇറുക്കിക്കൊണ്ട് മൂലയിൽ തറച്ചുവച്ചിരുന്ന ലെനിന്റെ ചെറിയ ഫോട്ടോയുടെ നേരെ കുരിശുവര യ്ക്കുവാൻ കൈ പൊക്കി. എന്നാൽ തക്കസമയത്ത് അയാൾക്കു കാര്യം മനസ്സിലായി. കൈ പിൻവലിച്ച് പോക്കറ്റിലേക്കു തിരുകിക്കൊണ്ട് അയാൾ കാർക്കിച്ചുതുപ്പി.

"അങ്ങിനെയാണ്.... നീ വിശുദ്ധരൂപങ്ങളൊന്നും വച്ചിട്ടില്ലേടാ?"

"ഇല്ല."

"പുണ്യാളന്മാരുടെ മൂലയിൽ നീ ആരുടെ പടമാണു വച്ചിരിക്കു ന്നതു?"

"ലെനിന്റെ."

"അതു ശരി, ഈ കുഴപ്പങ്ങൾക്കെല്ലാം കാരണം അതാണ്! ദൈവം എവിടെ ഇല്ലാതിരിക്കുന്നുവോ അവിടെ രോഗം കടന്നുകൂടു ന്നു. ഞങ്ങളുടെ കിടാക്കളെല്ലാം ചത്തുപോയതു് അതുകൊണ്ടാണ്. അല്ലയോ, ദൈവമേ,ഞങ്ങളുടെ നാഥനും രക്ഷകനും..."

"അപ്പൂപ്പാ, ആരും മൃഗഡാക്കുറെ വിളിക്കാതിരുന്നതുകൊണ്ടാണ് കിടാക്കൾ ചത്തുപോയതു്."

"നിന്റെ മൃഗഡാക്കുറുടെ സഹായം കൂടാതെതന്നെ ഞങ്ങൾ

കാര്യങ്ങൾ ഭംഗിയായി നടത്തിയിരുന്നു. പഠിത്തം കൂടിപ്പോയ താണു നിനക്കുള്ള കുഴപ്പം. നിന്റെ പാപംനിറഞ്ഞ നെറ്റിയിൽ കുരിശു വരയ്ക്കാൻ കൂടെക്കൂടെ ഓർത്താൽ മതി, ഒരു മൃഗഡാക്കിട്ടറുടേയും ആവശ്യം വരില്ല."

മിഹേയ് നേസ്റ്റെറൊവ് കണ്ണുരുട്ടിക്കൊണ്ട് അലറി:

"ദൈവദോഷിയായ ആ അവിശ്വാസിയുടെ പടം വിശുദ്ധമായ സ്ഥാനത്തുനിന്നും എടുത്തുമാറ്റ്! എടാനശിച്ച ദൈവനിന്ദകാ, നീ കാരണമാണ് ഞങ്ങളുടെ കന്നുകാലികൾ ചത്തൊടുങ്ങിയത്.

ഗ്രിഗോരിയുടെ മുഖം വിവർണ്ണമായി.

"നിങ്ങളുടെ സ്വന്തം വീട്ടിൽ വേണം ആജ്ഞാപിക്കുവാൻ. എന്റെ നേരെ തട്ടിക്കയറേണ്ട. അതു തൊഴിലാളിവർഗ്ഗത്തിന്റെ നേതാവാണ്...."

മിഹേയ് ഒരു പോരുകോഴിയുടെ ഭാവം കൈക്കൊണ്ടു. അയാളുടെ മുഖത്തേക്ക് രക്തം ഇരമ്പിക്കയറി.

"നീ ഞങ്ങളുടെ ജോലിക്കാരനായിരിക്കുന്നിടത്തോളം കാലം ഞങ്ങൾ പറയുന്നതുപോലെ ചെയ്തേ തീരൂ!" അയാൾ അലറി. "നിന്റെ തരക്കാരെ ഞങ്ങൾക്കറിയാം. സൂക്ഷിച്ചിരുന്നോ. അല്ലെങ്കിൽ നിന്നെ ഞങ്ങൾ ശരിപ്പെടുത്തും."

അവർ തൊപ്പി തലയിൽ വച്ചിട്ട് മറ്റൊരക്ഷരം പറയാതെ പുറത്തിറങ്ങി.

ദൂന്യ പേടിച്ച് സഹോദരനെ ഉറ്റുനോക്കിക്കൊണ്ടിരുന്നു.

അടുത്ത പ്രഭാതത്തിൽ കൊല്ലനായ തീഹൊൻ തന്റെ കിടാവിനെ കാണാൻ ഗ്രാമത്തിൽനിന്ന് അവിടെയെത്തി.

അയാൾ കുടിലിന്റെ അടുത്ത് പടിഞ്ഞിരുന്ന് പുകവലിച്ചുകൊണ്ട് പലതും സംസാരിച്ചു. അസംതൃപ്തി നിഴലിക്കുന്ന ഒരു പുഞ്ചിരിയോടെ അയാൾ പറഞ്ഞു:

"ഒരു നശിച്ച ജീവിതമാണു നമ്മൾ നയിക്കുന്നത്. പഴയ ചെയർമാനെ അവർ നീക്കം ചെയ്തു. മിഹേയ് നേസ്റ്റെറൊവിന്റെ മരുമകനാണ് ഇപ്പോൾ ചുമതല വഹിക്കുന്നത്. അവരുടെ

സൗകര്യത്തിനുവേണ്ടിയാണ് അവർ എല്ലാം ചെയ്യുന്നത്. ഇന്നലെ ഭൂമി പങ്കിട്ടെടുക്കുന്ന ദിവസമായിരുന്നു. നല്ല ഒരു തുണ്ടു ഭൂമി പാവപ്പെട്ട ഒരുവനു കിട്ടിയാൽ ഉടൻ അവർ പങ്കിട്ടതു ശരിയായില്ലെന്നും വീണ്ടും പങ്കിടണമെന്നും പറഞ്ഞുതുടങ്ങും. അധികം കഴിയുന്നതിനു മുമ്പുതന്നെ ധനവാന്മാർ വീണ്ടും നമ്മുടെ പുറത്തു കയറി ഇരുന്നുതുടങ്ങും.... അനിയാ ഗ്രിഗോരി, നല്ല ഭൂമി മുഴുവൻ അവരുടെ പിടിയിലൊതുങ്ങിക്കഴിഞ്ഞു. വെറും മണൽക്കുനകളാണ് നമുക്കു കിട്ടുന്നത്. ഇപ്പോൾ ഇങ്ങനെയൊക്കെയാണ് കാര്യങ്ങൾ നടക്കുന്നത്."

പാതിരാവരെ തീയ്ക്കടുത്തിരുന്ന് ഗ്രിഗോരി എഴുതി. ചോളത്തിന്റെ വീതികൂടിയ കാവിനിറമുള്ള ഇലകളിൽ കരിക്കട്ടകൊണ്ട് വടിവില്ലാത്ത അക്ഷരത്തിലാണ് അവൻ എഴുതിക്കൂട്ടിയത്. ഭൂമി പങ്കിട്ടതിലുള്ള ക്രമക്കേടുകളെപ്പറ്റിയും, മൃഗഡോക്ടറെ വിളിക്കുന്നതിനു പകരം കന്നുകാലിവളപ്പിനുചുറ്റും വെടിവച്ച് കന്നുകാലിരോഗത്തെ ഭയപ്പെടുത്തി ഓടിക്കാൻ ശ്രമിച്ചതിനെപ്പറ്റിയും അവൻ എഴുതി. താൻ കുത്തിക്കുറിച്ചിട്ടുള്ള ആ ഉണങ്ങിയ ചോള ഇലകൾ തീഹൊന്റെ കയ്യിൽ അവൻ ഏല്പിച്ചു.

"നിങ്ങൾ എന്നെങ്കിലും ജില്ലാകേന്ദ്രത്തിൽ പോകുകയാണെങ്കിൽ 'ക്രാസ്നയ പ്രാവ്ദ' എന്ന പത്രം എവിടെയാണെന്നു കണ്ടുപിടിച്ച് അത് അവരെ ഏല്പിക്കണം," ഗ്രിഗോരി പറഞ്ഞു."കഴിയുന്നതും വ്യക്തമായി എഴുതാൻ ഞാൻ ശ്രമിച്ചിട്ടുണ്ട്. ഇലകൾ മടക്കരുത്. മടക്കിയാൽ കരി മാഞ്ഞുപോകും."

കല്ക്കരി എടുത്തെടുത്തു കറുത്തുപോയതും പാടകളുള്ളതുമായ കൈവിരലുകൾകൊണ്ട് കൊല്ലാൻ ആ ഇലകൾ വളരെ സൂക്ഷ്മതയോടെ എടുത്ത് ഷർട്ടിന്റെ മുൻവശത്തെ പോക്കറ്റിൽ ഹൃദയത്തിനു തൊട്ടടുത്തായി നിക്ഷേപിച്ചു. യാത്ര പറഞ്ഞു പിരിയുമ്പോൾ അയാൾ ഒരു പുഞ്ചിരിയോടെ പറഞ്ഞു:

"ഞാൻ ജില്ലാകേന്ദ്രം വരെ നടക്കും. ഒരുപക്ഷേ സോവിയറ്റ് ഭരണം എനിക്കവിടെ കണ്ടെത്താൻ കഴിയുമായിരിക്കും.... മൂന്നു ദിവസംകൊണ്ട് നൂറു നാഴിക ദൂരം നടക്കാൻ എനിക്കും കഴിയും. ഒരാഴ്ചയ്ക്കുള്ളിൽ മടങ്ങിയെത്തി ഞാൻ നിങ്ങളെ വന്നു കാണാം."

VI

ശരൽക്കാലം മഴയും അസുഖകരമായ ഈർപ്പവും കൊണ്ടുവന്നു.

ഒരു ദിവസം അതിരാവിലെ ദുന്യ ആഹാരസാധനങ്ങൾ വാങ്ങിക്കുവാനായി ഗ്രാമത്തിലേക്കു പോയി.

കിടാക്കൾ കുന്നിനപ്പുറത്ത് മേയുകയായിരുന്നു. ഗ്രിഗോരി തന്റെ ആട്ടിൻതോൽക്കോട്ട് തോളിലിട്ടിരുന്നു. പറ്റത്തിന്റെ പിന്നാലെ നടക്കുന്നതിനിടയിൽ അവൻ ചിന്താമഗ്നനായി വഴിയരികിൽ കിടന്ന ഒരു വാടിയമുൾച്ചെടി എടുത്ത് കൈപ്പടങ്ങൾക്കിടയിൽവച്ചു ഞെരിച്ചുകൊണ്ടിരുന്നു.

ശരല്ക്കാലത്തെ ഹ്രസ്വമായ സായംസന്ധ്യയ്ക്ക് അല്പം മുമ്പായി രണ്ടു പേർ കുതിരപ്പുറത്ത് കുന്നിനു മുകളിൽ പ്രത്യക്ഷപ്പെട്ടു.

പടപടയെന്ന കുളമ്പടിശബ്ദത്തോടെ അവർ ഗ്രിഗോരിയുടെനേർക്കു് കുതിരകളെ പായിച്ചുവന്നു.

അവരിലൊരാൾ മിഹേയ് നേസ്റ്റെറൊവിന്റെ മരുമകനും പുതിയ ചെയർമാനുമായ ആളാണെന്ന് ഗ്രിഗോരിയ്ക്ക് മനസ്സിലായി; മറ്റേയാൾ മില്ലുനടത്തിപ്പുക്കാരൻ ഇഗ്നാത്തിന്റെ പുത്രനായിരുന്നു.

കുതിരകളുടെ വായിവിൽനിന്നും നുരയും പതയും ഒഴുകിക്കൊണ്ടിരുന്നു.

"ഹേ, മേച്ചിൽക്കാരാ!"

"എന്താണ്?"

"ഞങ്ങൾ നിന്നെ കാണാൻ വന്നതാണ്."

ചെയർമാൻ ജീനിപ്പുറത്ത് കൂടുതൽ സൗകര്യമായി ഇരുന്നിട്ട് മരവിച്ച വിരലുകൾകൊണ്ട് തന്റെ പട്ടാളഓവർക്കോട്ടിന്റെ കുടുക്കുകളഴിക്കുവാൻ ശ്രമിച്ചു. അതഴിച്ചിട്ട് അയാൾ മഞ്ഞനിറമുള്ള ഒരു വർത്തമാനപ്പത്രം വലിച്ചെടുത്ത് കാറ്റിൽ പിടിച്ച് നിവർത്തി.

"നീ ഇതെഴുതിയോ?"

ഭൂമി പങ്കിട്ടതിനെപ്പറ്റിയും കന്നുകാലിനഷ്ടത്തെപ്പറ്റിയും താൻ ചോളത്തിന്റെ ഇലകളിൽ എഴുതിയ വാക്കുകൾ ഗ്രിഗോരിയുടെ കണ്ണുകൾക്കു മുമ്പിൽ പ്രത്യക്ഷപ്പെട്ടു.

"ഞങ്ങളുടെ കൂടെ വാ."

"എങ്ങോട്ട്?"

"അതാ അവിടെ, ആ മലയിടുക്കുവരെ.... ഞങ്ങൾക്ക് നിന്നോടു കുറച്ചു സംസാരിക്കാനുണ്ട്.... " ചെയർമാന്റെ നീലിച്ച ചുണ്ടുകൾ പിടയ്ക്കുന്നുണ്ടായിരുന്നു. കണ്ണുകൾ ഭീഷണമായി ഇളകിക്കൊണ്ടിരുന്നു.

ഗ്രിഗോരി പുഞ്ചിരിച്ചു.

"ഇവിടെവച്ചു പറഞ്ഞോളൂ."

"നിനക്കതാണ് ഇഷ്ടമെങ്കിൽ ഞാനിവിടെവച്ചു തന്നെ പറഞ്ഞു കളയാം...."

അയാൾ പോക്കറ്റിൽനിന്നും ഒരു കൈത്തോക്കു വലിച്ചെടുത്തു. ചാടിക്കൊണ്ടിരിക്കുന്ന കുതിരയെ കടിഞ്ഞാൺ വലിച്ചുനിർത്തിയിട്ട് അയാൾ പല്ലിറുമ്മിക്കൊണ്ടു പറഞ്ഞു:

"നീ പത്രത്തിനെഴുതും, അല്ലേടാ, പന്നീ?"

"അതിനെന്താണ്?"

"എന്താണെന്നു ഞാൻ പറയാം- നീ കാരണം എന്നെ വിസ്തരിക്കാൻ പോകുകയാണ്! നീ അപവാദം പറഞ്ഞുനടക്കും, അല്ലേ? പറയെടാ, തന്തയില്ലാ കമ്മ്യൂണിസ്റ്റേ?"

മറുപടിക്കു കാത്തുനില്ക്കാതെ അയാൾ ഗ്രഗോരിയുടെ അടച്ചുപിടിച്ചിരുന്ന വായിലേക്ക് വെടിവെച്ചു.

മുൻകാലു പൊക്കി നിന്ന കുതിരയുടെ കുളമ്പുകൾക്കടിയിലേക്ക് ഗ്രിഗോരി മറിഞ്ഞു. അവൻ ഒന്നു തേങ്ങി. തവിട്ടുനിറമുള്ള നനഞ്ഞ പുല്ലിൽ അള്ളിപ്പിടിച്ചു. പിന്നീടവൻ അനങ്ങിയില്ല.

ഇഗ്നാത്തിന്റെ മകൻ കുതിരപ്പുറത്തുനിന്നു ചാടിയിറങ്ങി കറുത്ത മണ്ണിന്റെ ഒരു കട്ട കോരിയെടുത്ത് ഗ്രിഗോരിയുടെ രക്തം പതഞ്ഞൊഴുകിക്കൊണ്ടിരിക്കുന്ന വായിലേയ്ക്കിട്ടു.

* * *

സ്റ്റെപ്പി വിശാലമാണ്, ആരും അതളന്നു നോക്കിയിട്ടില്ല. അതിൽ അനേകം റോഡുകളും നടപ്പാതകളുമുണ്ട്. ശരല്ക്കാലരാത്രികൾ കൂരിരുട്ടു

നിറഞ്ഞതാണ്. കുളമ്പടയാളങ്ങൾ മഴ കഴുകിക്കളയും....

VII

ചാറ്റൽമഴ. സന്ധ്യ. സ്റ്റെപ്പിയിൽക്കൂടിയുള്ള പാത. എന്നാൽ പുറത്തുള്ള സഞ്ചിയിൽ ഒരൊറ്റ ബാർലി റൊട്ടിമാത്രം ചുമന്നുകൊണ്ട്, ഒരു നല്ല വടിയുമായി സഞ്ചരിക്കുന്ന ഒരു യാത്രക്കാരന് ആ യാത്ര അത്ര ദുഷ്കരമല്ല.

ദൂന്യ ആ പാതയിൽക്കൂടി നടക്കുകയാണ്. ശക്തിയായ കാറ്റ് അവളുടെ കീറിയ ബ്ലൗസിന്റെ അടിവക്ക് പറത്തുകയും അവളെ പുറകിൽനിന്ന് മുമ്പോട്ടു തള്ളുകയും ചെയ്തുകൊണ്ടിരുന്നു.

ചുറ്റും ഇരുണ്ട് വിഭജനമായിക്കിടക്കുന്ന സ്റ്റെപ്പിയാണ്. നേരം ഇരുട്ടിത്തുടങ്ങി.

റോഡിൽനിന്നു വളരെ അകലെയല്ലാതെ ഒരു കുന്നും അതിനു മുകളിൽ ഒരു കുടിലും നിന്നിരുന്നു. കാട്ടുചെടികൾകൊണ്ടു മേഞ്ഞ ആ കുടിലിന്റെ മേൽക്കൂരകാറ്റിൽ ഇളകിക്കൊണ്ടിരുന്നു.

അതിന്റെ നേർക്കു തിരിഞ്ഞപ്പോൾ ദൂന്യ ഒരു മദ്യപാനിയെപ്പോലെ ആടിക്കൊണ്ടിരുന്നു. അവിടെ കണ്ട കുഴിമാടത്തിൽ അവൾ കമഴ്ന്നടിച്ചു കിടന്നു.

രാത്രി....

റെയിൽവേസ്റ്റേഷനിലേക്കു പോകുന്ന ജീർണ്ണിച്ച പ്രധാനവീഥിയിൽ ദൂന്യ എത്തി.

അവൾക്കു നടക്കാൻ പ്രയാസമുണ്ടായിരുന്നില്ല; കാരണം, അവളുടെ പുറത്തുള്ള സഞ്ചിയിൽ ഒരു ബാർലിറൊട്ടിയും, സ്റ്റെപ്പിയിലെ പൊടിയുടെ കയ്പേറിയ ഗന്ധം വമിക്കുന്ന താളുകളുള്ള ഒരു കീറിയ പുസ്തകം, സഹോദരന്റെ ചാക്കുതുണികൊണ്ടുള്ള ഒരു കീറിയ പുസ്തകവും, ചാക്കുതുണിക്കൊണ്ടുള്ള ഒരു ഷർട്ടും മാത്രമാണ് ഉണ്ടായിരുന്നത്.

സഹിക്കാനാവാത്ത ദുഃഖം ഹൃദയത്തെ മഥിക്കുമ്പോൾ, കണ്ണുനീർകൊണ്ട് കണ്ണുകൾ ചുട്ടുനീറുമ്പോൾ, അവൾ ആളൊഴിഞ്ഞ എവിടെങ്കിലുമൊരിടത്ത് ചെന്നിരുന്ന് അലക്കിവൃത്തിയാക്കാത്ത

ആ പരുക്കൻഷർട്ട് സഞ്ചിയിൽനിന്നു പുറത്തെടുത്ത് അതിൽ മുഖം അമർത്തും. സഹോദരന്റെ വിയർപ്പിന്റെ ഗന്ധം അവൾനുകരും. വളരെ നേരം അവൾ അനങ്ങാതെ കിടക്കും...

നാഴികകൾ പലതു പിന്നിലായി. സ്റ്റെപ്പിയിലെ കുറ്റിക്കാടുകളിലിരുന്ന് തങ്ങളുടെ നശിച്ച ജീവിതത്തിൽ പ്രതിഷേധിച്ചുകൊണ്ട് ചെന്നായ്ക്കൾ ഒച്ചയിട്ടു. പക്ഷേ ദൂന്യ റോഡിന്റെ വശത്തുകൂടി മുമ്പോട്ടു നടന്നു കൊണ്ടിരുന്നു. അവൾ പട്ടണത്തിലേക്കു പോവുകയാണ്. അവിടെ സോവിയറ്റു ഭരണം നിലവിലുണ്ട്. ഭാവിയിൽ തങ്ങളുടെ റിപ്പബ്ലിക്കിന്റെ ഭരണം നടത്താനുള്ള ത്രാണിയുണ്ടാകുവാൻ വേണ്ടി അവിടെ തൊഴിലാളികൾ വിദ്യാഭ്യാസം ചെയ്യുന്നുണ്ട്

ലെനിന്റെ പുസ്തകത്തിൽ പറഞ്ഞിട്ടുള്ളതാണ് അക്കാര്യം.

(വിവർത്തനം: ഓമന)

ജാരസന്തതി

തോട്ടത്തിൽനിന്നു വെട്ടിയെടുത്ത നീണ്ട ഒരു കമ്പുദേഷ്യത്തിൽ ചുഴറ്റിക്കൊണ്ട് മുത്തച്ഛൻ തന്റെ നേർക്കു വരുന്നതായി മീഷ സ്വപ്നം കണ്ടു.

"ഇവിടെ വാ, മിഹൈലൊ ഫൊമീച്ച്", മുത്തച്ഛൻ പരുഷമായി പറഞ്ഞു. "നിനക്കു ചുട്ട രണ്ടടികിട്ടാനുണ്ട്."

"എന്തിനാണ്, മുത്തച്ഛാ?"

"തൊട്ടിയാട്ടത്തിനു പണം കൊടുക്കാൻവേണ്ടി കോഴിക്കൂട്ടിൽനിന്നു മുട്ട മുഴുവനും മോഷ്ടിച്ചതിന്."

"പക്ഷേ മുത്തച്ഛൻ, ഈ വേനൽ മുഴുവനും ഞാൻ തൊട്ടിയാട്ടക്കൂടാരത്തിനടുത്തുപോലും പോയില്ലല്ലൊ,"മീഷ ശക്തിയായി എതിർത്തു നോക്കി.

പക്ഷേ മുത്തച്ഛൻ, താടി തടവിക്കൊണ്ട് കാൽ നിലത്താഞ്ഞു ചവിട്ടിയതേയുള്ളു.

"വാടാ ഇവിടെ, തെമ്മാടി. നിക്കറൂര്," അദ്ദേഹം പറഞ്ഞു.

മീഷ ഉറക്കത്തിൽ നിലവിളിച്ചുകൊണ്ട് ഉണർന്നു. അടിയുടെ

രുചി ശരിക്കും അനുഭവപ്പെട്ടപോലെ അവന്റെ ഹൃദയം ഊക്കോടെ മിടിക്കുന്നുണ്ടായിരുന്നു.

ചുറ്റുമൊന്നു നോക്കാൻവേണ്ടി മാത്രം അവൻ ഒരു കണ്ണ് അല്പം തുറന്നു. വെളിച്ചമായിക്കഴിഞ്ഞിരുന്നു. ജനാലയ്ക്കു വെളിയിൽ പ്രഭാതത്തിന്റെ ഊഷ്മളമായ തെളിച്ചം വ്യാപിച്ചുകിടക്കുന്നുണ്ട്. വീട്ടുപടിക്കൽ സംസാരം കേട്ടു. മീഷ തലയുയർത്തി. അമ്മയുടെ നേർത്ത, ഉദ്വേഗഭരിതമായ ശബ്ദം കേൾക്കാം. ചിരികൊണ്ട് അത് മുഴുവൻ പുറത്തുവന്നിരുന്നില്ല. മുത്തച്ഛൻ ചുമച്ചുകൊണ്ടിരുന്നു. കനത്ത ശബ്ദമുള്ള മറ്റാരോക്കൂടി അവിടുണ്ടായിരുന്നു.

ഉറക്കം കളയാൻ മീഷ കണ്ണു തിരുമ്മി. പുറംവാതിൽ തുറന്നടഞ്ഞു. മുത്തച്ഛൻ മുറിയിലേക്കു വേഗം കല്ലുങ്ങിക്കല്ലുങ്ങി നടന്നുവന്നു. കണ്ണട മേലോട്ടും താഴോട്ടും ചാടുന്നുണ്ടായിരുന്നു. ഒരു നിമിഷത്തേക്കു മീഷ വിചാരിച്ചു, പുരോഹിതൻ പാട്ടുകാരുമായി വന്നിരിക്കുകയാണെന്ന്. കാരണം, ഈസ്റ്ററിന് അവർ വന്നപ്പോൾ ഇതുപോലെതന്നെയാണ് മുത്തച്ഛൻ തിരക്കുകൂട്ടിയത്. പക്ഷേ മുത്തച്ഛന്റെ പിന്നാലെ മുറിയിലേക്ക് തള്ളിക്കയറിവന്നത് പുരോഹിതനായിരുന്നില്ല, ഒരു അപരിചിതനായിരുന്നു. കറുത്ത ഓവർക്കോട്ടും നാവികത്തൊപ്പിയും ധരിച്ച ആജാനുബാഹുവായ ഒരു പട്ടാളക്കാരൻ. അമ്മ അദ്ദേഹത്തിന്റെ കഴുത്തിൽ കൈ ചുറ്റി ഉദ്വേഗത്തോടെ പൊട്ടിച്ചിരിക്കുന്നുണ്ട്.

അമ്മയെ പിടിച്ചുമാറ്റി ആ മനുഷ്യൻ ഉറക്കെ വിളിച്ചുചോദിച്ചു, "എവിടെ എന്റെ മോൻ?"

മീഷയ്ക്കു പേടിയായി. അവൻ പുതപ്പിനടിയിൽ ഒളിച്ചു.

"മീനുഷ്ക്ക", അമ്മ വിളിച്ചു. "എണീക്ക്, മോനെ ഇതാ നിന്റെ അച്ഛൻ യുദ്ധം കഴിഞ്ഞു വന്നിരിക്കുന്നു."

മീഷ ഓർത്തിരിക്കാതെ പട്ടാളക്കാരൻ അവനെ കിടക്കയിൽനിന്നു വലിച്ചിറക്കി മച്ചുവരെ മുകളിലേക്കെറിഞ്ഞു പിടിക്കുകയും ആ ചെമ്പിച്ച കുറ്റിമീശ മീഷയുടെ ചുണ്ടത്തും കവിളത്തും കണ്ണുകളിലും മുട്ടിച്ചുകൊണ്ട് അവനെ ചേർത്തുപിടിക്കുകയും ചെയ്തു. ആ മീശയ്ക്കു നനവും ഉപ്പുരസവും ഉണ്ടായിരുന്നു. മീഷ കുടഞ്ഞുമാറാൻ നോക്കിയെങ്കിലും പറ്റിയില്ല.

"എത്ര വലിയ ഒരു മിടുക്കൻ ബോൾഷെവിക്കിനെയാണ്

എനിക്ക് കിട്ടിയിരിക്കുന്നത്,"അച്ഛൻ ഉച്ചത്തിൽ പറഞ്ഞു. "ഇവൻ അടുത്തുതന്നെ അവന്റെ അച്ഛനേക്കാൾ വലുതാകും ! ഹാ ! ഹാ !"

അദ്ദേഹത്തിന് മീഷയെ കളിപ്പിച്ചുകൊണ്ടിരിക്കാതിരിക്കാൻ കഴിഞ്ഞില്ല. ഒരു നിമിഷം അവനെ കൈപ്പത്തിയിലിരുത്തി ഒരു കൊച്ചുകുഞ്ഞിനെപ്പോലെ വട്ടത്തിൽ കറക്കും. അടുത്ത നിമിഷം മച്ചിലെ കഴുക്കോൽ വരെ പൊക്കത്തിലെറിയും.

മീഷ ആവുന്നത്ര സഹിച്ചു. അവസാനം അവൻ മുത്തച്ഛനെപ്പോലെ നെറ്റി ചുളിച്ചുകൊണ്ട് ഗൗരവം ഭാവിച്ചു. രണ്ടു കൈകൾകൊണ്ടും അച്ഛന്റെ മീശയ്ക്കു കടന്നുപിടിച്ചു.

"എന്നെ താഴെ നിർത്തു, അച്ഛാ."

"ഛേ, ഇല്ല."

"താഴെ നിർത്തു. ഇങ്ങനെ പന്താടാൻ ഞാനൊരു കുഞ്ഞല്ല."

അച്ഛൻ ഇരുന്ന് മീഷയെ കാൽമുട്ടിലിരുത്തി.

"നിനക്കെത്ര വയസ്സായി, തടിമാടാ?" അദ്ദേഹം ചിരിച്ചുകൊണ്ടു ചോദിച്ചു.

"എട്ടാകാൻ പോകുന്നു," മീഷ മുഖം വീർപ്പിച്ചുകൊണ്ടു പറഞ്ഞു.

"ശരി. കഴിഞ്ഞതിന്റെ മുമ്പിലത്തെ വർഷത്തിൽ നിനക്കു ഞാൻ ബോട്ടുണ്ടാക്കിത്തന്നത് ഓർക്കുന്നുണ്ടോ, മോനേ? നമ്മളത് കുളത്തിൽ കൊണ്ടുപോയി ഓടിച്ചതും?"

"ഓർക്കുന്നുണ്ട്," മീഷ പറഞ്ഞു. അവന്റെ കൈകൾ പതുക്കെ അച്ഛന്റെ കഴുത്തിനെ വലയം ചെയ്തു.

അപ്പോഴാണു തമാശ തുടങ്ങിയത്. അച്ഛൻ അവനെ "കൊട്ടാപ്പുറത്തുണ്ണി" കയറ്റി, ശരിക്കും ഒരു കുതിരയെപ്പോലെ പെട്ടെന്നു കാൽകൊണ്ടു തൊഴിക്കുകയും ചിനയ്ക്കുകയും ചെയ്തുകൊണ്ട്, മുറിയുടെ ചുറ്റും ചാടിച്ചാടിനടന്നു. മീഷയ്ക്കു ശ്വാസം വിടാൻ കഴിഞ്ഞില്ല. അത്ര രസമായിരുന്നു. അമ്മ മാത്രം അവന്റെ കുപ്പായക്കയ്യിൽ പിടിച്ചു വലിച്ചുകൊണ്ടിരുന്നു.

"മീഷ," അമ്മ വിളിച്ചു "പോയി മുറ്റത്തു കളിക്ക്. ഓടിപ്പോ, കൊച്ചു തെമ്മാടി."

അമ്മ അച്ഛനേയും ശല്യപ്പെടുത്തി.

"അവനെ താഴെ നിർത്തു, ഫൊമാ. താഴെ നിർത്തു. എന്റെ പൊന്നല്ലേ, ഞാൻ ഒന്നു മതിയാവോളം കണ്ടോട്ടെ. രണ്ടു മുഴുവൻ കൊല്ലമായി നമ്മൾ പിരിഞ്ഞിട്ട്. എന്നിട്ട് മോനുമായി കളിച്ച് സമയം കളയുകയാണ്."

അച്ഛൻ മീഷയെ താഴെ നിർത്തി.

"ഓടിപ്പോയി കുറച്ചു സമയം പിള്ളേരുടെ കൂടെ കളിക്ക്", അച്ഛൻ പറഞ്ഞു. "ഞാൻ നിനക്ക് കൊണ്ടുവന്നതെന്താണെന്നു പിന്നെ കാണിച്ചുതരാം."

പുറത്തിറങ്ങി കതകടച്ചപ്പോൾ മീഷയ്ക്ക് ആദ്യം തോന്നിയത് അവിടെ ആ വാതുക്കൽത്തന്നെ നിന്ന് മുതിർന്നവർ പറയുന്ന കാര്യങ്ങൾ ചെവിയോർത്തുകേൾക്കണമെന്നാണ്. പക്ഷേ അപ്പോഴാണ് ആ ഗ്രാമത്തിലെ പയ്യന്മാർക്കും തന്റെ അച്ഛൻ വന്ന വിവരം അറിഞ്ഞുകൂടെന്ന ആലോചന പോയത്. അവൻ നേരെ മുറ്റം മുറിച്ചു കടന്ന് പച്ചക്കറിത്തോട്ടത്തിനിടയിലൂടെ ഉരുളക്കിഴങ്ങുചെടികൾ ചവുട്ടിമെതിച്ചുകൊണ്ട് കുളക്കരയിലേക്കു പാഞ്ഞു.

കെട്ടിനിൽക്കുന്ന മലിനജലത്തിൽ കുറേസമയം കുത്തിമറിഞ്ഞ ശേഷം അവൻ മണലിൽ പോയി കിടന്നുരുണ്ടു. ദേഹം മുഴുവൻ മണൽകൊണ്ടു പൊതിഞ്ഞു. കുളത്തിൽ അവസാനമായി ഒന്നുകൂടി മുങ്ങിയശേഷം അവൻ ആദ്യം ഒരു കാലിലും പിന്നീട് മറ്റേക്കാലിലും തൊങ്കിനിന്നുകൊണ്ട് ട്രൗസറിട്ടു. വീട്ടിലേക്കു പോകണോ എന്നാലോചിക്കുന്നതിനിടയിൽ പുരോഹിതന്റെ മകൻ വീത്യ വന്നു.

"പോകണ്ടാ, മീഷാ. നമുക്കൊന്നു മുങ്ങാം. എന്നിട്ട് കളിക്കാൻ എന്റെ വീട്ടിലേക്കു വാ. നീ വന്നോളാൻ അമ്മ പറഞ്ഞു.

ഇടതുകൈകൊണ്ട് മീഷ ട്രൗസർ മുകളിലേക്കു വലിച്ചുകയറ്റി, ശേഷിച്ച ഒരേയൊരു വാറ് തോളിന്റെ മീതേ കൂടി ശരിയാക്കിയിട്ടു.

"എനിക്കു നിന്റെ കൂടെ കളിക്കണ്ട," അവൻ പറഞ്ഞു. "നിന്റെ ചെവി നാറുന്നു."

"അതു കണ്ഠമാലരോഗമാണ്," തുന്നിയ ഷർട്ട് ശോഷിച്ച ചുമലിന്റെ മുകളിലൂടെ ഊരിക്കൊണ്ട് വീത്യ പറഞ്ഞു. നീരസത്തോടെ, ഒരു

കണ്ണു ചെറുതാക്കിക്കൊണ്ട് അവൻ തുടർന്നു: "അതിനു നീ കൊസാക്കുകാരനൊന്നുമല്ല. നിന്റെ അമ്മ നിന്നെ പെറ്റത് ഓടയിലാണ്."

"നിനക്കെന്തു നിശ്ചയമാണെന്നറിഞ്ഞില്ലേ !"

"ഞങ്ങളുടെ വയ്യുകാരി അമ്മയോടു പറയുന്നതു ഞാൻ കേട്ടതാണ്."

മീഷയുടെ നഗ്നമായ കാൽവിരലുകൾ മണലിലാണ്ടു കയറി.

"നിന്റെ അമ്മ നുണച്ചിയാണ്," തന്നേക്കാൾ പൊക്കം കുറഞ്ഞ വീത്യയെ അവജ്ഞയോടെ നോക്കിക്കൊണ്ട് അവൻ തീർത്തുപറഞ്ഞു. "ഏതായാലും എന്റെ അച്ഛൻ യുദ്ധത്തിൽ പൊരുതിയവനാണ്. നിന്റെ അച്ഛനോ, മറ്റുള്ളവരുടെ അപ്പം പിടിച്ചുപറിച്ചെടുക്കുന്ന ഒരു ചോരകുടിയൻ."

"നീ തന്തയില്ലാത്തവനാണ്," പുരോഹിതപുത്രൻ പൊട്ടിക്കരയാൻ ഭാവിച്ചുകൊണ്ടു തിരിച്ചടിച്ചു.

മീഷ കുനിഞ്ഞു് മിനുസമുള്ള ഒരു വലിയ വെള്ളാരങ്കല്ലെടുത്തു. പക്ഷേ പുരോഹിതന്റെ മകൻ കണ്ണുനീരടക്കിക്കൊണ്ട് അവന് മധുരമായ ഒരു പുഞ്ചിരി സമ്മാനിച്ചു.

"കോപിക്കണ്ട, മീഷ," അവൻ പറഞ്ഞു. "വഴക്കിടുന്നതിൽ അർത്ഥമില്ല. നിനക്കു വേണമെങ്കിൽ ഞാൻ ഒരു ഇരുമ്പുകഷണം കൊണ്ടുണ്ടാക്കിയ കഠാരി തരാം."

മീഷയുടെ കണ്ണുകൾ തിളങ്ങി. അവൻ കല്ലു വലിച്ചെറിഞ്ഞു. പക്ഷേ അപ്പോഴാണവൻ അച്ഛന്റെ കാര്യമോർത്തത്. അവൻ അവജ്ഞാപൂർവ്വം പറഞ്ഞു:

"അച്ഛൻ ഒരെണ്ണം യുദ്ധത്തിൽനിന്നു കൊണ്ടുവന്നിട്ടുണ്ട്. അതു നിന്റേതിനേക്കാൾ

എത്രയോ നല്ലതാണ്."

"നീ ബഡായി പറയുകയാണ്," വിശ്വാസം തോന്നാതെ വീത്യ പറഞ്ഞു.

"നീയാണു ബഡായി പറയുന്നത് ! കൊണ്ടുവന്നെന്നു ഞാൻ പറഞ്ഞാൽ കൊണ്ടുവന്നെന്നാണർത്ഥം. കൂടാതെ നല്ലൊരു തോക്കുമുണ്ട്."

“ഹും ! നീ ധനവാനായി, ഇല്ലേ ?” നീരസവും അസൂയയും കലർന്ന ഒരു ചെറുചിരിയോടെ വീത്യ പറഞ്ഞു.

“കൂടാതെ റിബൺകെട്ടിയ ഒരു തൊപ്പിയുമുണ്ട്. നിന്റെ പുസ്തകങ്ങളിൽ കാണുന്നതുപോലെ ആ റിബണിൽ സ്വർണ്ണനിറത്തിലുള്ള അക്ഷരങ്ങളുണ്ട്.”

“ഇതിനൊരു മറുപടി പറയാൻ വീത്യയ്ക്ക് കുറച്ചുനേരം ആലോചിക്കേണ്ടിവന്നു. അവൻ നെറ്റി ചുളിച്ചു. വയറിന്റെ വെളുത്ത തൊലിയിൽ അശ്രദ്ധമായി ചൊറിഞ്ഞു.”

“എന്റെ അച്ഛൻ അടുത്തുതന്നെ ഒരു ബിഷപ്പാകും” അവൻ അവസാനം പറഞ്ഞു. “നിന്റെ അച്ഛൻ ഒരു കന്നുകാലിസൂക്ഷിപ്പുകാരനായിരുന്നു. അപ്പഴോ !”

പക്ഷേ മീഷ അവിടെ തർക്കിച്ചുനിന്നു മടുത്തു. അവൻ തിരിഞ്ഞു വീട്ടിലേക്കു നടന്നു.

“മീഷ, മീഷ !” പുരോഹിതന്റെ മകൻ പിന്നാലെ വിളിച്ചു. “എനിക്കു നിന്നോടൊരു കാര്യം പറയാനുണ്ട്.”

“എന്നാൽ പറ.”

“അടുത്തു വാ.”

സംശയത്തോടെ കണ്ണുകൾ ചെറുതാക്കിക്കൊണ്ട് മീഷ അടുത്തു ചെന്നു.

“ഉം, എന്താണ്?”

ശോഷിച്ച വളകാലുകൾ ചവിട്ടി മണലിൽ തുള്ളിക്കൊണ്ട് വിജയഭാവത്തിലുള്ള ഒരു പുഞ്ചിരിയോടെ പുരോഹിതപുത്രൻ പറഞ്ഞു:

“നിന്റെ അച്ഛൻ ഒരു കമ്മ്യൂണിസ്റ്റാണ്. നീ മരിക്കുന്ന നിമിഷം നിന്റെ ആത്മാവ് സ്വർഗ്ഗത്തിലേക്കു പറന്നു ചെല്ലുമ്പോൾ ദൈവം നിന്നോട് പറയും ‘നിന്റെ അച്ഛൻ ഒരു കമ്മ്യൂണിസ്റ്റായിരുന്നു. അതുകൊണ്ടു നീ നേരെ നരകത്തിൽ പോ’. അവിടെ പിശാചുക്കൾ നിന്നെ ചട്ടിയിലിട്ടു പൊരിക്കും.”

“അവർ നിന്നേയും പൊരിക്കും”

“എന്റെ അച്ഛൻ പുരോഹിതനാണ്. ഹും ഒരു ചുക്കുമറിഞ്ഞുകൂടാത്ത വിഡ്ഢിയാണു നീ. നിന്നോടു സംസാരിച്ചിട്ടുതന്നെ കാര്യമില്ല.”

ഇതു മീഷയെ ഭയപ്പെടുത്തി. അവൻ നിശ്ശബ്ദനായി തിരിഞ്ഞ് വീട്ടിലേക്കോടി.

വേലിക്കടുത്തെത്തിയപ്പോൾ അവൻ തിരിഞ്ഞുനോക്കി പുരോഹിതന്റെ മകന്റെ നേരെ മുഷ്ടി ചുരുട്ടിക്കാണിച്ചു.

“ഞാൻ മുത്തച്ഛനോടു ചോദിക്കാൻ പോവുകയാണ്. നീ പറഞ്ഞതു കളവാണെങ്കിൽ ഞങ്ങളുടെ മുറ്റത്തുനിന്നു മാറി നടക്കുകയാണു നല്ലത്.”

അവൻ വേലി ചാടിക്കടന്നു വീട്ടിലേക്കോടി. താൻ കിടന്നു പൊരിയുന്ന ആ ചട്ടി അവൻ മനസ്സിൽ കണ്ടു. പൊള്ളുന്ന ചൂട്. ചുറ്റും തിളച്ചു മറിയുന്ന എണ്ണ. അവന് നട്ടെല്ലിലൂടെ ഒരു കിടുകിടുപ്പ് അനുഭവപ്പെട്ടു. മുത്തച്ഛനെ ഉടൻ കണ്ട് എല്ലാം ചോദിക്കേണ്ടിയിരിക്കുന്നു.

അപ്പോഴാണവൻ പെൺപന്നിയെ കണ്ടത്. അതിന്റെ തല വിക്കറ്റ് ഗേറ്റിനടിയിൽ ഉടക്കിയിരിക്കുന്നു. ഉടൽ മുഴുവൻ പുറത്തും. കൊച്ചുവാലിട്ടാട്ടുകയും ഉച്ചത്തിൽ കരയുകയും ചെയ്തുകൊണ്ട് അതു മുഴുവൻ ശക്തിയുമെടുത്തു തള്ളുകയായിരുന്നു. മീഷ അതിന്റെ രക്ഷയ്ക്ക് ഓടിയെത്തി. പക്ഷേ പടി തുറക്കാൻ ശ്രമിച്ചപ്പോൾ പന്നി വിഷമിച്ചു ശ്വാസം വലിക്കാൻ തുടങ്ങി. അതുകൊണ്ട് അവൻ അതിന്റെ പുറത്തു കയറി. മരണപരാക്രമത്തിൽ ആ ജന്തു വീജാവരികളിൽനിന്നും പടി ഇളക്കിമാറ്റിക്കൊണ്ട് ആവുന്നത്ര വേഗത്തിൽ മുറ്റം കുറുകെ ഓടി. മീഷ ഉപ്പൂറ്റി രണ്ടും അതിന്റെ പള്ളകളിലമർത്തി. കാറ്റത്ത് മുടി പാറിപ്പറക്കുമാറ് അത്ര വേഗത്തിലാണ് അത് അവനേയും വഹിച്ചു കൊണ്ടോടിയത്. മെതിപ്പുരയ്ക്കടുത്തുവച്ച് അവൻ ചാടിയിറങ്ങി. തിരിഞ്ഞുനോക്കിയപ്പോൾ വീടിന്റെ പൂമുഖത്തുനിന്ന് മുത്തച്ഛൻ അവനെ മാടിവിളിക്കുന്നത് കണ്ടു.

“ഇവിടെ വാ !”

മുത്തച്ഛന്റെ ഉദ്ദേശ്യമെന്തായിരിക്കുമെന്നു മീഷ ആലോചിച്ചതേയില്ല. പൊരിച്ചട്ടിയുടെ ചിത്രം വീണ്ടും അവൻ മനോദൃഷ്ടിയിൽ കണ്ടു. അവൻ നേരെ പൂമുഖത്തേക്ക് ഓടിച്ചെന്നു.

"മുത്തച്ഛാ, മുത്തച്ഛാ, നരകത്തിൽ പിശാചുക്കളുണ്ടോ?"

"പിശാചുക്കളുള്ളതെവിടെയാണെന്ന ഞാനിപ്പോൾ കാണിച്ചുതരാം. അല്പം ക്ഷമിക്കു്. നല്ല കുറെ അടി. അതാണ നിനക്കു വേണ്ടതു്, കൊച്ചു തെമ്മാടി ! എന്തുദ്ദേശിച്ചാണ നീ പന്നിയുടെ പുറത്തു കയറി നടന്നതു്?"

മീഷ ഓടിപ്പോകാതിരിക്കാൻവേണ്ടി അവന്റെ മുടിയിൽ കയറി പിടിച്ചുകൊണ്ടു് മുത്തച്ഛൻ അമ്മയെ വിളിച്ചുപറഞ്ഞു. "നീ പെറ്റുവളർത്തിയ ഈ മിടുക്കൻ മോനെ ഒന്നു വന്നു കാണു്."

അമ്മ പുറത്തു വന്നു.

"ഇത്തവണ എന്താണവൻ കാട്ടിയതു്?"

"എന്താണെന്നോ, മുറ്റത്തുകൂടി പന്നിയുടെ പുറത്തുകയറി പൊടിയും പറത്തി ഒരു സവാരി. അല്ലാതെന്താ !"

"പ്രസവിക്കാറായ പന്നിയുടെ പുറത്താണോ കയറിയതു്?"

അമ്മ വിശ്വാസം വരാതെ കൈ ഉയർത്തി.

മീഷയ്ക്കു് സ്വയം ന്യായീകരിച്ചുകൊണ്ടു് ഒരു വാക്കുപോലും പറയാൻ ഇട കിട്ടിയില്ല. അതിനുമുമ്പ് മുത്തച്ഛൻ ബെൽട്ടൂരി ഒരു കൈകൊണ്ടു ട്രൗസർ പൊക്കിപ്പിടിക്കുകയും മറ്റേ കൈകൊണ്ടു് അവന്റെ തല തന്റെ കാൽമുട്ടുകൾക്കിടയിൽ തിരുകുകയും ചെയ്തു. "ഇനി ആ പന്നിയുടെ പുറത്തു കയറരുതു്" എന്ന കർശനമായ താക്കീതു് ആവർത്തിച്ചുകൊണ്ടു് മുത്തച്ഛൻ മീഷയെ നല്ലവണ്ണം പ്രഹരിച്ചു.

മീഷ അലമുറയിടാൻ തുടങ്ങി. പക്ഷേ മുത്തച്ഛൻ പെട്ടെന്നുതന്നെ അതു നിർത്തി.

"അധികപ്രസംഗി, ഇങ്ങനെയാണ നീ നിന്റെ അച്ഛനോടുള്ള സ്നേഹം കാണിക്കുന്നതു്, അല്ലേ? അച്ഛനിപ്പോൾ വന്നുകയറിയതേയുള്ളൂ. ക്ഷീണിച്ചു് അല്പമൊന്നുറങ്ങാൻ നോക്കുകയാണു്. എന്നിട്ടാണ നീയിങ്ങനെ വിളിച്ചുകൂവുന്നതു് !"

മീഷയ്ക്കുതുകൊണ്ടു മിണ്ടാതിരിക്കേണ്ടിവന്നു. അവൻ മുത്തച്ഛനെ ഉദ്ദേശിച്ചു് ഒരു തൊഴി കൊടുത്തെങ്കിലും അവന്റെ കാൽ അത്രദൂരം

എത്തിയില്ല. അപ്പോൾ അമ്മ അവനെ പിടിച്ച് വീട്ടിനകത്തേക്കു തള്ളി.

"അനങ്ങാതിരി, പിശാചിന്റെ മോനെ ! ഞാൻ നിന്നെ കൈ വച്ചാൽ മുത്തച്ഛനെപ്പോലെ പതുക്കെയായിരിക്കുകയില്ല."

ചുമരിനോട്ടു മുഖം തിരിഞ്ഞുനിന്ന മീഷയെ ഇടയ്ക്കിടെ നോക്കിക്കൊണ്ട് മുത്തച്ഛൻ അടുക്കളയിലെ ബഞ്ചിലിരുന്നു.

മീഷ പെട്ടെന്നു തിരിഞ്ഞു കൈ ചുരുട്ടി അവസാനത്തെ കണ്ണുനീർത്തുള്ളി തുടച്ചുകളഞ്ഞു.

"കണ്ടോളാം, മുത്തച്ഛാ," കതകിൽ ചാരിനിന്നുകൊണ്ട് അവൻ പറഞ്ഞു.

"നീ മുത്തച്ഛനെ ഭീഷണിപ്പെടുത്തുകയാണോ?"

മുത്തച്ഛൻ വീണ്ടും ബെൽട്ടൂരാൻ ഭാവിച്ചു. മീഷ കതകു തള്ളി അല്പം തുറന്നു.

"നീ എന്നെ ഭീഷണിപ്പെടുത്തുകയാണോ?" മുത്തച്ഛൻ വീണ്ടും പറഞ്ഞു.

മീഷ കതകിനു വെളിയിലേക്കു മറഞ്ഞു. മുത്തച്ഛൻ കുറച്ചെങ്കിലും അനങ്ങുന്നുണ്ടോ എന്നറിയാൻ ഒളിഞ്ഞുനോക്കിക്കൊണ്ട് അവൻ വിളിച്ചുപറഞ്ഞു. "കണ്ടോളാം, മുത്തച്ഛാ. പല്ലെല്ലാം പോകുമ്പോൾ മുത്തച്ഛനുവേണ്ടി ചവയ്ക്കാൻ എന്നോടു പറയരുത്. ഞാൻ ചവച്ചുതരില്ല."

മുത്തച്ഛൻ പുറത്തിറങ്ങി പൂമുഖത്തു വന്നപ്പോൾ മീഷയുടെ തലയും അവന്റെ നീല ട്രൗസറും തോട്ടത്തിലെ പരുപരുത്ത ചണച്ചെടികൾക്കിടയിൽ മറയുന്നതു് ഒരു നിമിഷം കണ്ടു. മൂപ്പീന്ന് ഭീഷണിയായി വടി വീശിയെങ്കിലും താടിരോമങ്ങൾക്കിടയിലൂടെ അദ്ദേഹത്തിന്റെ ചുണ്ടുകൾ പുഞ്ചിരിച്ചു.

* * *

അച്ഛൻ അവനെ മീങ്കയെന്നാണു വിളിച്ചുപോന്നതു്. അമ്മ മീന്യുഷ്കയെന്നും. മുത്തച്ഛൻ ശാന്തനായിരിക്കുമ്പോൾ അവനെ തെമ്മാടിയെന്നു വിളിക്കും. പക്ഷേ മറ്റവസരങ്ങളിൽ ഇടതൂർന്ന

നരച്ച പുരികങ്ങൾ കൂട്ടിമുട്ടുമാറ് നെറ്റിചുളിച്ചുകൊണ്ട് മുത്തച്ഛൻ ഇങ്ങനെയാവും വിളിക്കുക: "ഇവിടെ വാ, മിഹൈലൊ ഫൊമീച്ച്. നിന്റെ ചെവിക്കൊന്നു പിടിക്കട്ടെ."

മറ്റു സകലരും--വെടിപറയുന്ന അയൽവാസികളും കുട്ടികളും ആ ഗ്രാമം മുഴുവനും--അവനെ മീഷ്കയെന്നോ തന്തയില്ലാത്തവനെന്നോ വിളിച്ചുപോന്നു.

വിവാഹത്തിനുമുമ്പുതന്നെ അമ്മ അവനെ പ്രസവിച്ചു. അവന്റെ പിതാവും കന്നുകാലിസൂക്ഷിപ്പുകാരനുമായ ഫൊമായെ ഒരു മാസം കഴിഞ്ഞു് അമ്മ വിവാഹം ചെയ്തുവെന്നതു നേരാണ്. പക്ഷേ തന്തയില്ലാത്തവൻ എന്ന ആ കയ്പേറിയ പരിഹാസപ്പേരു് ആയുഷ്കാലം മുഴുവൻ മീഷയെ പിന്തുടർന്നു.

വലിപ്പം കുറഞ്ഞ ഒരു കുട്ടിയായിരുന്നു മീഷ. വസന്താരംഭത്തിൽ സൂര്യകാന്തിപ്പൂവിന്റെ ഇതളുകളുടെ നിറമുണ്ടായിരുന്ന അവന്റെ തലമുടി ജൂൺ മാസത്തിലെ വെയിലേറ്റ് വെളുത്ത പരുപരുത്ത കീറുകളായി തലയിൽ അലങ്കോലപ്പെട്ടു കിടന്നിരുന്നു. അവന്റെ കവിളുകളിൽ കുരുവിമുട്ടത്തോട്ടുപോലെ തേമൽ പടർന്നിരുന്നു. വെയിലടിച്ചും കൂടെക്കൂടെ കുളത്തിൽ മുങ്ങുന്നതുകൊണ്ടും അവന്റെ മൂക്കിലെ തൊലി എപ്പോഴും അടർന്നുപൊയ്ക്കൊണ്ടിരുന്നു. ഈ വളകാലൻ കൊച്ചു മീഷയ്ക്ക് കൊള്ളാവുന്നതായിട്ടൊന്നേ ഉണ്ടായിരുന്നുള്ളൂ: അവന്റെ കണ്ണുകൾ. പുഴയിൽ പാതിയുരുകിയൊലിക്കുന്ന മഞ്ഞുപോലെ, നേർത്ത പോളകൾക്കിടയിലൂടെ എത്തിനോക്കുന്ന കുസൃതിപൂണ്ട നീലക്കണ്ണുകളായിരുന്നു അവ.

ആ കണ്ണുകളും അടക്കമില്ലാത്ത അവന്റെ പ്രകൃതവും കാരണമാണ് മീഷയുടെ അച്ഛൻ അവനെ സ്നേഹിച്ചതു്. യുദ്ധം കഴിഞ്ഞു മടങ്ങിയെത്തിയ അച്ഛൻ തന്റെ മകനുവേണ്ടി കാലപ്പഴക്കംകൊണ്ടു കടിച്ചാൽ പൊട്ടാത്ത ഒരു പലഹാരവും അല്പം ഇട്ടുതേഞ്ഞ ഒരു ജോടി ബൂട്ട്സും കൊണ്ടുവന്നു. അമ്മ ചെരിപ്പ് ഒരു തോർത്തിൽ പൊതിഞ്ഞു് പെട്ടിക്കകത്തു വച്ചു. പലഹാരം മീഷ അന്നു രാത്രിയിൽ തന്നെ ഒരു കൊട്ടുവടികൊണ്ട് ഇടിച്ചുപൊട്ടിച്ച് അവസാനത്തെ കഷണം വരെ അകത്താക്കി.

പിറ്റേന്നു രാവിലെ പുലർച്ചയ്ക്കുതന്നെ മീഷ ഉണർന്നു.

പാത്രത്തിൽനിന്ന് ചെറുചൂടുള്ള കുറച്ച് വെള്ളമെടുത്ത് അഴുക്കുപുരണ്ട മുഖത്ത് പുരട്ടിയിട്ട് അതുണങ്ങാൻ വേണ്ടി അവൻ വെളിയിലേക്കോടി.

അമ്മ മുറ്റത്ത് പശുവിനെ കറക്കുകയായിരുന്നു. വീടിനു ചുറ്റുമുള്ള മൺതിട്ടയിൽ ഇരുന്നിരുന്ന മുത്തച്ഛൻ മീഷയെ വിളിച്ചു.

"ആ കളപ്പുരയുടെ ചുവട്ടിൽ കുനിഞ്ഞുകയറ്; കൊച്ചുതെമ്മാടി. ഒരു പിടക്കോഴി അവിടെ ഒച്ചയിടുന്നതു കേട്ടു. അതു മുട്ടയിട്ടുകാണണം."

മുത്തച്ഛനെ അനുസരിക്കാൻ മീഷ സദാ സന്നദ്ധനായിരുന്നു. അവൻ കളപ്പുരയുടെ അടിയിലേക്ക് ഇഴഞ്ഞുകയറുകയും മറുവശത്തുകൂടി പുറത്തേക്ക് ഇഴഞ്ഞിറങ്ങുകയും ചെയ്തു. എന്നിട്ട് പച്ചക്കറിത്തോട്ടത്തിലൂടെ ഒരൊറ്റ ഓട്ടം വച്ചുകൊടുത്തു. മുത്തച്ഛൻ കാണുന്നുണ്ടോ എന്ന് ഇടയ്ക്കിടെ പുറകോട്ടു തിരിഞ്ഞുനോക്കി. വേലിയ്ക്കരികിലെത്തിയപ്പോഴേക്ക് ചൊറിയണം തട്ടി അവന്റെ കാൽ രണ്ടും ചൊറിയുന്നുണ്ടായിരുന്നു. കാത്തിരുന്ന മുത്തച്ഛന്റെ ക്ഷമ നശിച്ചു. അവസാനം മുത്തച്ഛൻ തന്നെ കളപ്പുരയുടെ അടിയിലേക്ക് ഇഴഞ്ഞുകയറി. ദേഹത്തെല്ലാം കോഴിക്കാട്ടം പറ്റി. ഈർപ്പമുള്ള ഇരുട്ടിൽ ശരിക്കു കണ്ണു കാണാതെ, തറപ്പലകകളുടെ തുലാത്തുണ്ടുകളിലെല്ലാം തലമുട്ടി അവസാനം മറുവശത്തു കടന്നു.

"നീയൊരു വിഡ്ഢിയാണ്, മീഷ. ഇത്രയൊക്കെ തപ്പിയിട്ടും കിട്ടിയില്ലേ. ഏതു കോഴിയാണ് ഇവിടെ മുട്ടയിടുക ! മുട്ട ദാ ഈ കല്ലിനടുത്തു കാണും. മീഷ എവിടെയാണു നീ ?"

മുത്തച്ഛനു മറുപടി കിട്ടിയില്ല. ട്രൗസറിൽ നിന്നു ചെളിതട്ടിക്കുടഞ്ഞു് കളപ്പുരയ്ക്കടിയിൽ നിന്നും ഇഴഞ്ഞിറങ്ങി കുളത്തിന്റെ നേരെ സൂക്ഷിച്ചുനോക്കിയപ്പോൾ മീഷയുണ്ട് അവിടെ നിൽക്കുന്നു. മുത്തച്ഛൻ തോൾ ചലിപ്പിച്ചുകൊണ്ട് തിരിഞ്ഞുനടന്നു.

കുളക്കരയിൽ ഗ്രാമത്തിലെ കുട്ടികൾ മീഷയ്ക്കു ചുറ്റും കൂടി.

"നിന്റെ അച്ഛൻ എവിടായിരുന്നു?" ആരോ ചോദിച്ചു. "യുദ്ധത്തിലായിരുന്നോ?"

"അതെ."

"എന്തു ചെയ്യുകയായിരുന്നു?"

"യുദ്ധം ചെയ്യുകയായിരുന്നു, അല്ലാതെന്ത്?"

"ചുമ്മാതിരി. അയാളാകെ യുദ്ധം ചെയ്തത് പേനിനോടാണ്. ബാക്കി സമയം മുഴുവൻ അടുക്കളവാതുക്കൽ എല്ലും ചപ്പി ഇരിക്കുകയായിരുന്നു."

കുട്ടികൾ ഉച്ചത്തിൽ ചിരിച്ചു. മീഷയെ ചൂണ്ടിക്കൊണ്ട് അങ്ങോട്ടുമിങ്ങോട്ടും ചാടിച്ചാടി നടന്നു. അമർഷംകൊണ്ടു മീഷയുടെ കണ്ണുകൾ നിറഞ്ഞു. ഇതൊന്നും പോരാഞ്ഞിട്ട് പുരോഹിതന്റെ മകനായ വീത്യ അവനോടൊരു ചോദ്യം.

"നിന്റെ അച്ഛൻ ഒരു കമ്മ്യൂണിസ്റ്റാണ്, അല്ലേ?"

"അറിഞ്ഞുകൂടാ"

"എന്നാൽ എനിക്കറിയാം. കമ്മ്യൂണിസ്റ്റാണ്. അയാൾ ആത്മാവ് ചെകുത്താനു വിറ്റിരിക്കുകയാണ്. ഇന്നു രാവിലെ അച്ഛൻ എന്നോട് പറഞ്ഞതാണിത്. അതെ, മാത്രമല്ല, അടുത്തുതന്നെ കമ്മ്യൂണിസ്റ്റുകാരെയെല്ലാം തൂക്കിക്കൊല്ലാൻ പോവുകയാണ്."

കുട്ടികൾക്കിടയിൽ നിശബ്ദത വ്യാപിച്ചു. മീഷയുടെ ഹൃദയം ഭയാക്രാന്തമായി. അച്ഛനെ തൂക്കിക്കൊല്ലുകയോ? എന്തു കുറ്റത്തിന്? പല്ലു കടിച്ചുകൊണ്ട് അവൻ തിരിച്ചടിച്ചു:

"എന്റെ അച്ഛന്റെ കയ്യിൽ വലിയൊരു തോക്കുണ്ട്. എല്ലാ ബൂർഷ്വാകളേയും അച്ഛൻ കൊല്ലും."

"ഛേ, ഇല്ല," വീത്യ വിജയഭാവത്തിൽ പറഞ്ഞു. "എന്റെ അച്ഛൻ അയാളെ അനുഗ്രഹിക്കുകയില്ല. അനുഗ്രഹമില്ലെങ്കിൽ അയാൾക്കൊന്നും ചെയ്യാൻ കഴിയുകയില്ല."

ഷോപ്പുടമസ്ഥന്റെ മകൻ പ്രോഷ്ക മീഷയുടെ നെഞ്ചത്ത് വിരൽ കുത്തി.

"നിന്റെ അച്ഛനെപ്പറ്റി വലിയ വീമ്പൊന്നും പറയേണ്ട," നാസാദ്വാരങ്ങൾ വിറപ്പിച്ചുകൊണ്ട് അവൻ പറഞ്ഞു. "വിപ്ലവം വന്നപ്പോൾ അയാൾ എന്റെ അച്ഛന്റെ സാമാനങ്ങൾ മുഴുവൻ പിടിച്ചെടുത്തു. 'ഈ ഭരണമൊന്നു മാറിക്കോട്ടെ, ഞാൻ ആദ്യം കൊല്ലുന്നത് കന്നാലിസൂക്ഷിപ്പുകാരൻ ഫൊമായെ ആയിരിക്കും.' എന്നാണ് എന്റെ അച്ഛൻ

പറഞ്ഞതു്."

പ്രോഷ്കയുടെ പെങ്ങൾ നതാഷ കാലു് നിലത്തു് ആഞ്ഞുചവുട്ടിക്കൊണ്ടു് ഉറക്കെ വിളിച്ചുപറഞ്ഞു:

"അടിയ്ക്കവനെ ! നിങ്ങളെന്താ നോക്കിനിൽക്കുന്നതു്, പിള്ളേരേ?"

"കമ്മ്യൂണിസ്റ്റ് ചെക്കനെ അടിക്ക് !" മറ്റാരോ വിളിച്ചുപറഞ്ഞു.

"തന്തയില്ലാത്തവൻ !"

"കൊടുക്ക് ഒരടി പ്രോഷ്ക !"

പ്രോഷ്ക ഒരു വടി വീശി. അതു് മീഷയുടെ ചുമലിലടിച്ചു. പുരോഹിതന്റെ മകൻ വീത്യ മീഷയെ ഉരുട്ടിയിട്ടു മണലിൽ മലർത്തിക്കിടത്തി.

കുട്ടികൾ ഒച്ചയിട്ടുകൊണ്ടു് അവന്റെ മേൽ ചാടിവീണു. നതാഷ കൂർത്ത ശബ്ദത്തിൽ കൂവിവിളിച്ചുകൊണ്ടു് അവന്റെ കഴുത്തിൽ മാന്തി. ആരോ അവനെ നോവുന്നവണ്ണം വയറ്റിൽ തൊഴിച്ചു.

മീഷ പ്രോഷ്കയെ തട്ടിമാറ്റി എഴുന്നേറ്റ് ഒരു വേട്ടമൃഗത്തെപ്പോലെ വളഞ്ഞുപുളഞ്ഞുകൊണ്ടു് വീട്ടിലേക്കോടി. കുട്ടികൾ അവന്റെ പിന്നാലെ ഉച്ചത്തിൽ ചൂളം വിളിച്ചു. ആരോ ഒരു കല്ലെറിഞ്ഞു. പക്ഷേ ആരും പുറകെ ചെന്നില്ല.

പച്ചക്കറിത്തോട്ടത്തിലെ മുള്ളുനിറഞ്ഞ ചണച്ചെടികളുടെ പച്ചനിറമാർന്ന മറവിലെത്തിയപ്പോഴാണു മീഷ ശ്വാസംകിട്ടാൻ നിന്നതു്. ഈർപ്പവും നല്ല മണവുമുള്ള മണ്ണിൽ അവൻ തളർന്നിരുന്നു. കഴുത്തിൽ മാന്തിയ ഇടത്തു നിന്നു് പൊടിഞ്ഞ ചോര തുടച്ചുകളഞ്ഞിട്ടു് അവൻ കരയാൻ തുടങ്ങി. ഇടതൂർന്നുനിന്ന ഇലകൾക്കിടയിലൂടെ സൂര്യപ്രകാശം അവന്റെ കണ്ണുകളിൽ എത്തിനോക്കാൻ ശ്രമിച്ചു. അതു് അവന്റെ കവിളുകളിലെ കണ്ണുനീരുണക്കുകയും അമ്മ ചിലപ്പോൾ ചെയ്യാറുള്ളപോലെ അവന്റെ ചുരുണ്ട ചെമ്പിച്ച മുടിയിൽ വാത്സല്യപൂർവ്വം ചുംബിക്കുകയും ചെയ്തു.

വളരെ നേരം--അശ്രുപ്രവാഹം നിലയ്ക്കുന്നതുവരെ--മീഷ ചണക്കുട്ടത്തിനിടയിൽ ഇരുന്നു. പിന്നീടവൻ എഴുന്നേറ്റു സാവധാനം മുറ്റത്തു കടന്നു.

അച്ഛൻ അവിടെ വണ്ടിപ്പുരയിൽ വണ്ടിച്ചക്രങ്ങൾക്കു

താറടിച്ചുകൊണ്ടു നില്പുണ്ടായിരുന്നു. തൊപ്പി തലയുടെ പുറകോട്ടു മാറിയിരുന്നിരുന്നു. റിബണുകൾ താഴോട്ട് തൂങ്ങിക്കിടപ്പുണ്ട്. നീലയും വെള്ളയും വരകളോട്ടുകൂടിയ ഒരു ഷർട്ടാണു ധരിച്ചിരിക്കുന്നത്. മീഷ വണ്ടിയുടെയടുത്തേക്കു നടന്ന് മൗനമായി നോക്കിനിന്നു. കുറെക്കഴിഞ്ഞ്, ധൈര്യമവലംബിച്ച് അവൻ അച്ഛന്റെ കയ്യിൽ തൊട്ടുകൊണ്ട് അടക്കിയ സ്വരത്തിൽ ചോദിച്ചു:

"അച്ഛാ, അച്ഛൻ യുദ്ധത്തിൽ എന്തു ചെയ്യുകയായിരുന്നു?"

"പൊരുതുകയായിരുന്നു, മോനെ," ചെമ്പൻമീശയ്ക്കിടയിലൂടെ ചിരിച്ചുകൊണ്ട് അച്ഛൻ മറുപടി പറഞ്ഞു.

"ആ പിള്ളേര്... പിള്ളേരു പറഞ്ഞു അച്ഛൻ പേനിനോടു മാത്രമാണു പൊരുതിയതെന്ന്."

മീഷയ്ക്കു കണ്ണുനീർകൊണ്ടു സംസാരം തുടരാൻ കഴിഞ്ഞില്ല. പക്ഷേ അച്ഛൻ പൊട്ടിച്ചിരിച്ചതേയുള്ളു. മീഷയെ പൊക്കിയെടുത്ത് അച്ഛൻ പറഞ്ഞു:

"അവർ നുണ പറയുകയാണ്, മോനെ. ഞാൻ ഒരു കപ്പലിലായിരുന്നു. ഏഴു കടലും കടന്ന ഒരു കൂറ്റൻ കപ്പൽ. പിന്നീടു ഞാൻ യുദ്ധത്തിൽ പൊരുതി."

"ആർക്കെതിരായാണു പൊരുതിയത്?"

"യജമാനന്മാർക്കെതിരെ, മോനെ നീ ഇപ്പോഴും വളരെ ചെറുതാണ്. അതുകൊണ്ട് നിനക്കുവേണ്ടി ഞാൻ പോയി യുദ്ധം ചെയ്യേണ്ടിവന്നു. അതിനെപ്പറ്റി ഒരു പാട്ടുപോലും പാടാറുണ്ട്."

അച്ഛൻ വീണ്ടും പുഞ്ചിരി തൂകി. കാല് താളത്തിൽ ചവുട്ടിക്കൊണ്ട് പതിഞ്ഞ സ്വരത്തിൽ ഇങ്ങനെ പാടി:

മീഷേ പോരിനു പോകല്ലേ,
അച്ഛൻ പോകാം പടവെട്ടാൻ,
അച്ഛൻ കണ്ടു ജീവിതമെന്നാൽ
നീയോ കേവലമൊരു ബാലൻ!

മീഷ അവന്റെ എല്ലാ വിഷമങ്ങളും മറന്ന് ആർത്തു ചിരിച്ചു. അമ്മ ചൂലുകെട്ടാനെടുക്കുന്ന പുല്ലുപോലെ അച്ഛന്റെ ചെമ്പൻമീശ

എഴുന്നേനിൽക്കുന്നതും മീശയ്ക്കുതാഴെ അച്ഛന്റെ ചുണ്ടുകൾ വായുടെ കറുത്ത ദ്വാരം മൂടുകയും തുറക്കുകയും ചെയ്തുകൊണ്ട് ശബ്ദമുണ്ടാക്കു ന്നതും നോക്കി അവൻ ചിരിച്ചു.

"ഇപ്പോൾ ഓടിപ്പോ, മീങ്ക," അച്ഛൻ പറഞ്ഞു. "എനിക്ക് ഈ വണ്ടി ശരിയാക്കണം. ഇന്ന് രാത്രി നീ ഉറങ്ങാൻ കിടക്കുമ്പോൾ ഞാൻ യുദ്ധത്തെക്കുറിച്ചെല്ലാം പറഞ്ഞുതരാം."

* * *

അന്തമില്ലാത്ത സ്റ്റെപ്പിയിലൂടെ പോകുന്ന വിജനമായ ഒരു പാതപോലെ ആ ദിവസം നീണ്ടുനീണ്ടുപോയി. അവസാനം സൂര്യൻ അസ്തമിച്ചു. കന്നുകാലിക്കൂട്ടം ഗ്രാമത്തിലൂടെ കടന്നുപോയി. പൊടിപടലം അടങ്ങി. ഇരുണ്ട ആകാശത്തുനിന്ന് ആദ്യത്തെ നക്ഷത്രം അറച്ചറച്ച് എത്തിനോക്കി.

കാത്തിരുന്ന കാത്തിരുന്ന് മീഷ വല്ലാതെ മടുത്തു. പാലു കറക്കാനും പിന്നീടതു് അരിക്കാനും അമ്മ ഒരുപാടു സമയമെടുത്തു. പിന്നീട് അമ്മ അറയിൽ പോയി ഒരു മണിക്കൂറോളം അവിടെ ഓരോന്നു ചെയ്തുകൊണ്ടിരുന്നു. ക്ഷമയറ്റ് മീഷ അമ്മയുടെ പുറകേ കൂടി.

"അമ്മേ, അത്താഴത്തിന് ഇനിയും നേരമായില്ലേ?"

"വിശക്കുന്നോ ? കുറച്ചുകൂടി കാക്കണം."

പക്ഷേ മീഷ അമ്മയെ ശല്യപ്പെടുത്തിക്കൊണ്ടിരുന്നു. അവൻ അമ്മയുടെ വാലുപോലെ നടന്നു. അറയിലും അടുക്കളയിലുമെല്ലാം ഒരു നീരട്ടയെപ്പോലെ അവൻ അമ്മയുടെ പാവാടത്തുമ്പിൽ തൂങ്ങി നടന്നു.

"അമ്മേ, അത്താഴം തരൂ !"

"മുമ്പിൽനിന്നു പോടാ, ശല്യമേ! അത്രയ്ക്കു വിശപ്പുണ്ടെങ്കിൽ ഒരു കഷണം റൊട്ടി എടുത്തു തിന്ന്."

അതുകൊണ്ടൊന്നും അവൻ അടങ്ങിയിരുന്നില്ല. അവസാനം അമ്മ ഒരടി വച്ചുകൊടുത്തു. അതുകൊണ്ടും പ്രയോജനമുണ്ടായില്ല.

അത്താഴം വിളമ്പിയപ്പോൾ അവൻ തിടുക്കത്തിൽ തനിക്കുള്ള ഭക്ഷണം വിഴുങ്ങി മറ്റേ മുറിയിലേക്കോടി. ട്രൗസർ പെട്ടിയുടെ പിന്നിലേക്കെറിഞ്ഞിട്ട് അവൻ നേരെ കിടക്കയിൽ അമ്മയുടെ

വർണ്ണപ്പകിട്ടുള്ള കിൽട്ടിനടിയിൽ കയറിക്കിടന്നു. അച്ഛൻ വന്ന് യുദ്ധങ്ങളെപ്പറ്റി പറയുന്നതും കാത്ത് അവൻ അനങ്ങാതെ കിടന്നു.

മുത്തച്ഛൻ വിശുദ്ധചിത്രങ്ങളുടെ മുമ്പിൽ മുട്ടുകുത്തിനിന്നു പ്രാർത്ഥിക്കുകയും തല നിലത്തു മുട്ടിച്ച് കുമ്പിടുകയും ചെയ്തു. മീഷ തലപൊക്കിനോക്കി. ഇടതുകൈ തറയിലൂന്നിക്കൊണ്ട് മുത്തച്ഛൻ വളരെ വിഷമിച്ച് മുമ്പോട്ടാഞ്ഞു കുനിഞ്ഞു് നെറ്റി തറയിൽ മുട്ടിച്ചു. അതേ നിമിഷത്തിൽ മീഷയുടെ കൈമുട്ട് ചുമരിലും മുട്ടി.

വീണ്ടും മുത്തച്ഛൻ കുറേനേരം പ്രാർത്ഥിച്ചശേഷം തല തറയിൽ മുട്ടിച്ചു--ഠിം ! മീഷ കൈമുട്ട് ചുമരിൽ മുട്ടിച്ചു--ഠേ ! മുത്തച്ഛനു ദേഷ്യം വന്നു.

"ഞാൻ നിന്നെ ഒരു പാഠം പഠിപ്പിക്കുന്നുണ്ട്, ചെകുത്താനേ, ദൈവം എന്നോടു പൊറുക്കണേ ! ഇനിയും ചുമരിൽ മുട്ടിക്ക്, കാണട്ടെ. ഞാൻ നിനക്കും തരാം നല്ല കുറേ മുട്ട് !"

കാര്യം കുഴപ്പമായേനെ, സംശയമില്ല. പക്ഷേ അപ്പോഴേക്കും അച്ഛൻ മുറിയിൽ കടന്നുവന്നു.

"മീങ്കേ, നീ ഇവിടെ എന്തു ചെയ്യുന്നു?" അച്ഛൻ ചോദിച്ചു.

"ഞാൻ എപ്പോഴും അമ്മയുടെ കൂടെയാണ് ഉറങ്ങുന്നത്."

അച്ഛൻ കട്ടിലിനരികിൽ വന്നിരുന്നു. കുറച്ചു നേരത്തേക്ക് ഒന്നും മിണ്ടാതെ വെറുതെ മീശ പിരിച്ചുകൊണ്ടിരുന്നതേയുള്ളു. അവസാനം ഇങ്ങനെ പറഞ്ഞു:

"നീ മുത്തച്ഛന്റെ കൂടെ അടുക്കളയിൽ ഉറങ്ങുമെന്നാണല്ലൊ ഞാൻ വിചാരിച്ചത്."

"എനിക്കു മുത്തച്ഛന്റെ കൂടെ ഉറങ്ങണ്ട."

"അതെന്താ?"

അച്ഛൻ നെടുവീർപ്പിട്ടുകൊണ്ട് വീണ്ടും മീശ പിരിച്ചു.

"എന്നാലും, മോനെ, നീ മുത്തച്ഛന്റെ കൂടെ ഉറങ്ങിക്കൊ."

മീഷ പുതപ്പെടുത്തു തലവഴിമൂടി. വീണ്ടും പുറത്തേക്ക് ഒളിഞ്ഞു നോക്കിക്കൊണ്ട് അവൻ പരിഭവസ്വരത്തിൽ പറഞ്ഞു: "അച്ഛൻ

ഇന്നലെ എന്റെ സ്ഥാനത്താണ കിടന്നുറങ്ങിയതു്. എന്നിട്ടിന്നും വേണമെന്നാണോ. മുത്തച്ഛന്റെ കൂടെ അച്ഛൻ പോയി ഉറങ്ങിക്കോളൂ."

പെട്ടെന്ന് എഴുന്നേറ്റിരുന്ന് അച്ഛന്റെ തലപിടിച്ച് കുനിച്ച് അവൻ ചെവിയിൽ മന്ത്രിച്ചു: "മുത്തച്ഛന്റെ കൂടെ ഉറങ്ങുന്നതാണ നല്ലതു്. കാരണം ഏതായാലും അച്ഛന്റെ കൂടെ കിടക്കാൻ അമ്മ ഇഷ്ടപ്പെടില്ല. അച്ഛന്ന പുകയിലനാറ്റമുണ്ട്."

"എന്നാൽ ശരി. ഞാൻ പോയി മുത്തച്ഛന്റെ കൂടെ കിടന്നോളാം. പക്ഷേ ഞാൻ നിന്നോടു യുദ്ധത്തെപ്പറ്റി പറയുകയില്ല."

അച്ഛൻ എഴുന്നേറ്റ് അടുക്കളയിലേക്കു നടന്നു.

"അച്ഛാ!"

"എന്താ?"

"വേണമെങ്കിൽ ഇവിടെ ഉറങ്ങിക്കോളൂ," മീഷ കട്ടിലിൽനിന്നെ ഴുന്നേറ്റുകൊണ്ട് പരാജയഭാവത്തിൽ പറഞ്ഞു. "ഇനി യുദ്ധത്തെപ്പറ്റി പറയാമോ?"

"ശരി, ഇനി പറയാം."

മുത്തച്ഛൻ ആദ്യം കട്ടിലിൽ കയറി മീഷയ്ക്കു കിടക്കാൻ അറ്റത്തു് സ്ഥലമിട്ടു. കുറച്ചു കഴിഞ്ഞു് അച്ഛൻ അടുക്കളയിൽ വന്ന് കട്ടിലിനരി കിലേക്ക് ഒരു ബഞ്ചുപിടിച്ചിട്ട് അതിലിരുന്നു. ദുസ്സഹമായ മണമുള്ള സിഗറ്റ്റൊന്നു കൊളുത്തിയിട്ടുണ്ട്.

"ശരി, നടന്നതിങ്ങനെയാണ്... നമ്മുടെ മെതിസ്ഥലത്തിനു തൊട്ടു കിടക്കുന്ന പാടം ഷാപ്പുടമസ്ഥന്റെ വകയായിരുന്നതു നീ ഓർക്കുന്നുണ്ടോ?"

ഉവ്വ്, മീഷയ്ക്കു് അതോർമ്മയുണ്ട്. സുഗന്ധം പേറി ഉയർന്നു നിൽക്കുന്ന ഗോതമ്പുചെടികളുടെ നിരകൾക്കിടയിലൂടെ അങ്ങോട്ടുമിങ്ങോട്ടും ഓടിനടക്കാൻ തനിക്കിഷ്ടമായിരുന്ന കാര്യം അവനോർത്തു. മെതിസ്ഥലത്തിന്റെ മതിലു ചാടിയാൽ പാടമായി. അവനേക്കാൾ പൊക്കമുള്ള ഗോതമ്പുചെടികൾ അവനു മറയേകി. കറുത്തമീശയുള്ള കനംതൂങ്ങുന്ന കതിരുകൾ അവന്റെ കവിളുകളെ കിക്കിളിപ്പെടുത്തി. പൊടിയുടേയും ഡെയ്സിപ്പൂവുകളുടേയും സ്റ്റെപ്പിയിലൂടെ അടിച്ചുവന്ന

കാറ്റിന്റേയും മണം അവന് അനുഭവപ്പെട്ടു.

"മീഷ," അമ്മ അവന്റെ പിന്നാലെ വിളിക്കും, "ഗോതമ്പിനിടയിലൂടെ ഒരുപാടു ദൂരം പോകരുത്. വഴി തെറ്റും."

"ശരി," അല്പം കഴിഞ്ഞ്, മീഷയുടെ തലമുടി മെല്ലെ തലോടിക്കൊണ്ട്, അച്ഛൻ തുടർന്നു. "മണൽക്കുന്നിനപ്പുറത്ത് നമ്മുടെ ഗോതമ്പുവിളയുന്ന പാടത്തേയ്ക്ക് നീയും ഞാനും കുതിരയോടിച്ചുപോയത് ഓർക്കുന്നുണ്ടോ?"

അതും മീഷ ഓർത്തു: മണൽക്കുന്നിനപ്പുറത്ത് റോഡരുകിൽ വീതികുറഞ്ഞു വളഞ്ഞുകിടന്നിരുന്ന കൊച്ചു പാടവും അച്ഛനൊന്നിച്ച് അവനവിടെപ്പോയ ദിവസവും ഗോതമ്പെല്ലാം ആരുടെയോ കന്നുകാലികൾ ചവുട്ടിക്കളഞ്ഞ കാഴ്ചയും അവനോർത്തു. തലപ്പില്ലാത്ത കുറ്റികൾ കാറ്റിലാടിക്കൊണ്ടിരുന്നു; നിലത്ത് ഒടിഞ്ഞ കതിർക്കുലകൾ ചെളിയിൽ കുഴഞ്ഞ് ചിന്നിച്ചിതറിക്കിടക്കുന്നു. അച്ഛന്റെ മുഖം ഭയങ്കരമായി പിടഞ്ഞു. പൊടിപുരണ്ട കവിളുകളിലൂടെ—അച്ഛന്റെ, മീഷയുടെ വലിയ, കരുത്തുറ്റ അച്ഛന്റെ, കവിളുകളിലൂടെ—ഏതാനും കണ്ണുനീർത്തുള്ളികൾ ഒഴുകി. അതുകണ്ടപ്പോൾ മീഷയും കരഞ്ഞുപോയി.

വീട്ടിലേക്കു മടങ്ങുന്നവഴി, മത്തൻ നട്ടിരിക്കുന്ന ഇടത്തെ കാവൽക്കാരനായ ഫെദോത്തിനോട് അച്ഛൻ ചോദിച്ചു:

"ആരാണെന്റെ പാടം നശിപ്പിച്ചത്?"

ഫെദോത്ത് നിലത്തു തുപ്പിക്കൊണ്ടു പറഞ്ഞു: "ആ ഷാപ്പുടമസ്ഥൻ ചന്തയിലേക്കു കുറെ കന്നുകാലികളേയും കൊണ്ട് ഈ വഴിപോയി. അയാൾ അവയെ നിങ്ങളുടെ പാടത്തിലൂടെയാണ് ഓടിച്ചുകൊണ്ടുപോയത്. മനപ്പൂർവ്വം."

അച്ഛൻ ബഞ്ചു കുറേക്കൂടി അടുപ്പിച്ചിട്ടു.

"ഷാപ്പുടമസ്ഥനും മറ്റു കുടവയറന്മാരും ഭൂമിമുഴുവൻ പിടിച്ചുപറിച്ചെടുത്തു. പാവപ്പെട്ടവർക്ക് ധാന്യം വിളയിക്കാൻ ഇടമില്ലെന്നായി. ഇവിടെ നമ്മുടെ ഗ്രാമത്തിൽ മാത്രമല്ല എല്ലായിടത്തും ഇതായിരുന്നു സ്ഥിതി. എത്ര ക്രൂരമായിട്ടാണ് അക്കാലത്ത് അവർ നമ്മോടു പെരുമാറിയിരുന്നത്. നമുക്കു ജീവിക്കാൻ യാതൊരു മാർഗ്ഗവുമില്ലായിരുന്നു.

ഞാനതുകൊണ്ട് ഗ്രാമത്തിലെ കന്നുകാലികളെ മേയ്ക്കുന്ന ജോലി നോക്കി. പിന്നീടെന്നെ പട്ടാളത്തിൽ വിളിച്ചു. പട്ടാളത്തിലും സംഗതികൾ മോശമായിരുന്നു. ഏറ്റവും നിസ്സാരകാര്യത്തിനുപോലും ആഫീസറന്മാർ ഞങ്ങളെ തല്ലും. ആ സമയത്താണ് ബോൾഷെവിക്കുകളുടെ വരവ്. ലെനിനെന്നു പേരുള്ള ഒരു നേതാവ് അവർക്കുണ്ടായിരുന്നു. കാഴ്ചയ്ക്ക് അത്ര വലുപ്പമൊന്നുമില്ല. പക്ഷേ--നിന്നേയും എന്നേയും പോലെ കൃഷിക്കാരുടെ കൂട്ടത്തിൽനിന്നു വന്നതാണെങ്കിലും--അങ്ങേയറ്റം അറിവുള്ള ഒരാൾ. ആ ബോൾഷെവിക്കുകളാണെങ്കിൽ, അവരോരോന്നു പറയുന്നതു കേട്ടാൽ നാം വാപൊളിച്ചുപോകും. 'തൊഴിലാളികളേ, കർഷകരേ, നിങ്ങൾ എന്താണ് ആലോചിക്കുന്നത്?' അവർ പറയും. 'എല്ലാ പ്രഭുക്കന്മാരുടേയും ഉദ്യോഗസ്ഥന്മാരുടേയും അടുക്കൽ ഒരു ചൂലുമായി ചെന്ന് അവരെ എന്നെന്നേക്കുമായി അടിച്ചോടിക്കുക. നിങ്ങളുടേതാണെല്ലാം.'

"ഇങ്ങനെയാണവർ ഞങ്ങളോടു സംസാരിച്ചത്. ഞങ്ങൾക്കൊന്നും പറയാൻ കഴിഞ്ഞില്ല. കാരണം, ആലോചിച്ചുനോക്കിയപ്പോൾ അവർ പറഞ്ഞതു ശരിയാണെന്നു കണ്ടു. അതുകൊണ്ട് ഞങ്ങൾ യജമാനന്മാരിൽ നിന്ന് ഭൂമിയും വസ്തുവകകളും പിടിച്ചെടുത്തു. യജമാനന്മാർക്കതു പിടിച്ചില്ലെന്നേയുള്ളു. ഭൂമിയില്ലാതെ അവർക്കു സന്തുഷ്ടി തോന്നിയില്ല. അവർ കലിതുള്ളി ഞങ്ങൾക്കെതിരെ--തൊഴിലാളികൾക്കും കർഷകർക്കുമെതിരെ--യുദ്ധത്തിനു വന്നു. ഇതാണു, മോനെ, നടന്നത്.

"ബോൾഷെവിക്കുകളുടെ നേതാവായ അതേ ലെനിൻ തന്നെ ജനങ്ങളെ തട്ടിയുണർത്തി--കലപ്പകൊണ്ടു മണ്ണ് ഉഴുതുമറിക്കുന്നതുപോലെ അദ്ദേഹം തൊഴിലാളികളേയും പട്ടാളക്കാരേയും തട്ടിയുണർത്തി. അവർ യജമാനന്മാരുടെ നേരെ ചെന്നു. പട്ടാളക്കാരേയും തൊഴിലാളികളേയും റെഡ്ഗാർഡുകളെന്നു വിളിച്ചുപോന്നു. ഞാനും റെഡ്ഗാർഡിലുണ്ടായിരുന്നു. ഒരു കൂറ്റൻ കെട്ടിടത്തിലായിരുന്നു ഞങ്ങളുടെ താമസം. സ്മോൽനിയെന്നാണ് പേര്. അതിലെ നീണ്ട വലിയ ഹാളുകളും മുറികളും കാണേണ്ടതാണ്, മോനെ. എത്രയധികം മുറികളാണെന്നോ. അവയ്ക്കിടയിൽ വഴി തെറ്റിപ്പോകും.

"ഒരു ദിവസം ഞാൻ മുൻവശത്തെ വാതുക്കൽ കാവൽ നിൽക്കുകയായിരുന്നു. ശക്തിയായ തണുപ്പ്. ചൂടാകാൻ എനിക്കാകെയുള്ളത്

എന്റെ പട്ടാളക്കോട്ടായിരുന്നു. കാറ്റ് എന്റെ ഉള്ളിലൂടെ തുളഞ്ഞുകയറുകയാണെന്നു തോന്നി. അപ്പോഴാണ് രണ്ടുപേർ വാതിൽ തുറന്ന് ഇറങ്ങിയത്. കടന്നുപോകുമ്പോൾ അവരിലൊരാൾ ലെനിനാണെന്ന് എനിക്കു മനസ്സിലായി.അദ്ദേഹം എന്റെ വളരെയടുത്തു വന്ന് അങ്ങേയറ്റം സൗഹൃദഭാവത്തിൽ ചോദിച്ചു:

"തണുക്കുന്നില്ലേ, സഖാവേ?'

"ഞാൻ പറഞ്ഞു:

"ഇല്ല, സഖാവു ലെനിൻ. തണുപ്പിനോ ശത്രുവിനോ നമ്മെ തോല്പിക്കാൻ സാധിക്കുകയില്ല. നമ്മുടെ കയ്യിൽ അധികാരം കിട്ടിക്കഴിഞ്ഞാൽപ്പിന്നെ നമ്മളത് ഒരിക്കലും ആ ബൂർഷ്വാകൾക്കു തിരിച്ചുകൊടുക്കുകയില്ല.'

"അദ്ദേഹം ചിരിച്ചു. ഹാർദ്ദമായി എന്റെ കൈ പിടിച്ചു കുലുക്കിയിട്ട് അദ്ദേഹം."ഗേറ്റിനകത്തേക്കു നടന്നു".

അച്ഛൻ മൗനം പൂണ്ടു. പുകയിലപ്പൊതിയും ഒരു തുണ്ടു കടലാസും പുറത്തെടുത്ത് പുതിയൊരു സിഗററ്റുതെറുത്തു. അതു കത്തിക്കാൻവേണ്ടി തീപ്പെട്ടി ഉരച്ചപ്പോൾ അച്ഛന്റെ പരുപരുത്ത ചെമ്പൻമീശയിൽ ഒരു തുള്ളി കണ്ണുനീർ തിളങ്ങുന്നതു മീഷ കണ്ടു__പ്രഭാതത്തിൽ ചെടികളുടെ ഇലകളിൽനിന്നും തൂങ്ങിക്കിടക്കുന്നമഞ്ഞുതുള്ളികൾപോലെ.

"അതാണദ്ദേഹത്തിന്റെ പ്രകൃതം. എല്ലാവരേയും കാര്യമാണ്. ഓരോ പട്ടാളക്കാരനെക്കുറിച്ചും അദ്ദേഹത്തിന് ഉള്ളഴിഞ്ഞ ഉൽക്കണ്ഠയുണ്ട്. ആ ദിവസത്തിനുശേഷം ഞാൻ അദേഹത്തെ പലപ്പോഴും കാണാറുണ്ടായിരുന്നു. കടന്നുപോകുമ്പോൾ ദൂരെനിന്നേ എന്നെ തിരിച്ചറിയും. ചിരിച്ചുകൊണ്ടു പറയും:

"അപ്പോൾ ബൂർഷ്വാകൾ നമ്മെ തോല്പിക്കില്ല, ഇല്ലേ?'

ഒരിക്കലുമില്ല, സഖാവു ലെനിൻ,' ഞാൻ പറയും.

എന്നിട്ടദ്ദേഹം പറഞ്ഞതുപോലെതന്നെയാണു കാര്യങ്ങൾ സംഭവിച്ചത്, മോനെ. ഞങ്ങൾ ഭൂമിയും ഫാക്ടറികളും പിടിച്ചെടുത്തു. കുടവയറന്മാരേയും ചോരകുടിയന്മാരേയും തുരത്തെറിഞ്ഞു. നിന്റെ അച്ഛൻ ഒരു നാവികനായിരുന്നെന്നും നാലു നീണ്ട വർഷങ്ങൾ മുഴുവൻ

കമ്മ്യൂണിസവേണ്ടി പൊരുതിയെന്നും നീ വളർന്നു വലുതാവുമ്പോൾ മറക്കരുത്. എന്നെങ്കിലുമൊരിക്കൽ ഞാൻ മരിക്കും, ലെനിനും മരിക്കും. പക്ഷേ ഞങ്ങൾ പൊരുതിയത് എന്തിനു വേണ്ടിയോ അവ എന്നുമെന്നും ജീവിക്കും. നീ വലുതാവുമ്പോൾ നിന്റെ അച്ഛനെപ്പോലെ സോവിയറ്റുകൾക്കുവേണ്ടി പൊരുതുമോ?"

"പൊരുതും," മീഷ ഉറക്കെ പറഞ്ഞു. അവൻ കട്ടിലിൽ ചാടിയെഴുന്നേറ്റ് അച്ഛന്റെ കഴുത്തിൽ കെട്ടിപ്പിടിച്ചു. മുത്തച്ഛൻ അടുത്തു കിടക്കുന്ന കാര്യം മറന്നു പോയതുകൊണ്ട് അവന്റെ കാല് മൂപ്പീന്നിന്റെ വയറ്റമർത്തിയെന്നുമാത്രം.

മുത്തച്ഛൻ ഒരു ഭയങ്കരശബ്ദം പുറപ്പെടുവിച്ചു. മീഷയെ തലമുടിക്കു പിടിക്കാനോങ്ങി. പക്ഷേ അച്ഛൻ മീഷയേയും എടുത്തുകൊണ്ട് മറ്റേ മുറിയിലേക്കു പോയി.

കുറച്ചുനേരം കഴിഞ്ഞ്, അച്ഛന്റെ കയ്യിൽക്കിടന്നു തന്നെ മീഷ ഉറങ്ങി. പക്ഷേ ആദ്യം അവൻ ലെനിനെന്ന ആ അസാമാന്യമനുഷ്യനെക്കുറിച്ചുംബോൾഷെവിക്കുകളെക്കുറിച്ചും യുദ്ധങ്ങളെക്കുറിച്ചും കൂറ്റൻ കപ്പലുകളെക്കുറിച്ചും അഗാധമായി ആലോചിച്ചു. പാതിയുറക്കത്തിൽ അവൻ അടക്കിപ്പിടിച്ച സംസാരം കേട്ടു. വിയർപ്പിന്റേയും വിലകുറഞ്ഞ പുകയിലയുടേയും മാധുര്യമാർന്ന മണം അവന് അനുഭവപ്പെട്ടു. പിന്നീട് അവന്റെ കണ്ണുകൾ താനേ അടഞ്ഞു; ആരോ കൈകൊണ്ട് അമർത്തിപ്പിടിച്ചിരിക്കുന്നതുപോലെ അവ തുറക്കാൻ കഴിഞ്ഞില്ല.

ഉറങ്ങിത്തുടങ്ങിയപ്പോൾത്തന്നെ ഒരു നഗരം അവന്റെ കൺമുമ്പിൽ ഉയർന്നുവന്നു. വിശാലമായ വീഥികൾ. എവിടെ നോക്കിയാലും വാരിവിതറിയ ചാരക്കൂട്ടത്തിനിടയിൽകോഴിക്കുഞ്ഞുങ്ങൾ കുത്തിമറിയുന്നതുകാണാം. അങ്ങു ഗ്രാമത്തിൽ വീട്ടിൽ ധാരാളം കോഴിക്കുഞ്ഞുങ്ങളുണ്ട്. പക്ഷേ അതിലും കൂടുതലുണ്ട് നഗരത്തിൽ. വീടുകളുടെ കാര്യമാണെങ്കിൽ അച്ഛൻ പറഞ്ഞതുപോലെതന്നെ. ഈറപ്പുല്ലുകൊണ്ടു പുതുതായി മേഞ്ഞ ഒരു കൂറ്റൻ വീട്. അതിന്റെ പുകക്കുഴലിന്റെ മുകളിൽ വേറൊന്ന്. ഏറ്റവും മുകളിലത്തെ വീടിന്റെ പുകക്കുഴൽ അങ്ങ് ആകാശത്തു മുട്ടുന്നുണ്ട്.

കൂടുതൽ ഭംഗിയായി കാണാൻ തല ഉയർത്തിപ്പിടിച്ചുകൊണ്ട്

മീഷ ആ തെരുവിലൂടെ നടക്കുമ്പോഴുണ്ട് ചുവന്ന ഷർട്ടിട്ട ഉയരംകൂടിയ ഒരു വലിയ മനുഷ്യൻ അവന്റെ നേർക്കു വരുന്നു.

"മുത്തച്ഛൻ എന്നോടു പുറത്തു പോയി കളിച്ചോളാൻ പറഞ്ഞു," മീഷ പ്രതിവചിച്ചു.

"ശരി, ഞാനാരാണന്നു മനസ്സിലായോ?"

ഇല്ല, മനസ്സിലായില്ല."

"ഞാനാണ് സഖാവു ലെനിൻ"

മീഷയെ വല്ലത്തൊരു പരിഭ്രമം ബാധിച്ചു. അവന്റെ കാൽമുട്ടുകൾ വിറയ്ക്കാൻ തുടങ്ങി. അവൻ ഓടിക്കളയുമായിരുന്നു. പക്ഷേ ആ ചുവന്ന ഷർട്ടുകാരൻ അവന്റെ കുപ്പായക്കൈക്കു പിടിച്ചുകൊണ്ടു പറഞ്ഞു:

"നിനക്കു മനസ്സാക്ഷിയില്ല. ഞാൻ പാവങ്ങൾക്കുവേണ്ടി പൊരുതുകയാണെന്നു നിനക്കു ഭംഗിയായിട്ടറിയാം നിനക്ക് എന്തുകൊണ്ട് എന്റെ പട്ടാളത്തിൽ ചേർന്നുകൂടാ?"

"മുത്തച്ഛൻ സമ്മതിക്കില്ല," മീഷ വിശദീകരിച്ചു.

"നിന്റെ ഇഷ്ടം," സഖാവു ലെനിൻ പറഞ്ഞു.

"ഒന്നു മാത്രം. നീയില്ലാതെ കാര്യങ്ങളൊന്നും വേണ്ട പോലെ നടക്കുന്നില്ല. നീ എന്റെ പട്ടാളത്തിൽ ചേർന്നേ പറ്റൂ. അത്രയേയുള്ളൂ."

മീഷ സഖാവു ലെനിന്റെ കയ്യു പിടിച്ചുകൊണ്ട് അങ്ങേയറ്റം ഉറപ്പായി പറഞ്ഞു: "ശരി. മുത്തച്ഛനോടു ചോദിക്കാതെ ഞാൻ നിങ്ങളുടെ പട്ടാളത്തിൽ ചേർന്ന് പാവങ്ങൾക്കുവേണ്ടി പൊരുതാം. ഒന്നു മാത്രം. മുത്തച്ഛൻ എന്നെ അടിക്കാൻ തുടങ്ങിയാൽ നിങ്ങൾ എനിക്കുവേണ്ടി പറയണം."

"തീർച്ചയായും," എന്നു പറഞ്ഞുകൊണ്ട് സഖാവു ലെനിൻ തെരുവിലൂടെ മുന്നോട്ടു പോയി. സന്തോഷാധിക്യത്താൽ മീഷയ്ക്കു ശ്വാസം മുട്ടി. അവന് ഒച്ചയിടണമെന്നുണ്ടായിരുന്നു, പക്ഷേ അവന്റെ നാവുണങ്ങി വായുടെ മുകളിൽ ഒട്ടിയിരുന്നു.

മീഷ പെട്ടെന്ന് കിടക്കയിൽ അങ്ങോട്ടുമിങ്ങോട്ടും തിരിഞ്ഞു.

മുത്തച്ഛന്റെ ദേഹത്തു മുട്ടി. അതോടെ ഉണരുകയും ചെയ്തു.

ഉറക്കത്തിൽ എന്തോ പിറുപിറുത്തുകൊണ്ട് മുത്തച്ഛന്റെ ചുണ്ടുകൾ അനങ്ങുന്നുണ്ടായിരുന്നു. ജനാലയ്ക്കുവെളിയിൽ കുളത്തിനപ്പുറം ആകാശത്തിന്റെ മങ്ങിയനീലിമയും അതിനെതിരെ കിഴക്കുനിന്ന് നീങ്ങിക്കൊണ്ടിരുന്ന മേഘപടലങ്ങളുടെ ഇളംചുവപ്പും മീഷയ്ക്കു കാണാമായിരുന്നു.

* * *

ഇപ്പോൾ എന്നും രാത്രി അച്ഛൻ മീഷയോടു കൂടുതൽ കഥകൾ പറയും__യുദ്ധത്തെപ്പറ്റിയും ലെനിനെപ്പറ്റിയും താൻ കണ്ട പല ഇടങ്ങളെപ്പറ്റിയും.

ശനിയാഴ്ച രാത്രി ഗ്രാമസോവിയറ്റിലെ വാച്ച്മാൻ വീട്ടിൽ ഒരു അപരിചിതനേയും കൂട്ടിക്കൊണ്ടുവന്നു__പട്ടാളക്കോട്ടിട്ട, ഉയരം കുറഞ്ഞ ഒരു ചെറിയ മനുഷ്യൻ. കക്ഷത്തിൽ ഒരു തോൽബാഗുണ്ട്.

“ഈ സഖാവൊരു സോവിയറ്റുദ്യോഗസ്ഥനാണ്,” വാച്ച്മാൻ മുത്തച്ഛനോടു പറഞ്ഞു. “പട്ടണത്തിൽനിന്നു വരുകയാണ്. ഇന്നു രാത്രി ഇവിടെ താമസിക്കും. കുറച്ച് അത്താഴം കൊടുക്കണം, അപ്പൂപ്പാ.”

“അതു ചെയ്യാം,” മുത്തച്ഛൻ പറഞ്ഞു “പക്ഷേ മിസ്റ്റർ സഖാവേ, അധികാരപത്രമെവിടെ?”

മുത്തച്ഛന്റെ വൈദുഷ്യത്തിൽ അത്ഭുതപ്പെട്ട മീഷതുടർന്നുള്ള സംഭാഷണം കേൾക്കാനായി വിരൽ കടിച്ചുകൊണ്ടു നിന്നു.

“വേണ്ടതെല്ലാമുണ്ട്, അപ്പൂപ്പാ,” തോൽബാഗുമായി വന്ന മനുഷ്യൻ ചിരിച്ചുകൊണ്ടു പറഞ്ഞു. അതിനുശേഷം അയാൾ വീട്ടിനകത്തേക്കു കയറി.

മുത്തച്ഛൻ പുറകെ പോയി. മീഷ മുത്തച്ഛന്റെ പുറകെയും.

“എന്താണ് ഞങ്ങളുടെ ഗ്രാമത്തിൽ വന്നത്?” മുത്തച്ഛൻ ചോദിച്ചു.

“പുതിയ തിരഞ്ഞെടുപ്പിന്റെ ചുമതല എനിക്കാണ്. നിങ്ങളിവിടെ വില്ലേജ് സോവിയറ്റിന്റെ ചെയർമാനേയും അംഗങ്ങളേയും തിരഞ്ഞെടുക്കേണ്ടിയിരിക്കുന്നു.”

കുറെക്കഴിഞ്ഞു് മെതിസ്ഥലത്തുനിന്ന് അച്ഛൻ വന്നു. അപരിചിതനു കൈ കൊടുത്തശേഷം അത്താഴം കാലമാക്കാൻ അമ്മയോടു പറഞ്ഞു.

അത്താഴം കഴിഞ്ഞു് അച്ഛനും അപരിചിതനും അടുക്കളബഞ്ചിലിരുന്നു. അപരിചിതൻ തോൽബാഗു തുറന്ന് ഒരു കെട്ടു കടലാസെടുത്ത് അച്ഛനെ കാണിച്ചു. ഒരു നോക്കു കിട്ടാൻവേണ്ടി മീഷ ധൈര്യമവലംബിച്ച് ആകാവുന്നത്ര അടുത്ത് ചുറ്റിപ്പറ്റിനിന്നു. അച്ഛൻ കടലാസുകളിലൊരെണ്ണമെടുത്ത് മീഷയുടെ നേരെ നീട്ടി.

“നോക്കു്, മീങ്ക. ഇതാണ് ലെനിൻ”

മീഷ ആ ഫോട്ടോയിൽ കടന്നുപിടിച്ചു. നോക്കിയപ്പോൾ അത്ഭുതം കൊണ്ടു് അവൻ വാപൊളിച്ചു. ആ ഫോട്ടോയിൽ കണ്ട മനുഷ്യനു പൊക്കമില്ലായിരുന്നു. ചുവന്ന ഷർട്ടുമില്ല. വെറുമൊരു സാധാരണ ജാക്കറ്റുമാത്രം. ഒരു കൈ ട്രൗസറിന്റെ പോക്കറ്റിലാണ്. മറ്റേ കൈ വഴി ചൂണ്ടിക്കാട്ടുന്ന മട്ടിൽ നീട്ടിപ്പിടിച്ചിരിക്കുന്നു. അതിയായ ഔത്സുക്യത്തോടെ മീഷ ആ പടം പരിശോധിച്ചു. ആ വളഞ്ഞ പുരികങ്ങളും, കണ്ണുകളിലും ചുണ്ടിലും ഒളിഞ്ഞുനിന്നിരുന്ന പുഞ്ചിരിയും__ആ ചിത്രത്തിലെ മുഖത്തിന്റെ ഓരോ വിശദാംശവും__ഓർമ്മയിൽ മാഞ്ഞുപോകാത്തവണ്ണം ഉറപ്പിക്കുകയായിരുന്നു അവൻ.

അപരിചിതൻ ഫോട്ടോയെടുത്ത് തോൽബാഗിൽ പൂട്ടിവയ്ക്കുകയും കിടക്കാനായി അടുത്ത മുറിയിലേക്കു പോവുകയും ചെയ്തു. അയാൾ വസ്ത്രമഴിച്ച് കട്ടിലിൽ കയറിക്കിടന്ന് പട്ടാളക്കോട്ടുകൊണ്ടു പുതച്ചു. പക്ഷേ ഉറങ്ങിത്തുടങ്ങിയപ്പോൾ കതകു പെട്ടെന്നു ശബ്ദിച്ചു.

“ആരവിടെ?” തല ഉയർത്തി നോക്കിക്കൊണ്ടു് അയാൾ ചോദിച്ചു.

ചെരിപ്പിടാത്ത കാലുകൾ തറയിലൂടെ നടന്നുവന്നു.

“ആരാണതു്?” അപരിചിതൻ വീണ്ടും ചോദിച്ചു. അപ്പോഴാണ് അതു മീഷയാണെന്ന് അയാൾക്കു മനസ്സിലായതു്. അവൻ കട്ടിലിനടുത്തു നിൽക്കുകയായിരുന്നു.

“എന്താ, കുട്ടി?” അയാൾ ചോദിച്ചു.

ഒരു നിമിഷത്തേക്കു് മീഷ ഒന്നും പറഞ്ഞില്ല. അവസാനം, ധൈര്യം സംഭരിച്ചുകൊണ്ടു് അവൻ പതുക്കെ പറഞ്ഞു, “അമ്മാവാ,

നിങ്ങളുടെ ലെനിനെ എനിക്കുതരൂ."

അപരിചിതൻ ഒരക്ഷരവും മിണ്ടിയില്ല. കിടക്കയിൽ കിടന്നുകൊണ്ട് മീഷയെ സാകൂതം നോക്കിയതേയുള്ളൂ.

മീഷയ്ക്കു വല്ലാതെ പേടിയായി . ഈ മനുഷ്യൻ ഒരു അല്പനാണെങ്കിലോ?അയാളതു തരാൻ വിസമ്മതിച്ചാലോ? ഉൽക്കടമായ ആഗ്രഹം കാരണം വാക്കുകൾ കിട്ടാതെ, ശബ്ദം വിറയ്ക്കാതിരിക്കാൻ ആവുന്നത്ര ശ്രമിച്ചുകൊണ്ട്, മീഷ മന്ത്രിച്ചു:

"അദ്ദേഹത്തെ എനിക്കു തരൂ, സൂക്ഷിച്ചുവയ്ക്കാൻ വേണ്ടി. ഞാൻ നിങ്ങൾക്ക് എന്റെ തകരപ്പെട്ടി തരാം ഒന്നാംതരം പെട്ടിയാണത്. എന്റെ കയ്യിലുള്ള എല്ലാഎല്ലിൻമുട്ടികളും തരാം. കൂടാതെ" __രണ്ടും കല്പിച്ച് കൈവീശിക്കൊണ്ട്__"അച്ഛൻ എനിക്കു കൊണ്ടുവന്ന ചെരിപ്പും തരാം."

"പക്ഷേ നിനക്കെന്തിനാണു ലെനിൻ?" അപരിചിതൻ ചിരിച്ചു കൊണ്ട് ചോദിച്ചു.

ഇയാൾ തരില്ല, മീഷ വിചാരിച്ചു. കണ്ണുനീർ മറച്ചുപിടിക്കാനായി തല കുനിച്ചുകൊണ്ട് അവൻ വിമ്മിട്ടത്തോടെ പറഞ്ഞു: "എനിക്കു വേണം. അത്രതന്നെ."

അപരിചിതൻ പൊട്ടിച്ചിരിച്ചുകൊണ്ട് തലയിണക്കടിയിൽനിന്നും തോൽബാഗു വലിച്ചെടുത്ത് മീഷയ്ക്കു ഫോട്ടോകൊടുത്തു. അത് ഷർട്ടിനടിയിൽ മാറോടു ചേർത്തു പിടിച്ചുകൊണ്ട് മീഷ അടുക്കളയിലേക്കു തിരിച്ചോടി. മുത്തച്ഛൻ ഉണർന്ന് പിറുപിറുത്തു:

"എന്താ നിനക്കു കുഴപ്പം? ഈ പാതിരയ്ക്കു ഓടിനടക്കുന്നതെന്താണ്? കിടക്കാൻ നേരത്ത് പാലു കുടിക്കരുതെന്നു ഞാൻ നിന്നോടു പറഞ്ഞതാണ്. തീരെ സഹിക്കാൻ വയ്യെങ്കിൽ ആ എച്ചിൽത്തൊട്ടിയിൽ മൂത്രമൊഴിച്ചോ. നിന്നെ പുറത്തു കൊണ്ടുപോവാൻ എനിക്കിപ്പോൾ വയ്യ."

മറുപടിയൊന്നും പറയാതെ മീഷ കട്ടിലിൽ കയറിക്കിടന്നു. പടം ചുളുങ്ങിപ്പോകുമോ എന്നു ഭയന്ന് അവൻ അനങ്ങിയില്ല. അവൻ അതപ്പോഴും രണ്ടു കൈ കൊണ്ടും മാറോടു ചേർത്തുപിടിച്ചിരുന്നു. അവൻ അതേ കിടപ്പിൽ ഉറങ്ങിപ്പോയി.

അവൻ ഉണർന്നപ്പോൾ നേരം വെളുത്തുവരുന്നേയുണ്ടായിരുന്നുള്ളൂ. അമ്മ പശുവിനെ കറന്നുകഴിഞ്ഞ് അതിനെ കന്നാലിപ്പറ്റത്തിന്റെ കൂടെ അയച്ചത് അപ്പോൾ മാത്രമാണ്. മീഷയെ കണ്ട മാത്രയിൽ അവർ കൈകളുയർത്തിക്കൊണ്ട് അത്ഭുതത്തോടെ ചോദിച്ചു:

"എന്തു പറ്റി നിനക്ക്? എന്തിനാണ് ഇത്രവെളുപ്പിനെ എണീറ്റത്?"

ഫോട്ടോ ഷർട്ടിനടിയിൽ അമർത്തിപ്പിടിച്ചുകൊണ്ട് മീഷ അമ്മയേയും കടന്ന് മെതിസ്ഥലത്തുടെ കളപ്പുരയിലെത്തി. കളപ്പുരയ്ക്കു ചുറ്റും പരുപരുത്ത കള വളർന്നുനിൽക്കുന്നുണ്ടായിരുന്നു. കൂടതെ ചൊറിയണം ഒരു പച്ചച്ചുമരുപോലെ പടർന്നുനിൽക്കുന്നുമുണ്ട്. മീഷ കളപ്പുരയ്ക്കടിയിൽ കുറച്ചിടം പൊടിയും കോഴിക്കാട്ടവും ഉുത്തുകളഞ്ഞ് വെടിപ്പാക്കിയെടുത്തു. ഒരു വലിയ പഴുത്തിലകൊണ്ട് ഫോട്ടോ പൊതിഞ്ഞു. അത് ആ വെടിപ്പായ സ്ഥലത്തുവച്ചിട്ട് കാറ്റടിച്ചു പറന്നുപോവാതിരിക്കാൽവേണ്ടി അവൻ അതിന്റെ മുകളിൽ ഒരു കല്ലെടുത്തു വച്ചു.

അന്നു മുഴുവൻ മഴ പെയ്തു. കാർമേഘങ്ങൾ ആകാശം മൂടി. ചേറ്റുകുഴികൾകൊണ്ടു മുറ്റം നിറഞ്ഞു. കൊച്ചരുവികൾ തെരുവിലൂടെ ഒന്നിനൊന്നു പുറകെ പാഞ്ഞൊഴുകി.

മീഷയ്ക്കു വീട്ടിനകത്തിരിക്കേണ്ടിവന്നു. പക്ഷേ രാത്രിയായപ്പോൾ ഗ്രാമവാസികളുടെ യോഗത്തിൽ സംബന്ധിക്കാൻവേണ്ടി അച്ഛനും മുത്തച്ഛനും സോവിയറ്റിന്റെ ആഫീസിലേക്കു പോയി. മുത്തച്ഛന്റെ തൊപ്പിയിട്ടുകൊണ്ട് മീഷയും ആരും കാണാതെ അവരുടെ പിന്നാലെ ചെന്നു. പള്ളിവക ലോഡ്ജിലായിരുന്നു സോവിയറ്റിന്റെ ഓഫീസ്. ചളിപിടിച്ച് ഇളകിക്കൊണ്ടിരുന്ന അതിന്റെ പടികൾ മീഷ കുറെ പ്രയാസപ്പെട്ടു കയറി. അകത്തു നിറയെ ആളുകളായിരുന്നു. മുകളിൽ മച്ചിനു താഴെയായി പുകയിലപ്പുക തങ്ങിനിൽക്കുന്നുണ്ടു. ജനാലയ്ക്കടുത്ത് ഒരു മേശയുടെ പിന്നിലിരുന്നുകൊണ്ട് മീഷയുടെ വീട്ടിൽ വന്ന അപരിചിതൻ യോഗത്തിന് എന്തോ വിശദീകരിച്ചുകൊടുക്കുകയാണ്.

മീഷ മുറിയുടെ പിൻഭാഗത്തേക്കു പതുങ്ങിക്കയറി ഏറ്റവും പുറകിലത്തെ ബഞ്ചിലിരുന്നു.

"സഖാക്കളേ, സോവിയറ്റിന്റെ ചെയർമാനായി ഫൊമാ

കോർഷുനൊവിനു വോട്ടു ചെയ്യുന്നവർ ദയവുചെയ്ത് കൈ പൊക്കുവിൻ."

ഷാപ്പുടമസ്ഥന്റെ ജാമാതാവായ പ്രോഹൊർ ലീസെൻകൊവ് മീഷയുടെ തൊട്ടു മുമ്പിലിരുന്നുകൊണ്ടുവിളിച്ചു പറഞ്ഞു:

"നാട്ടുകാരേ, ഞാനെതിർക്കുന്നു! അയാൾ സത്യസന്ധനല്ല. അയാൾ പണ്ട് ഗ്രാമത്തിലെ കന്നുകാലികളെ മേച്ചിരുന്നപ്പോൾത്തന്നെ നാമതു മനസ്സിലാക്കിയിട്ടുള്ളതാണ്."

ജനാലപ്പടിയിലിരുന്നിരുന്ന ചെരിപ്പുകുത്തി ഫെദോത്ത് ചാടിയെഴുന്നേറ്റ് ഉദ്വേഗത്തോടെ കൈ വീശിക്കൊണ്ട് വിളിച്ചുപറഞ്ഞു:

"സഖാക്കളേ! കന്നാലി മേച്ചിരുന്ന ഒരാൾ ചെയർമാനാവുന്നത് കുടവയറന്മാർക്ക് ഇഷ്ടമല്ല. പക്ഷേ കന്നാലി മേച്ചിരുന്ന ഫൊമാ തൊഴിലാളിവർഗ്ഗത്തിനുവേണ്ടി ഉറച്ചുനിൽക്കും."

വാതിലിന്നടുത്ത് ഒത്തുകൂടിയിരുന്ന ധനികരായ കൊസാക്കുകൾ കാലിട്ടു ചവിട്ടാനും ചൂളമടിക്കാനും തുടങ്ങി. മുറിയാകെ ശബ്ദായമാനമായി.

"കന്നാലി മേയ്ക്കുന്നവൻ തുലയട്ടെ!"

"പട്ടാളത്തിൽനിന്നു മടങ്ങിയല്ലോ. അവൻ വീണ്ടും കന്നാലി മേയ്ക്കട്ടെ!"

"ഫൊമാ കോർഷുനൊവ് തുലയട്ടെ!"

അച്ഛനെവിടെയെന്നു മീഷ ചുറ്റും നോക്കി. അടുത്തു തന്നെ നില്പുണ്ട്. അച്ഛന്റെ മുഖം വിളറിവെളുത്തിരുന്നു. അച്ഛനെ ഓർത്തുള്ള ഭയംകൊണ്ട് മീഷയുടെ മുഖവും വിളറി.

"ക്രമം പാലിക്കു, സഖാക്കളേ!" അപരിചിതൻ മേശപ്പുറത്തിടിച്ചുകൊണ്ട് ഉച്ചത്തിൽ വിളിച്ചുപറഞ്ഞു. "അല്ലാത്തപക്ഷം ഞങ്ങൾ റൗഡികളെ പിടിച്ചു പുറത്താക്കും."

"ശരിക്കുമൊരു കൊസാക്കുകാരനെ ചെയർമാനായി തരിക!"

"ഫൊമാ തുലയട്ടെ!"

"അയാൾ തുലയട്ടെ!..."

പണക്കാരായ കൊസാക്കുകളെല്ലാം വിളിച്ചുകൂവുന്നുണ്ടായിരുന്നു.

ഷാപ്പുടമസ്ഥന്റെ ജാമാതാവായ പ്രോഹൈറാറാണ് ഏറ്റവുമുച്ചത്തിൽ വിളിച്ചത്.

കാതിൽ വളയവും ചെമ്പിച്ച താടിയുള്ള ഒരു ആജാനുബാഹുവായ കൊസാക്കുകാരൻ ഒരു ബെഞ്ചിൽ കയറി നിന്നു. അയാളുടെ ജാക്കറ്റു മുഴുവൻ അവിടവിടെ കുട്ടിത്തുന്നുകയും പിഞ്ഞിക്കീറുകയും ചെയ്തിരുന്നു.

"സഹോദരന്മാരേ!" അയാൾ വിളിച്ചുപറഞ്ഞു.

"ഇവർ ചെയ്യാൻ പോകുന്നതെന്താണെന്നു! ഈ കുടവയറന്മാർക്ക് ചെയർമാനായി അവരുടെ ആള്ള വേണം. അപ്പോൾ മുമ്പിലത്തെപ്പോലെ അവരുടെ കാര്യങ്ങൾ നടക്കും...."

കാതിൽ വളയമിട്ട ആ കുറ്റൻ കൊസാക്കുകാരൻ ഉറക്കെ വിളിച്ചുപറഞ്ഞുകൊണ്ടിരുന്നെങ്കിലും ബഹളത്തിനിടയിൽ അവിടവിടെ ചില വാക്കുകളേ മീഷയ്ക്കുകേൾക്കാൻ കഴിഞ്ഞുള്ളു:

"ഭൂമി.... പുതിയ പങ്കിടൽ.... പാവങ്ങൾക്ക് കളിമണ്ണും മണലും കൊടുക്കുക, നല്ല കരിമണ്ണു മുഴുവൻ സ്വന്തമായെടുക്കുക."

"ചെയർമാനായി പ്രോഹൈാർ മതി!" വാതുക്കൽ നിന്നിരുന്ന കൂട്ടം വിളിച്ചുപറഞ്ഞുകൊണ്ടിരുന്നു. "പ്രോ_ഹൈാർ!"

വളരെക്കഴിഞ്ഞാണ് ഈ ബഹളമൊന്നു ശമിച്ചത്. അപരിചിതൻ വീണ്ടും വീണ്ടും ഒച്ചയിട്ടു. നെറ്റി ചുളിച്ചു. എന്തെല്ലാമോ ബദ്ധപ്പെട്ടു പതറിപ്പറഞ്ഞു. മിക്കവാറും ചീത്ത വിളിക്കുകയായിരിക്കും, മീഷ വിചാരിച്ചു.

അന്തരീക്ഷം താരതമ്യേന ശാന്തമായപ്പോൾ അപരിചിതൻ ഉറക്കെ വിളിച്ചുചോദിച്ചു:

"ഫൊമാ കോർഷുനൊവിനു വോട്ടു ചെയ്യുന്നവരാരാണ്?"

ഒരുപാടു കൈകൾ പൊങ്ങി മീഷയും അവന്റെ കൈ പൊക്കി. ആരോ ബെഞ്ചുതോറും നടന്ന് എണ്ണാൻ തുടങ്ങി.

"അറുപത്തിമൂന്ന്... അറുപത്തിനാല്..."__മീഷയുടെ കയ്യിന്റെ നേരെ ചൂണ്ടിക്കൊണ്ട്__ "അറുപത്തഞ്ച്."

അപരിചിതൻ കടലാസിലെന്തോ കുറിച്ചു. എന്നിട്ടിങ്ങനെ

ചോദിച്ചു: "പ്രോഹൈറാർ ലീസെൻകൊവിനു വോട്ടുചെയ്യുന്നവരാരാണ്?"

പണക്കാരായ ഇരുപത്തേഴു കൊസാക്കുകാരുടേയും കൂടാതെ മില്ലർ യെഗോറിന്റേയും കൈകൾ പൊങ്ങി. മീഷയും കൈ പൊക്കി. പക്ഷേ ഇത്തവണ വോട്ടെണ്ണുന്നയാൾ പുറകുവശത്തെ ബഞ്ചിലെത്തിയപ്പോൾ താഴോട്ടു നോക്കാനിടയായി.

"കൊച്ചു കഴുവേറീ!" മീഷയെ വേദനയെടുക്കത്തക്കവണ്ണം ചെവിക്കു പിടിച്ചുവലിച്ചുകൊണ്ട് അയാൾ പറഞ്ഞു. "അടികൊള്ളണ്ടെങ്കിൽ ഓടിക്കൊ. അവൻ വോട്ടുചെയ്യാൻ വന്നിരിക്കുന്നു. എന്താ, മോശമുണ്ടോ?"

ആളുകൾ ചിരിച്ചു. വോട്ടെണ്ണിയ ആൾ മീഷയെ കതകുവരെ പിടിച്ചുവലിച്ചുകൊണ്ടുവന്ന് പുറത്തേക്കുതള്ളി. തെന്നിക്കിടക്കുന്ന പടികളിലൂടെ ഉരുണ്ടു പിരണ്ടിറങ്ങിയപ്പോ, അച്ഛൻ ഒരിക്കൽ മുത്തച്ഛനോടു തർക്കിച്ചുകൊണ്ടു പറഞ്ഞ വാക്കുകൾ മീഷ ഓർത്തു.

" ആരാണ് അധികാരം തന്നത്!" അവൻ ഉറക്കെ ചോദിച്ചു.

"ഞാൻ കാണിച്ചുതരാം ആരാണെന്ന്!"

അനീതി എപ്പോഴും കയ്യേറിയതാണ്.

വീട്ടിലെത്തിക്കഴിഞ്ഞു് മീഷ അല്പസമയം മൂക്കുചീറ്റുകയും അമ്മയോട് പരാതി പറയുകയും ചെയ്തു. പക്ഷേ അമ്മ അവനോടു കയർക്കുകയാണു ചെയ്തത്.

"വേണ്ടാത്തിടത്തു പോകരുത്. സകലെടത്തും പോയി തലയിടും. നിന്നെക്കൊണ്ടു ഞാൻ തോറ്റു!"

പിറ്റേന്നു രാവിലെ വീട്ടുകാർ പ്രാതൽ കഴിച്ചുകൊണ്ടിരിക്കുമ്പോൾ വളരെ ദൂരെ സംഗീതധ്വനി കേട്ടു. അച്ഛൻ സ്പൂൺ താഴെ വെച്ച് മീശ തടവിക്കൊണ്ടു പറഞ്ഞു:

"അതൊരു സൈനികബാൻഡാണ്."

മീഷ വായുവേഗത്തിലോടി. അവന്റെ പിന്നിൽ കതക് ആഞ്ഞടഞ്ഞു. അവന്റെ പതിഞ്ഞ കാലടിശബ്ദം മുറ്റത്തു കേട്ടു.

അച്ഛനും മുത്തച്ഛനും പുറത്തിറങ്ങി. അമ്മ ജനലിലൂടെ

എത്തിനോക്കി.

പച്ചനിറത്തിൽ ഇരമ്പിവരുന്ന ഒരു തിരമാലപോലെ ചുവപ്പുസേനക്കാർ വരിവരിയായി ആ ഗ്രാമവീഥിയിലൂടെ കൈ വീശി മാർച്ചു ചെയ്തുവന്നു. മുൻനിരയിൽ ബാൻഡുകാരായിരുന്നു. ആ വലിയ കാഹളങ്ങളുടെ മുഴക്കവും പെരുമ്പറശബ്ദവും ഗ്രാമം മുഴുവൻ മാറ്റൊലിക്കൊണ്ടു.

മീഷയ്ക്കു് ഉദ്വേഗംകൊണ്ടു വീർപ്പുമുട്ടി. അവൻ ഉപ്പൂറ്റിയിൽ വട്ടം കറങ്ങുകയും പട്ടാളക്കാരുടെ നേരെ ഓടിച്ചെല്ലുകയും ചെയ്തു. അസാധാരണവും മധുരവുമായൊരുതുടിപ്പ് അവന്റെ നെഞ്ചു മുഴുവൻ വ്യാപിച്ച് തൊണ്ടയിലേക്കുയർന്നു. ചുവപ്പുസേനക്കാരുടെ പൊടിപൂരണ്ടസന്തോഷഭരിതമായ മുഖങ്ങളും വാദ്യമേളക്കാരുടെ വീർപ്പിച്ച കവിളുകളും അവൻ കണ്ണുയർത്തി നോക്കിക്കണ്ടു. യുദ്ധം ചെയ്യാൻ അവരോടൊപ്പം പോകുമെന്ന് അവൻ തീർത്തു നിശ്ചയിച്ചു.

താൻ കണ്ട സ്വപ്നം അവൻ വീണ്ടും ഓർത്തു. ധൈര്യമവലംബിച്ച് അവൻ ഒരു ചുവപ്പുസേനക്കാരന്റെ വെടിത്തിരസഞ്ചി പിടിച്ചുവലിച്ചു.

" എവിടെയാണു പോകുന്നതു്? യുദ്ധം ചെയ്യാനാണോ?"

"പിന്നല്ലാതെ? യുദ്ധം ചെയ്യാൻതന്നെ."

ആർക്കുവേണ്ടി?"

"സോവിയറ്റുകൾക്കുവേണ്ടി, അനിയാ. വരിയിൽ കയറി നിന്നോ."

അയാൾ മീഷയെ വരിയിലേക്കു പിടിച്ചു നിർത്തി. പട്ടാളക്കാരിലൊരാൾ ചിരിച്ചുകൊണ്ട് അവന്റെ അലങ്കോലപ്പെട്ടുകിടന്ന മുടിയിൽ തോണ്ടി. മറ്റൊരാൾ പോക്കറ്റു തപ്പി ചളിപുരണ്ട ഒരു പഞ്ചസാരക്കട്ടയെടുത്തു് അവന്റെ വായിലേക്കു തിരുകി. മൈതാനത്തെത്തിയപ്പോൾ "ഹാൾട്ട്!" എന്ന കല്പന വരികളിലൂടെ വിളിച്ചുപറയപ്പെട്ടു.

ചുവപ്പുസേനക്കാർ പിരിഞ്ഞു് സ്കൂൾകെട്ടിടത്തിന്റെ മതിലിന്റെ തണുത്ത തണലിൽ വിശ്രമിക്കാനിരുന്നു. ബെൽട്ടിൽനിന്നു തൂങ്ങിക്കിടക്കുന്ന വാളുമായിതാടിമീശയില്ലാത്ത ഒരു ദീർഘകായൻ മീഷയുടെയടുത്തേക്കു ചെറുചിരിയോടെ നടന്നുവന്നു.

"നീ എവിടുന്നു വന്നു?" അയാൾ ചോദിച്ചു.

മീഷ സഗൗരവം തോൾ വിടർത്തി ട്രൗസർ വലിച്ചിട്ടു.

"ഞാൻ നിങ്ങളോടൊപ്പം യുദ്ധം ചെയ്യാൻ പോവുകയാണ്," അവൻ ഉറപ്പിച്ചുപറഞ്ഞു.

"സഖാവ് ബറ്റാലിയൻ കമാണ്ടർ!" ചുവപ്പുസേനക്കാരിലൊരാൾ പറഞ്ഞു. "ഇവനെ കൊണ്ടുപോയിനിങ്ങളുടെ അഡ്ജ്യൂട്ടൻറാക്കാം."

എല്ലാവരും ഉച്ചത്തിൽ പൊട്ടിച്ചിരിച്ചു. മീഷയുടെകണ്ണു നിറഞ്ഞു. പക്ഷേ "ബറ്റാലിയൻ കമാണ്ടർ" എന്ന വിചിത്രമായി സംബോധന ചെയ്യപ്പെട്ട ആൾ ഈ ബഹളം കേട്ട് നെറ്റി ചുളിച്ചുകൊണ്ട് പരുഷമായി പറഞ്ഞു:

"മരത്തലയന്മാരേ നിങ്ങൾ എന്തിനാണു ചിരിക്കുന്നത്? നമ്മൾ തീർച്ചയായും ഇവനെ എടുക്കും. പക്ഷേ ഒരു വ്യവസ്ഥയിൽ മാത്രം." അയാൾ മീഷയുടെ നേർക്കു തിരിഞ്ഞു". "നിന്റെ ഈ ട്രൗസറുണ്ട ല്ലോ. അതിന് ഒരു വാറേയുള്ളൂ. ഇതുമിട്ടുകൊണ്ടു നിന്നെ ഞങ്ങളുടെ കൂട്ടത്തിലെടുക്കാൻ നിവൃത്തിയില്ല. നീ ഞങ്ങൾക്ക് അപമാനം വരു ത്തിവയ്ക്കും. നോക്ക്, എന്റെ ട്രൗസറിനു രണ്ടു വാറുണ്ട്. അതുപോലെ മറ്റുള്ളവരുടേയും. നീ കഴിയുന്നത്ര വേഗം വീട്ടിലേക്കോടിച്ചെന്ന് അമ്മയെക്കൊണ്ട് ഒരു വാറുകൂടി തയ്പിച്ചുകൊണ്ടു വാ. ഞങ്ങൾ നിനക്കുവേണ്ടി ഇവിടെത്തന്നെ കാത്തിരിക്കാം." മതിലിന്റെ തണലിൽ വിശ്രമിക്കുന്ന പട്ടാളക്കാരുടെ നേരേ കണ്ണിറുക്കിക്കാട്ടി ക്കൊണ്ട് അയാൾ വിളിച്ചുപറഞ്ഞു: "തെരേഷ്ചെൻകൊ! പോയി നമ്മുടെ പുതിയ ചുവപ്പുസേനക്കാരന് ഒരു തോക്കും പട്ടാളക്കോട്ടും കൊണ്ടുവരൂ."

പട്ടാളക്കാരിലൊരാൾ എഴുന്നേറ്റ് സലാംവച്ചിട്ട് പറഞ്ഞു:

"ഇതാ കൊണ്ടുവരാം."

അയാൾ വേഗം നടന്നുപോയി.

"വേഗമാവട്ടെ," ബറ്റാലിയൻ കമാണ്ടർ മീഷയോടു പറഞ്ഞു. "കഴിയുന്നതും വേഗംഒരു വാറു കൂടിതയ്ച്ചുതരാൻ അമ്മയോടു പറ."

മീഷ അയാളെ പരുഷമായി നോക്കി.

"നിങ്ങൾ വാക്കു മാറുകയില്ലല്ലോ?"

“നീ എന്താണിപ്പറയുന്നത്.”

ഗ്രാമത്തിലെ മൈതാനത്തുനിന്നും വീട്ടിലേക്ക് ഒരുപാടു ദൂരമുണ്ട്. പടിക്കലെത്തിയപ്പോഴേക്കും മീഷ കിതപ്പുകൊണ്ട് ശ്വാസം വിടാൻ വിഷമിച്ചു. ഓടുന്ന വഴിതന്നെ ട്രൗസറൂരിക്കൊണ്ട് അവൻ വെറുംകാലിൽ വീട്ടിനകത്തേക്ക് ഓടിക്കയറി വിളിച്ചുപറഞ്ഞു:

“അമ്മേ, എന്റെ ട്രൗസർ! ഒരു വാറ്!”

പക്ഷേ വീട്ടിൽ ആളും അനക്കവുമുണ്ടായിരുന്നില്ല.

ഒരു കൂട്ടം കറുത്ത ഈച്ചകൾ മുരണ്ടുകൊണ്ട് അടുപ്പിനുചുറ്റു പറക്കുന്നുണ്ട്. മുറ്റത്തും മെതിസ്ഥലത്തും പച്ചക്കറിത്തോട്ടത്തിലും__സകലടത്തും മീഷ നോക്കി. പക്ഷേ അമ്മയേയോ അച്ഛനേയോ മുത്തച്ഛനേയോ ആരേയും കണ്ടില്ല. ചുറ്റും നോക്കിയപ്പോൾ ഒരു കാലിച്ചാക്കു കിടക്കുന്നു. ഒരു പേനാക്കത്തികൊണ്ട് അതിൽ നിന്നും അവൻ നീണ്ട ഒരു കഷണം മുറിച്ചെടുത്തു. തയ്ക്കുന്നതിനുവേണ്ടി സമയം കളയാനില്ല. പോരെങ്കിൽ അവൻ തയ്ക്കാൻ പഠിച്ചിട്ടുമില്ല. അവൻ തിടുക്കത്തിൽ ആ വാറ് ട്രൗസറിന്റെ പുറകിൽ കെട്ടി. തോളിന്റെ മുകളിലൂടെയെടുത്ത് മുമ്പിലും കെട്ടി. ഇത്രയും ചെയ്തുകഴിഞ്ഞു അവൻ വീടിനു പുറത്തേക്കോടി കളപ്പുരയുടെ അടിയിലേക്കിഴഞ്ഞുകയറി.

കിതച്ചുകൊണ്ട് അവൻ കല്ലുരുട്ടിമാറ്റി ഫോട്ടോയിൽ നോക്കി. ലെനിന്റെ നീട്ടിപ്പിടിച്ച കൈ അവന്റെ നേർക്കാണു ചൂണ്ടിയിരിക്കുന്നത്.

“ദാ!” മീഷ അടക്കിപ്പറഞ്ഞു. “ഞാനിതാ നിങ്ങളുടെ പട്ടാളത്തിൽ ചേർന്നു.”

അവൻ ആ ചിത്രം സൂക്ഷിച്ച് ഇലയിൽ പൊതിഞ്ഞു് അവന്റെ ഷർട്ടിന്റെ അടിയിൽ തിരുകി. ഒരു കൈ അതിന്മേൽ അമർത്തിപ്പിടിച്ചുകൊണ്ടും മറ്റേ കൈകൊണ്ട് ട്രൗസർ പൊക്കിപ്പിടിച്ചുകൊണ്ടും അവൻ തെരുവിലൂടെ ഓടി. അയൽക്കാരുടെ വേലിക്കരികിലൂടെ ഓടുമ്പോൾ അവൻ വിളിച്ചു:

“അനീസിമൊവ് ന!”

“എന്താ കാര്യം?” അനീസിമൊവ്ന ചോദിച്ചു.

"എന്നെ ഉച്ചഭക്ഷണത്തിനു കാക്കണ്ട എന്ന് എന്റെ വീട്ടുകാരോടു പറയണം."

"എങ്ങോട്ടാടാ, കൊച്ചുതെമ്മാടി, നീ പോകുന്നതു്?"

"യുദ്ധത്തിനു്!" എന്നു പറഞ്ഞുകൊണ്ടു് മീഷ കൈ വീശി വിടവാങ്ങി.

പക്ഷേ മൈതാനത്തെത്തിയപ്പോൾ മീഷ സ്തംഭിച്ചുനിന്നുപോയി. ഒരൊറ്റ ജീവജാലംപോലും അവിടെങ്ങുമില്ല. മതിലിന്നടുത്തുള്ള നിലത്തു് സിഗററുകുറ്റികളും ഒഴിഞ്ഞ ടിന്നുകളും ചിതറിക്കിടപ്പുണ്ടു്. അരുടേയോ കീറിയ പട്ടീസും കിടക്കുന്നു. ഗ്രാമത്തിന്റെ അങ്ങേത്തലയ്ക്കൽ ബാൻഡുവാദ്യം വീണ്ടും മുഴങ്ങി. ഉറപ്പുള്ള റോഡിൽ പട്ടാളമാർച്ചിന്റെ ശബ്ദം കേൾക്കാം.

നൈരാശ്യത്തോടെ ഒന്നു നീട്ടി വിളിച്ചുകൊണ്ടു് മീഷ ആകാവുന്നത്ര വേഗത്തിൽ അവരുടെ പിന്നാലെ ഓടി. തീർച്ചയായും അവൻ അവരുടെ ഒപ്പം എത്തുമായിരുന്നു__തോലുറയ്ക്കിടുന്ന സ്ഥലത്തിനടുത്തു് മഞ്ഞനിറത്തിലുള്ള വലിയൊരു പട്ടി പല്ലിളിച്ചുകാട്ടി മുരണ്ടുകൊണ്ടു് നടുറോഡിൽ കിടക്കുന്നില്ലായിരുന്നെങ്കിൽ. മീഷ മറ്റൊരു തെരുവിലൂടെ ഒടിവന്നപ്പോഴേക്കു് ബാൻഡുവാദ്യവും കാലടിശബ്ദവും കേൾക്കാതായിക്കഴിഞ്ഞിരുന്നു.

* * *

ഒന്നുരണ്ടു ദിവസം കഴിഞ്ഞു് പത്തുനാല്പതു പേരുടെ ഒരു സംഘം ഗ്രാമത്തിൽ വന്നു. ഈ പട്ടാളക്കാർ യൂണിഫോറമിട്ടിരുന്നില്ല. മെഴുക്കു പുരണ്ട പണിയുടുപ്പുകളും വൃത്തികെട്ട കമ്പിളിച്ചെരിപ്പുകളുമാണു് അവർധരിച്ചിരുന്നതു്. അച്ഛൻ ഗ്രാമസോവിയറ്റിൽനിന്നു് ഉച്ചയ്ക്കു ഭക്ഷണം കഴിക്കാൻ വീട്ടിൽ വന്നപ്പോൾ മുത്തച്ഛനോടു പറഞ്ഞു:

"നമ്മുടെ ഗോതമ്പു് കളപ്പുരയിൽ ഒരുക്കിവയ്ക്കണം. മിച്ചധാന്യമെടുക്കാൻവേണ്ടി ഒരു ഭക്ഷ്യശേഖരസംഘം വന്നിട്ടുണ്ടു്."

പട്ടാളക്കാർ വീടുതോറും കയറി പുരകളുടെ മൺതറകൾ ബയനറ്റുകൊണ്ടു കുത്തിനോക്കുകയും കുഴിച്ചിട്ടിരുന്ന ധാന്യം പുറത്തെടുത്തു് പൊതുപത്തായപ്പുരയിലേക്കയയ്ക്കാൻവേണ്ടി വണ്ടികളിൽ കയറ്റുകയും ചെയ്തു.

ചെയർമാന്റെ മുറയും വന്നു. ഒരു പൈപ്പു വലിച്ചു കൊണ്ടു് പട്ടാളക്കാരിലൊരാൾ മുത്തച്ഛനോടു ചോദിച്ചു:

"നേരു പറയണം, അപ്പൂപ്പാ. എത്ര ധാന്യം കുഴിച്ചിട്ടിട്ടുണ്ടു്?"

പക്ഷേ മുത്തച്ഛൻ താടി തടവി ഇരുന്നതേയുള്ളു.

"എന്റെ മോൻ ഒരു കമ്മ്യൂണിസ്റ്റാണ്," മുത്തച്ഛൻ അഭിമാനപൂർവ്വം പറഞ്ഞു.

അവർ കളപ്പുരയിൽ പോയി. പൈപ്പു വലിച്ചിരുന്ന പട്ടാളക്കാരൻ പത്തായങ്ങൾ നോക്കി ചിരിച്ചു.

"ഈ പത്തായത്തിലുള്ള ധാന്യം പത്തായപ്പുരയിലേക്കയയ്ക്കു," അയാൾ പറഞ്ഞു. "ബാക്കി ഭക്ഷണത്തിനും വിത്തിനുമായി വച്ചുകൊള്ളൂ."

മുത്തച്ഛൻ സവ്രാസ്കയെന്ന വയസ്സൻ കുതിരയെ വണ്ടിയിൽ പൂട്ടി. ഒന്നുരണ്ടുതവണ നെടുവീർപ്പിടുകയും തന്നെത്താൻ പിറുപിറുക്കുകയും ചെയ്തെങ്കിലും മുത്തച്ഛൻ ഗോതമ്പു വണ്ടിയിൽ കയറ്റി_ അതു് എട്ടു ചാക്കു നിറച്ചുണ്ടായിരുന്നു. നിസ്സഹായതയോടെ തോളിളക്കിക്കൊണ്ടു് അദ്ദേഹം പത്തായപ്പുരയിലേക്കു് വണ്ടിയോടിച്ചുപോയി. ഗോതമ്പു പോയതിൽ സങ്കടപ്പെട്ടുകൊണ്ടു് അമ്മ അല്പം കരഞ്ഞു. ചാക്കുകൾ നിറയ്ക്കാൻ മുത്തച്ഛനെ സഹായിച്ചുകഴിഞ്ഞു മീഷ വീത്യയുമായി കളിക്കാൻ പുരോഹിതന്റെ വീട്ടിലേക്കു പോയി.

കുട്ടികൾ രണ്ടു പേരും കടലാസിൽനിന്നു വെട്ടിയെടുത്ത കുറെ കുതിരകളുമായി അടുക്കളത്തറയിൽ ഇരിക്കുകയായിരുന്നു. അപ്പോഴാണു് പട്ടാളക്കാർ വന്നതു്__മീഷയുടെ വീട്ടിൽ വന്ന അതേ കൂട്ടർ. പുരോഹിതൻ അവരെ സ്വീകരിക്കാൻ തിരക്കിട്ടു ചെന്നു. പരിഭ്രമത്തിനിടയിൽ തന്റെ പുരോഹിതവസ്ത്രത്തിന്റെ വക്കിൽത്തട്ടി വീഴാൻ ഭാവിച്ചു. അദ്ദേഹം അവരെ വിരുന്നുമുറിയിലേക്കു ക്ഷണിച്ചു. പക്ഷേ പൈപ്പു വലിക്കുന്ന പട്ടാളക്കാരൻ പരുഷമായി പറഞ്ഞു:

"നിങ്ങളുടെ കളപ്പുരയാണു ഞങ്ങൾക്കു കാണേണ്ടതു്. ധാന്യം എവിടെയാണു് സൂക്ഷിക്കുന്നതു്?"

തലമുടി നാനാവിധമായിട്ടുകൊണ്ടു് പുരോഹിതന്റെ ഭാര്യ അടുക്കളയിലേക്കു തിടുക്കത്തിൽ വന്നു.

പറഞ്ഞാൽ വിശ്വസിക്കുമോ, മാന്യരേ, ഞങ്ങളുടെ പക്കൽ ഒരു മണി ധാന്യമില്ല," കൗശലം നിറഞ്ഞ പുഞ്ചിരിയോടെ അവർ പറഞ്ഞു. "എന്റെ ഭർത്താവ് ഇതേവരെ ഇടവകയിൽ ഇറങ്ങിയില്ല."

"നിങ്ങൾക്ക് എവിടെങ്കിലും ഒരു അറയുണ്ടോ?"

"ഇല്ല, അറ ഇല്ല. ഞങ്ങളെപ്പോഴും കളപ്പുരയിലാണ ധാന്യം സൂക്ഷിക്കാറ്."

അടുക്കളയിൽനിന്നിറങ്ങിച്ചെല്ലാവുന്ന വിശാലമായൊരു അറയിൽ താനും വീത്യയും കളിച്ച കാര്യം മീഷയ്ക്കു നല്ല ഓർമ്മയുണ്ടായിരുന്നു.

"ഞാനും വീത്യയും കൂടി കളിച്ച, അടുക്കളയുടെചുവട്ടിലെ വലിയ അറയോ?" പുരോഹിതന്റെ ഭാര്യയുടെ നേരേ തിരിഞ്ഞു് അവൻ ചോദിച്ചു. "നിങ്ങളതു മറന്നുകാണും."

പുരോഹിതന്റെ ഭാര്യ ചിരിച്ചെങ്കിലും അവരുടെ മുഖം വിളറിയിരുന്നു.

"നിനക്കു വെറുതെ തോന്നുന്നതാണ്, കുട്ടീ," അവർ പറഞ്ഞു. "വീത്യ, നിങ്ങൾ രണ്ടുപേരും പഴത്തോട്ടത്തിൽ പോയി കളിക്കാത്തതെന്ത്?"

പൈപ്പുള്ള പട്ടാളക്കാരൻ കണ്ണു ചെറുതാക്കിക്കൊണ്ട് മീഷയെ നോക്കി ചിരിച്ചു.

"ആ അറയിലേക്ക് കടക്കേണ്ടതെങ്ങിനെയാണ്, അനിയാ?" അയാൾ ചോദിച്ചു.

"ആ വിവരംകെട്ട പയ്യൻ പറയുന്നതു വിശ്വസിക്കണ്ട," കയ്യിലെ ഞൊട്ടയൊടിച്ചുകൊണ്ട് പുരോഹിതപത്നി പറഞ്ഞു. "ഞങ്ങൾക്ക് അറയില്ല, മാന്യരെ. ഞാൻ തീർത്തു പറയാം"

"ഒരുപക്ഷെ സഖാക്കൾക്ക് വിശക്കുന്നുണ്ടാവും," തന്റെ വസ്ത്രത്തിന്റെ മടക്കുകളിലൂടെ വിരലോടിച്ചുകോണ്ട് പുരോഹിതൻ പറഞ്ഞു. "നമുക്ക് വിരുന്നുമുറിയിലേക്കു പോകാം."

കുട്ടികളെ കടന്നുപോകുമ്പോൾ പുരോഹിതന്റെ ഭാര്യ മീഷയെ വേദനിക്കത്തക്കവണ്ണം നുള്ളിയെങ്കിലും അങ്ങേയറ്റം അനുകമ്പാപൂർണ്ണമായ പുഞ്ചിരിയോടെ അവർ പറഞ്ഞതിങ്ങനെയാണ്:

“പട്ടാളക്കാർ പരസ്പരം നോക്കിയശേഷം അടുക്കള നിഷ്കർഷ യോടെ പരിശോധിക്കാൻ തുടങ്ങി. അവർ തോക്കിന്റെ പാത്തികൊണ്ട് തറയിൽ മുട്ടിനോക്കി. ചുമരിനോടു ചേർന്നു നിന്നിരുന്ന ഒരു മേശ അവർ മാറ്റിയിട്ട് അതിന്റെ ചുവട്ടിൽ കിടന്നിരുന്ന ചാക്കുകഷണം നീക്കി. പൈപ്പുള്ള പട്ടാളക്കാരൻ തറപ്പലകകളിലൊരെണ്ണം പൊക്കി അടിയിലുള്ള അറയിലേക്കു നോക്കി.

“നിങ്ങൾക്കു ലജ്ജയില്ലല്ലൊ,” അയാൾ തലയാട്ടിക്കൊണ്ടു പറഞ്ഞു. “നിങ്ങളുടെ അറ നിറയെ ഗോതമ്പു കുമിച്ചിട്ടിട്ട് ധാന്യമി ല്ലെന്നു ഞങ്ങളോടു പറയുന്നു.”

പുരോഹിതന്റെ ഭാര്യ തന്റെ നേർക്കയച്ച നോട്ടം കണ്ട് മീഷ ഭയന്നു. അവന് കഴിയുന്നതും വേഗം വീട്ടിലെത്തിയാൽ മതിയെന്നായി. അവൻ എഴുന്നേറ്റ് വാതുക്കലേക്കു നടന്നു. പടിക്കൽവച്ച് പുരോഹിതപത്നി ഒപ്പമെത്തി അവനെ തലമുടിക്കു പിടിച്ചു കുലുക്കാൻ തുടങ്ങി. അവർ കരയുകയായിരുന്നു.

അവൻ കുടഞ്ഞുമാറി വീട്ടിലേക്കോടി. കണ്ണീരുകൊണ്ടു വീർപ്പുമുട്ടി അവൻ നടന്ന കാര്യങ്ങൾ അമ്മയോടു പറഞ്ഞു. അവരുടെ കൈകൾ പേടിച്ചു മുകളിലേക്കുയർന്നു.

“ഞാൻ എന്താണു നിന്നെ ചെയ്യേണ്ടതു്?” അവർ പറഞ്ഞു. “അടി കൊള്ളണ്ടെങ്കിൽ പോ എന്റെ മുമ്പിൽനിന്ന്!”

അതിനുശേഷം മീഷയുടെ മനസ്സു നോവുമ്പോഴെല്ലാം അവൻ നേരെ കളപ്പുരയുടെ ചുവട്ടിൽവന്ന് കല്ലുരുട്ടിമാറ്റി ഇലപ്പൊതി അഴിച്ച് അതിലെ ചിത്രത്തിന്മേൽ കണ്ണീരൊഴുക്കിക്കൊണ്ട് തന്റെ എല്ലാ വൈഷമ്യങ്ങളും ലെനിനോടു തുറന്നു പറയും.

ഒരാഴ്ച കഴിഞ്ഞു. മീഷയ്ക്കു വല്ലാത്ത ഏകാന്തത അനുഭവപ്പെട്ടു. കൂടെ കളിക്കാനാരുമില്ല. അടുത്തുള്ള കുട്ടികളാരും അവന്റെയടുക്കൽ വരില്ല. ഇപ്പോൾ അവർ അവന്റെ പിന്നാലെ “തന്തയില്ലാത്തവൻ” എന്നു മാത്രമല്ല വിളിച്ചുപറയുന്നതു്. മുതിർന്നവർ പറയുന്നതു കേട്ട് കുട്ടികൾ പുതിയ പേരുകൾ പഠിച്ചിരുന്നു.

“കമ്മ്യൂണിസ്റ്റ് ചെറുക്കൻ,” അവർ വിളിച്ചുപറയും. “വൃത്തികെട്ട കമ്മ്യൂണിസ്റ്റുകാരൻ.”

ഒരു ദിവസം വൈകുന്നേരം കുളത്തിൽനിന്നു മടങ്ങി വരുമ്പോൾ മീഷ വീട്ടിൽ അച്ഛന്റെ ഉച്ചത്തിലുള്ള പരുഷമായ ശബ്ദം കേട്ടു. ആളുകൾ മരിച്ചുപോകുമ്പോഴെന്നപോലെ അമ്മ നിലവിളിക്കുകയാണ്. മീഷ അകത്തു കയറി. അച്ഛൻ ബൂട്സിടുകയാണ്. പട്ടാളക്കോട്ട് അടുത്തുതന്നെ ചുരുട്ടിവച്ചിട്ടുണ്ട്.

“അച്ഛൻ എവിടെയാണു പോകുന്നത്?”

അച്ഛൻ പൊട്ടിച്ചിരിച്ചു.

“മോനേ, പറ്റുമെങ്കിൽ നീ ചെന്ന് അമ്മയെ സമാധാനിപ്പിക്ക്. അമ്മ കരഞ്ഞ് എന്റെ ചങ്കു പൊട്ടിക്കുകയാണ്. എനിക്കിനിയും യുദ്ധത്തിൽ പോയേ തീരൂ. അമ്മ സമ്മതിക്കുന്നില്ല.”

“എന്നെക്കൂടി കൊണ്ടു പോകൂ, അച്ഛ.”

അച്ഛൻ ബെൽട്ടു മുറുക്കിക്കെട്ടി റിബൺവച്ച തൊപ്പി ധരിച്ചു.

“നിനക്കിത്ര വിവരമില്ലേ? നമുക്കു രണ്ടുപേർക്കും കൂടി എങ്ങിനെ പോകാൻ കഴിയും? ഞാൻ മടങ്ങിവരുന്നതുവരെ നീ പോകരുത്. അല്ലെങ്കിൽ പിന്നാരാണ് കൊയ്ത്തുകാലത്ത് ഗോതമ്പു കൊണ്ടുവരുന്നത്? അമ്മയ്ക്കു വീട്ടുജോലികളുണ്ട്. മുത്തച്ഛനാണെങ്കിൽ വയസ്സായി.”

മീഷ കണ്ണുനീർ അടക്കി. അച്ഛനോടു യാത്ര പറയാൻ നേരത്ത് ചിരിക്കുകപോലും ചെയ്തു.അച്ഛൻ വന്നപ്പോഴെന്നപോലെ അമ്മ അച്ഛന്റെ കഴുത്തിൽ തൂങ്ങിനിന്നു. അമ്മയെ പിടിച്ചുമാറ്റാൻ അച്ഛൻ കുറെ പാടുപെട്ടു. മുത്തച്ഛൻ നെടുവീർപ്പിട്ടു. അച്ഛനെ ചുംബിച്ചുവിടനൽകിക്കൊണ്ട് അദ്ദേഹം ചെവിയിൽ പറഞ്ഞു,

“മോനെ, നീ വീട്ടിൽ നിന്നാലെന്താണ്? നിന്നെക്കൂടാതെ അവർക്കു പൊയ്ക്കൂടേ? നീ കൊല്ലപ്പെടുകയാണെങ്കിൽ ഞങ്ങൾ എന്തു ചെയ്യും?”

“കളയൂ, അച്ഛാ. ഇങ്ങനെ പറയുന്നതുകൊണ്ട് ഒരുഗുണവുമില്ല. ആണുങ്ങളെല്ലാവരും പെണ്ണുങ്ങളുടെ പാവാടയ്ക്കു പിന്നിലൊളിച്ചാൽ ആരാണു സോവിയറ്റുകൾക്കുവേണ്ടി പൊരുതുന്നത്?”

“ഉം. ശരി. ന്യായമായ കാര്യത്തിനുവേണ്ടിയാണു നീ പൊരുതുന്നതെങ്കിൽ പോയിവാ.”

തല തിരിച്ചുകൊണ്ട് മുത്തച്ഛൻ ആരും കാണാതെ ഒരു തുള്ളി കണ്ണുനീർ തുടച്ചുകളഞ്ഞു.

അച്ഛനെ യാത്രയയയ്ക്കാൻ അവർ ഗ്രാമസോവിയറ്റുവരെ ഒപ്പം പോയി. പത്തിരുപതുപേർ അവിടെ കാത്തുനില്പുണ്ടായിരുന്നു. എല്ലാവരുടേയും കയ്യിൽ തോക്കുണ്ട്. അച്ഛനും ഒരു തോക്കെടുത്തു. മീഷയെ ഒരിക്കൽക്കൂടി ചുംബിച്ചുകൊണ്ട് അച്ഛൻ മറ്റുള്ളവരോടൊപ്പം ഗ്രാമത്തിനു വെളിയിലേക്കു പോകുന്ന റോഡിലൂടെ നടന്നുപോയി.

മീഷ മുത്തച്ഛനോടൊപ്പം വീട്ടിലേക്കു മടങ്ങി. അമ്മ വേച്ചുവേച്ചു പുറകിൽ വരുന്നുണ്ട്.ഗ്രാമത്തിൽ അവിടവിടെ പട്ടികളുടെ കുര കേൾക്കാം. അവിടവിടെ ഏതെങ്കിലും വീടിന്റെ ജനാലയിലൂടെ വെളിച്ചം കാണാം. ഒരു വൃദ്ധ കറുത്ത കരിമ്പടംകൊണ്ടു പുതക്കുന്നതുപോലെ ഗ്രാമത്തെ രാത്രിയുടെ ഇരുട്ടു പൊതിഞ്ഞു. ചാറ്റൽമഴ പെയ്യുന്നുണ്ട്. സ്റ്റെപ്പിയിലെവിടെയോ മിന്നൽ തെളിയുന്നതു കാണാം. തുടർന്ന് ഇടിയുടെ പതിഞ്ഞ മുഴക്കവും കേൾക്കാം.

അവർ മൗനമായിട്ടാണു വീട്ടിലേക്കു നടന്നത്. പക്ഷേ പടിക്കലെത്തിയപ്പോൾ മീഷ ചോദിച്ചു:

"മുത്തച്ഛാ, അച്ഛൻ ആരോടു പൊരുതാനാണു പോയിരിക്കുന്നത്?.

"എന്നെ ശല്യപ്പെടുത്തരുത്."

"മുത്തച്ഛാ!"

"ഉം?"

"ആരോടു പൊരുതാനാണ് അച്ഛൻ പോയിരിക്കുന്നത്?.

പടി കുറ്റിയിട്ടുകൊണ്ട് മുത്തച്ഛൻ പറഞ്ഞു: "ഗ്രാമത്തിനു തൊട്ടടുത്ത് കുറെ ദുഷ്ടന്മർ ഒത്തുകൂടിയിട്ടുണ്ട്. ഒരു സംഘമെന്നാണ് ആളുകൾ അവരെ വിളിക്കുന്നത്. എന്റെ കണ്ണിൽ അവർ വെറും കവർച്ചക്കാരാണ്. അവരോടു പൊരുതാനാണ് നിന്റെ അച്ഛൻ പോയിരിക്കുന്നത്."

"അവരെത്ര പേരുണ്ട്, മുത്തച്ഛാ?"

"പത്തിരുനൂറു പേരു കാണുമെന്നാണ് ആളുകൾ പറയുന്നത്. ഇനി മിണ്ടാതിരി. നീ ഉറങ്ങേണ്ട സമയം അതിക്രമിച്ചു."

രാത്രിയിൽ ആളുകളുടെ സംസാരം കേട്ട് മീഷ ഉണർന്നു.

മുത്തച്ഛനെ ഉണർത്താൻ കൈ നീട്ടി. പക്ഷേ മുത്തച്ഛൻ കിടക്കയിൽ ഇല്ലായിരുന്നു.

"മുത്തച്ഛൻ എവിടെയാണ്?"

"ശ് ശ്! മിണ്ടാതെ കിടന്നുറങ്ങ്!"

മീഷ എഴുന്നേറ്റ് ഇരുട്ടിൽ അടുക്കളയിലൂടെ തപ്പിത്തടഞ്ഞ് ജനാലയുടെ അടുത്തെത്തി. മുത്തച്ഛൻ അടിയുടുപ്പ് മാത്രമിട്ടുകൊണ്ട് അവിടെ ഒരു ബെഞ്ചിലിരിപ്പുണ്ടായിരുന്നു. തുറന്ന ജനാലയിലൂടെ തല പുറത്തിട്ട് അദ്ദേഹം ശ്രദ്ധിക്കുകയായിരുന്നു. മീഷയും ചെവിയോർത്തു. ഗ്രാമത്തിനപ്പുറത്തെവിടെയോ വെടിയുടെ ശബ്ദം രാത്രിയുടെ നിശ്ശബ്ദതയിൽ അവൻ വ്യക്തമായി കേട്ടു. ആദ്യം ഇടയ്ക്കിടെ മാത്രമേ വെടി പൊട്ടിയുള്ളൂ. പിന്നീടതു തുടർച്ചയായി കേട്ടു.

ഠോ! ഠോ! ഠോ!

ആരോ ആണിയടിച്ചുകയറ്റുന്നതുപോലെ.

മീഷയ്ക്കു പേടിയായി. അവൻ മുത്തച്ഛനോടു ചേർന്നിരുന്നു.

"എന്റെ അച്ഛൻ വെടിവയ്ക്കുന്നതാണോ ആ കേൾക്കുന്നത്?"

മുത്തച്ഛൻ മിണ്ടിയില്ല. അമ്മ വീണ്ടും കരഞ്ഞുതുടങ്ങി.

രാത്രി മുഴുവൻ വെടി തുടർന്നു. നേരം പുലർന്നപ്പോൾ എല്ലാം നിശ്ശബ്ദമായി. മീഷ ബെഞ്ചിൽ ചുരുണ്ടുകൂടി അസുഖകരമായ ദീർഘനിദ്രയിൽ ലയിച്ചു. താമസിയാതെ കുറേപ്പേർ തെരുവിലൂടെ ഗ്രാമസോവിയറ്റിന്റെ നേരെ കുതിരയോടിച്ചുചെന്നു. മുത്തച്ഛൻ മീഷയെ ഉണർത്തി തിടുക്കത്തിൽ മുറ്റത്തിറങ്ങി.

ഗ്രാമസോവിയറ്റിന്റെ മീതെ ഒരു കറുത്ത തൂൺ പോലെ പുക പൊങ്ങി. അടുത്തുള്ള കെട്ടിടങ്ങളിലുരസിക്കൊണ്ട് തീജ്വാലകൾ ആളിക്കത്തി. കുതിരസവാരിക്കാർ തെരുവുകളിലൂടെ അങ്ങോട്ടുമിങ്ങോട്ടും പാഞ്ഞു നടന്നു. ഒരാൾ മുത്തച്ഛനോടു വിളിച്ചുചോദിച്ചു:

"കുതിരയുണ്ടോ, മൂപ്പീന്നേ?"

"ഉണ്ട്."

"എന്നാൽ കുതിരയെ പൂട്ടി പോയി നിങ്ങളുടെ കമ്മ്യൂണിസ്റ്റുകാരെ

എടുത്തുകൊണ്ടുവരൂ. അവരെ ആ കുറ്റിക്കാട്ടിൽ കൂട്ടിയിട്ടിട്ടുണ്ട്. എടുത്തുകൊണ്ടുപോയി കുഴിച്ചിടാൻ അവരുടെ വീട്ടുകാരോടു പറയൂ."

മുത്തച്ഛൻ വേഗം സമ്രാസ്കയെ പൂട്ടി വിറയ്ക്കുന്ന കൈകളിൽ കടിഞ്ഞാൺ പിടിച്ച് വണ്ടിയോടിച്ചുപോയി.

ഗ്രാമത്തിൽ അട്ടഹാസങ്ങളും നിലവിളികളും ഉയർന്നു. കൊള്ളക്കാർ വയ്ക്കോലെടുത്തുകൊണ്ടുപോവുകയും ആടുകളെ കൊല്ലുകയും ചെയ്തു. ഒരുത്തൻ അനീസിമൊവ്നയുടെ വേലിക്കരികിൽ കുതിരപ്പുറത്തുനിന്നിറങ്ങി അവരുടെ വീട്ടിലേക്കോടിക്കയറി. അനീസിമൊവ്നയുടെ നിലവിളി മീഷ കേട്ടു. കൊള്ളക്കാരൻ പുറത്തിറങ്ങിവന്നു. അയാളുടെ വാൾ കതകിൽ മുട്ടി കിലുങ്ങി. അയാൾ തിണ്ണയിലിരുന്ന് തന്റെ ബൂട്ട്സൂരിമാറ്റി, അഴുക്കുപിടിച്ച പട്ടീസ് വലിച്ചു ദൂരെക്കളഞ്ഞ് പകരം അനീസിമൊവ്നയുടെ നിറപ്പകിട്ടുള്ള ഷാൾ രണ്ടായി കീറി കാലിൽ ചുറ്റി.

മീഷ അമ്മയുടെ കിടക്കയിൽ കയറിക്കിടന്ന് തല തലയിണക്കടിയിലൊളിച്ചുവച്ചു. പടിവാതിലിന്റെ കിരുകിരശബ്ദം കേൾക്കുന്നതുവരെ അവനവിടെക്കിടന്നു. അപ്പോളവൻ മുറ്റത്തേക്കോടി. താടി മുഴുവൻ കണ്ണുനീരിൽ കുതിർന്ന് മുത്തച്ഛൻ കുതിരയെ മുറ്റത്തേക്കു കയറ്റുന്നതാണ് അവൻ കണ്ടത്.

കാലിൽ ചെരിപ്പില്ലാതെ, കൈ രണ്ടും മലർത്തിയിട്ട് ഒരാൾ വണ്ടിയിൽ കിടക്കുന്നു. തല വണ്ടിയുടെ പിറകിൽ മുട്ടിക്കൊണ്ടിരിക്കുന്നുണ്ട്. പലകകളിൽ ചോര ഇരുണ്ട നിറത്തിൽ തളം കെട്ടി നിൽക്കുന്നു.

കാലുറയ്ക്കാതെ മീഷ വണ്ടിയുടെ അടുത്തേക്കു നടന്ന് ആ മനുഷ്യന്റെ മുഖത്തു നോക്കി. മുഖം മുഴുവൻ വാൾവെട്ടേറ്റപാടുകളുണ്ട്.പല്ലുകൾ പുറത്തു കാണാം. വെട്ടിമുറിച്ച ഒരു കവിൾ അറ്റുപോകാതെ തൂങ്ങിക്കിടക്കുന്നു. ചുവന്നു തുറിച്ച ഒരു കണ്ണിൽ പച്ചനിറമുള്ള വലിയൊരു ഈച്ച ഇരിപ്പുണ്ട്.

മീഷ ഭയന്നു വിറച്ചു. പക്ഷേ അവനു പെട്ടെന്ന് കാര്യം മനസ്സിലായില്ല. തിരിഞ്ഞുപോകാൻ ഭാവിച്ചപ്പോഴാണ് നീലയും വെള്ളയും വരകളോടുകൂടിയ നാവികഷർട്ട് ചോരയിൽ കുതിർന്നു കിടക്കുന്നതു കണ്ടത്. ആരോ അടിച്ചപോലെ അവൻ ഭയങ്കരമായി ഞെട്ടി.

ഒന്നുകൂടി തിരിഞ്ഞു് നിശ്ചലമായി കിടക്കുന്ന ആ ഇരുണ്ട മുഖത്തേക്കു തുറിച്ചുനോക്കി.

"അച്ഛാ!" വണ്ടിയിലേക്കു ചാടിക്കയറി അവൻ വിളിച്ചു. "അച്ഛാ, എഴുന്നേൽക്കു! അച്ഛാ!"

അവൻ വണ്ടിയിൽനിന്നു താഴെ വീണു. ഓടാൻ ശ്രമിച്ചെങ്കിലും കാൽ കുഴഞ്ഞുവീണു. ഇഴഞ്ഞിഴഞ്ഞു് അവൻ പൂമുഖംവരെ എത്തി. അവന്റെ തല മണലിലമർന്നു.

* * *

മുത്തച്ഛന്റെ കണ്ണുകൾ കുഴിഞ്ഞു് വളരെ ഉള്ളിലേക്കു പോയിരുന്നു. തല ഇളകിക്കൊണ്ടിരുന്നു. ചുണ്ടുകൾ നിശ്ശബ്ദം അനങ്ങിക്കൊണ്ടിരുന്നു.

ഏറേനേരം അദ്ദേഹം ഒന്നും മിണ്ടാതെ മീഷയുടെ മുടി തലോടിക്കൊണ്ട് ഇരുന്നു. പിന്നീട് കട്ടിലിൽ മോഹാലസ്യപ്പെട്ടു കിടക്കുന്ന അമ്മയെ ഒന്നു നോക്കിയ ശേഷം അദ്ദേഹം അടക്കിയ സ്വരത്തിൽ പറഞ്ഞു, "വാ, മോനെ. നമുക്കിവിടന്നു പുറത്തു കടക്കാം."

മുത്തച്ഛൻ മീഷയെ കയ്യു പിടിച്ചു പൂമുഖത്തേക്കു വന്നു. മറ്റേ മുറിയുടെ തുറന്ന കതകു കടന്നപ്പോൾ മീഷ കിടുകിട വിറച്ചുകൊണ്ട് താഴോട്ടു നോക്കി. അവിടെ മേശപ്പുറത്തു് അച്ഛൻ കിടപ്പുണ്ട്__ഉഗ്രഭാവത്തിൽ, നിശ്ചലനായി. ചോരയുടെ പാടുകൾ കഴുകിക്കളഞ്ഞിരുന്നു. പക്ഷേ ആ ചുവന്നു തുറിച്ച കണ്ണും അതിലിരുന്നിരുന്ന പച്ചനിറമുള്ള ഈച്ചയേയും മീഷയ്ക്കു മറക്കാൻ കഴിഞ്ഞില്ല.

കിണറ്റിൻകരയിൽ മുത്തച്ഛൻ വളരെ നേരം പണിപ്പെട്ടശേഷം തൊട്ടിയുടെ കയറഴിച്ചെടുത്തു. പിന്നീട് സവ്രാസ്കയെ കളപ്പുരയിൽനിന്ന് ഇറക്കിക്കൊണ്ടുവന്ന് കുപ്പായക്കൈകൊണ്ട് കുതിരയുടെ വായിൽ നിന്നു നുരയെല്ലാം തുടച്ചുകളഞ്ഞു് കടിവാളമിട്ടു. ഒരു നിമിഷം അദ്ദേഹം ചെവിയോർത്തു. ഗ്രാമത്തിൽ ചിരിയും ആർപ്പുവിളികളും മുഴങ്ങിക്കേൾക്കാം. രണ്ടു കൊള്ളക്കാർ ആ വഴി കുതിരയോടിച്ചു പോയി. അവരുടെ സിഗററ്റിന്റെ അറ്റം സന്ധ്യാവെളിച്ചത്തിൽ മിന്നുന്നുണ്ടായിരുന്നു.

"അവരുടെ മിച്ചധാന്യമെടുപ്പിന്റെ ഫലം നാമവർക്കു

കാട്ടിക്കൊടുത്തു," അതിലൊരാൾ പറഞ്ഞു.

"ആളുകളുടെ ധാന്യമെടുത്താലത്തെ അനുഭവമെന്താണെന്ന് പരലോകത്തിൽ ചെല്ലുമ്പോൾ അവർക്കു മനസ്സിലാവും"

കുളമ്പടിശബ്ദം കേൾക്കാതായപ്പോൾ മുത്തച്ഛൻ കുനിഞ്ഞ് മീഷയുടെ ചെവിയിൽ പറഞ്ഞു:

"എനിക്കു വയസ്സായി. കുതിരിപ്പുറത്തു കയറാൻ വയ്യ. മോനേ, ഞാൻ നിന്നെ കുതിരപ്പുറത്തു കയറ്റാം. നീ നേരെ പ്രോനിൻ ഗ്രാമത്തിൽ ചെല്ലണം. ഞാൻ വഴി കാട്ടിത്തരാം. കഴിഞ്ഞ ദിവസം പെരുമ്പറയും കുഴലുമായി ഈ ഗ്രാമത്തിലൂടെ കടന്നുപോയി പട്ടാളക്കാർ അവിടുണ്ട്. കൊള്ളക്കാർ ഇവിടുള്ളതുകൊണ്ട് അവരോടു വേഗം വരാൻ പറയണം. അവരോടു പറയേണ്ടതെന്താണെന്നു നീ ഓർക്കുമോ?"

മീഷ തലയാട്ടി. മുത്തച്ഛൻ അവനെ എടുത്തുപൊക്കി കുതിരപ്പുറത്തു കയറ്റിയിരുത്തി. വീഴാതിരിക്കാൻ തൊട്ടിയിൽനിന്നഴിച്ചെടുത്ത കയറുകൊണ്ട് അവന്റെ കാലുകൾ ജീനിയോടു ചേർത്തു കെട്ടി. കുതിരയേയും പിടിച്ചുകൊണ്ട് മെതിസ്ഥലവും കുളവും കൊള്ളക്കാരുടെ സങ്കേതവും കടന്ന് തുറന്ന പുൽപ്രദേശത്തെത്തി.

"കുന്നിന്റെ നേർക്കൊഴുകുന്ന ആ ചാലിന്റെ വക്കു പിടിച്ചു പൊക്കോ. ഒരിടത്തും തിരിയണ്ട. നീ നേരെ ഗ്രാമത്തിലെത്തും. ശരി. നിനക്കു നല്ലതു വരട്ടെ, മോനെ."

മുത്തച്ഛൻ മീഷയെ ചുംബിച്ചിട്ട് സവ്രാസ്കയുടെ ചുമലിൽ മെല്ലെ അടിച്ചു.

ചന്ദ്രികയുള്ള തെളിഞ്ഞ ഒരു രാത്രിയായിരുന്നു അത്. ഇടയ്ക്കിടെ തുമ്മുകയും ചീറുകയും ചെയ്തുകൊണ്ട് സവ്രാസ്ക പതുക്കെ ഓടിപ്പോയി. ജീനിയിലിരുന്നു പൊങ്ങുകയും താഴുകയും ചെയ്തുകൊണ്ടിരുന്ന സവാരിക്കാരനു തീരെ ഭാരമില്ലാതിരുന്നതിനാൽ കുതിര പലപ്പോഴും ഓട്ടത്തിന്റെ വേഗത കുറച്ചു. അപ്പോൾ മീഷ കടിഞ്ഞാണൊന്നിളക്കുകയോ കുതിരയുടെ കഴുത്തിലടിക്കുകയോ ചെയ്യും.

വിളഞ്ഞുവരുന്ന ധാന്യം പച്ചനിറത്തിൽ തിങ്ങിനിന്നിരുന്ന പാടങ്ങളിൽ കാടപ്പക്ഷികൾ ഉന്മേഷത്തോടെ കൂവിവിളിച്ചു.

ചാലിൽനിന്നും വെള്ളത്തിന്റെ മർമ്മരശബ്ദം ഉയർന്നു. കുളിർമയേറിയ ഒരിളംകാറ്റടിച്ചു.

ഈ പുൽപ്രദേശത്ത് ഒറ്റയ്ക്കിങ്ങനെ പോകാൻ മീഷയ്ക്കു ഭയം തോന്നി. അവൻ സവ്രാസ്കയുടെ കഴുത്തിൽ കെട്ടിപ്പിടിച്ചു. കുതിരയുടെ ചൂടുപകരുന്ന ശരീരത്തോടൊട്ടിക്കിടക്കുന്ന വിറയാർന്ന ഒരു മനുഷ്യശകലമായിരുന്നു അവൻ.

വഴി കുന്നിലൂടെ മേലോട്ട് പിന്നീട് അല്പം താഴോട്ടും വീണ്ടും മേലോട്ടും നീണ്ടുകിടന്നിരുന്നു. മീഷ സ്വയം മന്ത്രിച്ചുകൊണ്ടിരുന്നു. പുറകോട്ടു തിരിഞ്ഞു നോക്കാൻഅവനു ധൈര്യമില്ലായിരുന്നു. ചിന്തിക്കാൻപോലും അവൻ ഭയന്നു. അവൻ കണ്ണടച്ചു. ആ നിശ്ശബ്ദത അവന്റെ കാതുകളടച്ചു.

പെട്ടെന്ന് സവ്രാസ്ക തലയാട്ടുകയും ചീറുകയും ചെയ്തുകൊണ്ട് ഓട്ടത്തിന്റെ വേഗത കൂട്ടി. മീഷ കണ്ണു തുറന്നു. അങ്ങു താഴെ, കുന്നിൻ ചുവട്ടിൽ, വിളക്കുകൾ മങ്ങിക്കത്തുന്നുണ്ട്. പട്ടികൾ കുരയ്ക്കുന്ന ശബ്ദം കാറ്റടിച്ചു ചെവിയിലെത്തി.

ഒരു നിമിഷത്തേക്ക് മീഷയുടെ തണുത്ത ഹൃദയം ആഹ്ലാദംകൊണ്ട് ഊഷ്മളമായി.

"ഓട് വേഗം,"ഉപ്പൂറ്റി കുതിരയുടെ പള്ളയ്ക്കമർത്തിക്കൊണ്ട് അവൻ വിളിച്ചുപറഞ്ഞു.

പട്ടികളുടെ കുര അടുത്തടുത്തുവന്നു. കുന്നിൻചരിവിൽ ഒരു കാറ്റാടിമില്ലിന്റെ രൂപം ഇരുട്ടിൽ അവ്യക്തമായി കണ്ടു.

"ആരവിടെ?" മില്ലിനകത്തുനിന്ന് ചോദ്യമുയർന്നു.

മീഷ നിശ്ശബ്ദനായി സവ്രാസ്കയെ മുന്നോട്ടു പോകാൻ നിർബ്ബന്ധിച്ചുകൊണ്ടിരുന്നു. കോഴി കൂവി.

"നിൽക്ക്! ആരവിടെ? നിന്നില്ലെങ്കിൽ വെടിവയ്ക്കും!"

അതു കേട്ട് മീഷ പേടിച്ചു. അവൻ കടിഞ്ഞാൺ വലിച്ചു. പക്ഷേ മറ്റു കുതിരകളുടെ സാമീപ്യം മണത്തറിഞ്ഞ സവ്രാസ്ക ഉച്ചത്തിൽ ചിനച്ചുകൊണ്ട് മുന്നോട്ടുകുതിച്ചു.

"നിൽക്ക്!"

കാറ്റാടിമില്ലിനടുത്തെവിടെയോനിന്ന് വെടികൾ മുഴങ്ങി. മീഷയുടെ നിലവിളി കുളമ്പടിശബ്ദത്തിനിടയിൽ പുറത്തു കേട്ടില്ല. സവ്രാസ്ക കിതച്ചുകൊണ്ട് മുൻകാലുകൾ ഉയർത്തി വലതുവശം തിരിഞ്ഞു് നിലത്തേക്ക് വീണു.

മീഷയുടെ കാലിലൂടെ വേദന തുളച്ചുകയറി. അവനു കരയാൻപോലും കഴിയാത്തവണ്ണം അത്ര ഭയങ്കരമായ, ദുസ്സഹമായ വേദനയായിരുന്നു അതു്. സവ്രാസ്കയുടെ ഭാരം അവന്റെ കാലിൽ അധികമധികം അമർന്നു കൊണ്ടിരുന്നു.

കുളമ്പടിശബ്ദം അടുത്തടുത്തു വന്നു. രണ്ടു സവാരിക്കാർ പ്രത്യക്ഷപ്പെട്ടു. വാളിളക്കിക്കൊണ്ട് അവർ താഴെയിറങ്ങി മീഷയുടെ നേരെ കുനിഞ്ഞു.

"ദൈവം നമ്മെ രക്ഷിക്കട്ടെ! വെറുമൊരു കൊച്ചുപയ്യനാണിതു്!"

"കൊല്ലപ്പെട്ടോ?"

ഒരു കൈ മീഷയുടെ ഷർട്ടിനടിയിലേക്കു തിരുകപ്പെട്ടു. പുകയിലയുടെ മണമുള്ള ചുടുശ്വാസം അവന്റെ മുഖത്തടിച്ചു.

"ജീവനുണ്ട്," ആദ്യത്തെയാളിന്റെ ശബ്ദം ആശ്വാസത്തോടെ പറഞ്ഞു. "കുതിര വീണ് കാലിനു പരിക്കേറ്റിട്ടുണ്ടെന്നാണു തോന്നുന്നതു്."

ബോധം വാർന്നുപോകുന്നതിനിടയിൽ മീഷ കഷ്ടിച്ച് ഇത്രയും പറഞ്ഞു: "ഗ്രാമത്തിൽ കൊള്ളക്കാരുണ്ട്. അവർ എന്റെ അച്ഛനെ കൊന്നു. സോവിയറ്റിന്റെ കെട്ടിടം തീവച്ചു നശിപ്പിച്ചു. മുത്തച്ഛൻ പറഞ്ഞു നിങ്ങൾ കഴിയുന്നത്ര വേഗം വരണമെന്ന്."

പിന്നീട് സർവ്വതും മങ്ങിമറഞ്ഞു. നാനാവർണ്ണത്തിലുള്ള വൃത്തങ്ങൾ മീഷയുടെ കൺമുമ്പിൽ ചുറ്റിക്കറങ്ങാൻ തുടങ്ങി.

പൊട്ടിച്ചിരിക്കുകയും ചെമ്പിച്ച മീശ പിരിക്കുകയും ചെയ്തുകൊണ്ട് അച്ഛൻ കടന്നുപോയി. പച്ചനിറത്തിലുള്ള വലിയൊരു ഈച്ച കൃഷ്ണമണിയിൽ ആടിയാടി നിൽക്കുന്നുണ്ട്. അതാ മുത്തച്ഛൻ ശാസനാഭാവത്തിൽ തലയാട്ടിക്കൊണ്ടു പോകുന്നു. അടുത്തതു് അമ്മയാണ്. മീഷയുടെ നേർക്കുതന്നെ കൈ ചൂണ്ടിക്കൊണ്ട് ഉയർന്ന നെറ്റിയോടുകൂടിയ ഒരു ചെറിയ മനുഷ്യനാണു പിന്നീടു വന്നതു്.

“സഖാവ്വ ലെനിൻ!....” വീർപ്പുമുട്ടിയ സ്വരത്തിൽ മീഷ വിളിച്ചു. വളരെ ആയാസപ്പെട്ടുകൊണ്ട് അവൻ തല ഉയർത്തി നോക്കി ഒരു പുഞ്ചിരിയോടെ കൈ രണ്ടും നീട്ടി.

[വിവർത്തനം: ഓമന]

നീലിമയാർന്ന സ്റ്റെപ്പി

ദോൻനദിയുടെ ഓരത്ത്, സൂര്യന്റെ ചൂടേറ്റ് കഷണ്ടികയറിയ ഒരു കൂട്ടം കാട്ടുമുൾച്ചെടികളുടെ ചുവട്ടിൽ കിടക്കുകയാണ് സഹാറപ്പ്പനും ഞാനും. മീൻചെതുമ്പലുകൾപോലെ ചെത്തിയെടു ത്തിരിക്കുന്ന ഒരു മേഘക്കീറിന്റെ താഴെ തവിട്ടുനിറത്തിലുള്ള ഒരു പരുന്ത് വട്ടമിട്ടു പറക്കുന്നുണ്ട്. പക്ഷിക്കാട്ടം പറ്റിപ്പിടിച്ചിരിക്കുന്ന മുൾച്ചെടിയുടെ ഇലകൾ ഞങ്ങൾക്ക് തണലേകുന്നില്ല. ചൂടുകൊണ്ട് എന്റെ ചെവിക്കുള്ളിൽ ഒരു മുഴക്കം കേൾക്കാം. താഴെ കാറ്റിലുലയു ന്ന കുറുനിരകൾ കണക്കെ ഓളംതല്ലുന്ന ദോൻനദിപ്പരപ്പിലേക്കോ കാൽച്ചുവട്ടിൽ കിടക്കുന്ന തണ്ണിമത്തന്റെ ചുക്കിച്ചുളിഞ്ഞ തൊലി യിലേക്കോ കണ്ണയയ്ക്കുമ്പോൾ ഒരുതരം ഒട്ടുന്ന തുപ്പൽ വായ്ക്കകത്തു വന്നു നിറയുന്നു. പക്ഷേ ആലസ്യം കാരണം അതു തുപ്പിക്കളയാൻ മിനക്കെടുന്നില്ല.

ഒരു ഇടുക്കിൽ പാതിവറ്റിയ ഒരു കുളത്തിനരികിലായി ആട്ടിൻപ റ്റം കൂട്ടംകൂടി നിൽക്കുകയാണ്. അവറ്റ തളർന്ന് പൃഷ്ഠം താഴ്ത്തി ചിടപിടിച്ച വാലാട്ടുകയും മൂക്കിനകത്ത് പൊടി പോയിട്ട് വല്ലാതെ തുമ്മുകയും ചീറുകയുമൊക്കെ ചെയ്യുന്നുണ്ട്. കുളത്തിനക്കരെയുള്ള ചിറ യ്ക്കടുത്ത് ഒരു തക്കിടിമുണ്ടൻ ആട്ടിൻകുട്ടി പിൻകാലുകൾ ഊന്നിനിന്ന്, മുഷിഞ്ഞ മഞ്ഞനിറമുള്ള തള്ളയാടിന്റെ മുല ഈമ്പിക്കുടിക്കുകയാണ്.

ഇടയ്ക്കിടയ്ക്ക് അവൻ തള്ളയുടെ അകിടിനിട്ട് ഇടിക്കുന്നുണ്ട്. ആ സാധു വേദന കൊണ്ട് മുതുകു വളയ്ക്കുകയും ചെയ്യുന്നു. അതിന്റെ കണ്ണുകളിൽ യാതന നിഴലിക്കുന്നുണ്ടെന്ന് എനിക്കു തോന്നി.

സഹാർ അപ്പൂപ്പൻ എണീറ്റിരുന്നു. നെയ്ത്തെടുത്ത കമ്പിളിക്കുപ്പായം തലവഴി ഊരിയെടുത്തിട്ട് അയാൾ കാഴ്ചകുറഞ്ഞ കണ്ണുകൾകൊണ്ട് അതിൽ സൂക്ഷിച്ചുനോക്കുകയും അതിന്റെ മടക്കുകളിലും ചേർപ്പുകളിലും വിരലോടിക്കുകയും ചെയ്തു. അപ്പൂപ്പന് എഴുപതു തികയാൻ ഒരു വർഷംകൂടിയേ വേണ്ടൂ. അയാളുടെ നഗ്നമായ മുതുകത്ത് ചുളിവുകളുടെ ചിത്രവേലകൾ കാണാം. തൊലിയ്ക്കടിയിൽ തോൾപ്പലകകൾ ഉന്തി നിൽക്കുന്നു. എങ്കിലും ആ നീലക്കണ്ണുകളിൽ ഇപ്പോഴും യൗവ്വനം സ്ഫുരിക്കുന്നു. തടിച്ച പുരികങ്ങൾക്കടിയിൽനിന്നു വരുന്ന ആ നോട്ടം ചടുലവും തുളച്ചുകയറുന്നതുമാണ്.

പിടികിട്ടിയ പേനിനെ തന്റെ വിറയാർന്ന പരുക്കൻ വിരലുകൾക്കിടയിൽ നിർത്താൻ അയാൾ കുറെവിഷമിച്ചു. വളരെ സൂക്ഷിച്ചും വാത്സല്യത്തോടു കൂടിയുമാണ് അയാൾ അതിനെ പിടിച്ചിരിക്കുന്നത്. അവസാനം അയാൾ ആവുന്നത്ര ദൂരെ പോയി അതിനെ നിലത്ത് ഇറക്കി വിട്ടു. വായുവിൽ കുരിശു വരച്ചിട്ട് അയാൾ അടഞ്ഞ ശബ്ദത്തിൽ മന്ത്രിച്ചു:

“ശരി, ഇഴഞ്ഞുപൊയ്ക്കോ, കീടമേ! നിനക്ക് ജീവിക്കണം, അല്ലേ? നടക്കട്ടെ! നീ മതിയാവോളം ചോരകുടിച്ചില്ലേ, യജമാനത്തി !”

അപ്പൂപ്പൻ തല മലർത്തിപ്പിടിച്ച് മുക്കിയും മൂളിയും ഒരു തരത്തിൽ വീണ്ടും തന്റെ ഷർട്ട് എടുത്തണിഞ്ഞിട്ട് കയ്യിലുള്ള മരപ്പാത്രത്തിൽ നിന്ന് കുറച്ച് വാട്ട വെള്ളം മോന്തിക്കുടിച്ചു. ഓരോ തവണ വെള്ളമിറക്കുമ്പോഴും, താടിയുടെ ഇരുവശത്തുനിന്നും തൊണ്ടവരെ തൂങ്ങിക്കിടക്കുന്ന രണ്ടു മടക്കുകൾക്കിടയിലൂടെ കണ്ഠമുഴമേലോട്ടു പൊങ്ങി. വെള്ളത്തുള്ളികൾ താടിരോമങ്ങളുടെ മീതേകൂടി ഒലിച്ചിറങ്ങി. വെയിൽ കണ്ണിലടിച്ചിട്ട് അയാളുടെ കാവിനിറത്തിലുള്ള കൺപോളകൾ ചുവന്നിരുന്നു.

പാത്രം വീണ്ടും അടച്ചുവച്ചിട്ട് അയാൾ എന്നെ ഒന്നു പാളിനോക്കി. ഞാൻ അയാളെ നോക്കുകയാണെന്നു മനസ്സിലായപ്പോൾ അയാൾ ചുണ്ട് കടിച്ചുകൊണ്ട് ദൂരെ സ്റ്റെപ്പിയിലേക്കു കണ്ണു പായിച്ചു.

ഇടുക്കിനപ്പുറത്ത് സ്റ്റെപ്പി വെയിലിന്റെ ചൂടുകൊണ്ടു് പുകയുകയാണ്. വരണ്ട മണ്ണിൽനിന്നടുക്കുന്ന കാറ്റിന് തേനിന്റേയും കാട്ടുതുളസിയുടേയും സൗരഭ്യമുണ്ടു്. അതുവരെ മൗനം ഭജിച്ച വൃദ്ധൻ തന്റെ ഇടയദണ്ഡു് മാറ്റിവച്ചിട്ട് പുകയിലക്കറ പറ്റിയ വിരൽ ചൂണ്ടിക്കൊണ്ടു് എന്നോടു പറഞ്ഞു:

"ഇടക്കിനപ്പുറത്ത് ആ പോപ്ലാർ മരങ്ങളുടെ തലപ്പുകൾ കണ്ടോ? അതാണ് തൊമീലിൻ വീട്ടുകാരുടെ വക എസ്റ്റേറ്റായിരുന്ന തോപ്പൊലെവ്ക്ക. അതിനടുത്തുള്ള ഗ്രാമത്തിന്റെ പേരും തോപ്പൊലെവ്ക്ക എന്നാണ്. അവിടത്തുകാർ എല്ലാവരും അടിയാളന്മാരായിരുന്നു. എന്റെ അച്ഛനും അവരിലൊരാളായിരുന്നു. മരിക്കുന്നതുവരെ പ്രഭു യെവ്ഗ്രാഫ് തൊമീലിന്റെ വണ്ടിക്കാരനായിരുന്നു അച്ഛൻ. യജമാനൻ ഒരു വളർത്തുകൊക്കിനെ കൊടുത്തിട്ട് ഒരു അയൽക്കാരന്റെ അടുത്തുനിന്നും അച്ഛനെ പകരം വാങ്ങിയ കാര്യം എന്റെ കുട്ടിക്കാലത്ത് അച്ഛൻ എന്നോടു പറഞ്ഞിട്ടുണ്ടു്. അച്ഛൻ മരിച്ചപ്പോൾ ഞാനായി യജമാനന്റെ വണ്ടിക്കാരൻ അന്ന് യജമാനന് അറുപതു വയസ്സോളം പ്രായം വരും. നല്ല ചുറുചുറുക്കുള്ള ഒരു ഒത്ത മനുഷ്യനായിരുന്ന അദ്ദേഹം ചെറുപ്പത്തിൽ സാർചക്രവർത്തിയുടെ ഗാർഡ്‌വിഭാഗത്തിലായിരുന്നു. ജോലിയിൽനിന്നു പിരിഞ്ഞപ്പോൾ ദോൻനദീതീരത്ത് താമസമാക്കി. ദോൻനദീതീരത്ത് ആ കുടുംബത്തിനുണ്ടായിരുന്ന ഭൂമിയെല്ലാം കൊസാക്കുകൾ കൈക്കലാക്കി. എങ്കിലും അതിനു പകരമായി അവർക്ക് സറാത്തൊവ് പ്രവിശ്യയിൽ ആറായിരത്തിലധികം ഏക്കർ ഭൂമി കിട്ടി. തൊമീലിൻ അതെല്ലാം സാറാത്തൊവുകാർക്ക് പാട്ടത്തിനു കൊടുത്തിട്ട് തോപ്പൊലെവ്ക്കയിൽ വന്ന് താമസമാക്കി.

"ആള് ഒരു വല്ലാത്ത പ്രകൃതക്കാരനായിരുന്നു. ഒന്നാന്തരം കമ്പിളിത്തുണികൊണ്ടുണ്ടാക്കിയ നീണ്ട ജോർജ്ജിയൻ കുപ്പായമിട്ടുകൊണ്ടാണ് എപ്പോഴും നടപ്പ്. അരയിൽ ഒരു കച്ചയും കഠാരയും കാണും. എവിടെങ്കിലും വിരുന്നിനു പോവുകയാണെന്നിരിക്കട്ടെ. തോപ്പൊലെവ്ക്കയുടെ പുറത്തു കടന്നാൽ യജമാനന്റെ ഉത്തരവായി:

"നാശം പിടിക്കാൻ, ഒന്നു വേഗമോടിക്ക്!"

"ഞാൻ ചാട്ട വീശും. കണ്ണിലൂറുന്ന വെള്ളം കാറ്റത്ത് വറ്റാൻ സമയം കിട്ടില്ല. അത്ര വേഗത്തിലാണ് കുതിരകളുടെ പാച്ചിൽ.

അങ്ങിനെ പോകുമ്പോൾ വെള്ളം റോഡുമുറിച്ച് ഒഴുകുന്നതു കാണാം. വസന്തത്തിലെ വെള്ളപ്പൊക്കത്തിൽ റോഡിൽ പലേടത്തും കാണുന്ന കാഴ്ചയാണത്. മുൻവശത്തെ ചക്രങ്ങൾക്ക് ഒച്ചയില്ല, പക്ഷേ പുറകിലത്തേതിൽനിന്ന് പൊട്ടലും ചീറലും കേൾക്കാം. ഒരു അര നാഴിക പോകുമ്പോഴേക്കും യജമാനൻ വിളിച്ചു പറയും: 'വണ്ടി തിരിച്ചുവിട്ട് !' ഞങ്ങൾ വന്നവഴിയേതന്നെ ആ വെള്ളച്ചാലിന്റെ നേരെ കുതിച്ചുപായും..... ആ മാരണത്തിനിടയിലൂടെ അങ്ങോട്ടുമി ങ്ങോട്ടും രണ്ടോ മൂന്നോ തവണ പോകുമ്പോഴേയ്ക്ക് ഒന്നുകിൽ ഒരു സ്പ്രിംഗ് ഒടിയും, അല്ലെങ്കിൽ ഒരു ചക്രം ഇളക്കിത്തെറിച്ചുപോകും. യജമാനൻ പന്നിയേപ്പോലെ മുക്രയിട്ടുകൊണ്ട് വണ്ടിയിൽനിന്ന് പുറ ത്തിറങ്ങും. എന്നിട്ട് ബാക്കി ദൂരം മുഴുവനും കാൽനടയായി പോകും. ഞാൻ കുതിരകളേയും വലിച്ചുകൊണ്ട് പുറകേയും. അദ്ദേഹത്തിന് ഇഷ്ടപ്പെട്ട വേറൊരു നേരമ്പോക്കെന്താണെന്നോ. വീട്ടുവളപ്പിനു പുറ ത്തേക്ക് വണ്ടിയിറക്കുമ്പോൾ അദ്ദേഹം എന്റെ ഒപ്പം കയറിയിരുന്ന് ചാട്ട പിടിച്ചു വാങ്ങും. 'പ്രധാനകുതിരയ്ക്ക് ഉശിര് കയറ്റ്, കാണട്ടെ !' അദ്ദേഹം വിളിച്ചുപറയും. ഞാൻ ആവുന്നത്ര ഉശിരു കയറ്റും. വണ്ടി ത്തണ്ട് വെടിയുണ്ടപോലെ ശ്ശൂ എന്ന് പായും. അദ്ദേഹം എന്റെ ചാട്ട വച്ച് കുതിരയെ അടിക്കും. മൂന്ന് കുതിരകളെ പൂട്ടിയവണ്ടിയാണ്. മൂന്നും ദോൻപ്രദേശത്തെ നല്ല ജാതി കുതിരകൾ. പാമ്പുകളെപ്പോലെ കഴുത്തു വളച്ചുപിടിച്ചുള്ള ഓട്ടമാണ്.

"അദ്ദേഹം ചാട്ടവീശി അടിക്കുന്നത് എപ്പോഴും ഒരേ കുതിരയെയാ ണ്. ആ സാധു നുരയും പതയും തുപ്പിത്തുടങ്ങും... അപ്പോൾ അദ്ദേഹം കഠാര ഊരി മുന്നോട്ടു കുനിഞ്ഞു് ക്ഷൗരക്കത്തികൊണ്ട് മുടി അറക്കും പോലെ കുതിരയുടെ പള്ള കീറിമുറിക്കും. കുതിര ഞെട്ടിത്തെറിച്ച് കരണം മറിഞ്ഞു് പൊത്തോ എന്നു വീഴും. മൂക്കിൽക്കൂടി ചോര ചീറ്റും. അതോടെ അതിന്റെ കഥ കഴിഞ്ഞു. അടുത്ത കുതിരയ്ക്കും അതേ ഗതിതന്നെ. പ്രധാനകുതിര ഓടിയോടി തളർന്നുവീണ് ഊർദ്ധ്വം വലിക്കും. യജമാനന്ന് എന്നിട്ടും യാതൊരു കുലുക്കവുമില്ല. അദ്ദേഹ ത്തിന് കുറെക്കൂടി ഉഷാർ തോന്നുമെങ്കിലേയുള്ളൂ. കവിളുകളിലേക്ക് ചോര ഇരച്ചുകയറും.

"അദ്ദേഹം എങ്ങോട്ടിറങ്ങിയാലും എന്തെങ്കിലുമൊന്ന് ഒപ്പിക്കാ തിരിക്കില്ല. ഒന്നുകിൽ വണ്ടി തകർക്കും അല്ലെങ്കിൽ കുതിരകളെ കൊല്ലും. എന്നിട്ട് ബാക്കി ദൂരം മുഴുവൻ കാൽനടയായി പോകും...

ആളൊരു രസികനായിരുന്നു.... അക്കാലമൊക്കെ കഴിഞ്ഞു. കർത്താവുതന്നെ വിധിയെഴുതട്ടെ.... അദ്ദേഹം എന്റെ കെട്ടിയോളെ സ്വൈര്യം കെടുത്തിയിരുന്നു. അദ്ദേഹത്തിന്റെ വീട്ടുവേലക്കാരികളിൽ ഒരുത്തിയായിരുന്നു അവൾ. ഞങ്ങൾ വേലക്കാർ താമസിക്കുന്ന ഇടത്തേക്ക് അവൾ കീറിപ്പറിഞ്ഞ ഉടുപ്പുമായി അലറിവിളിച്ച് ഓടിക്കിതച്ചു വരും. അവളുടെ നെഞ്ചത്തെല്ലാം കടിച്ചതിന്റേയും മാന്തിയതിന്റേയും പാടുകൾ കാണാം.... ഒരു ദിവസം വൈകിട്ട് യജമാനൻ ഡോക്ടറെ വിളിച്ചുകൊണ്ടുവരാൻ എന്നോടു പറഞ്ഞു. അതു വെറുതെയായിരുന്നു. കാര്യമെന്താണെന്ന് ഞാൻ ഊഹിച്ചു. ഞാൻ സ്റ്റെപ്പിയിൽ പോയി നേരം ഇരുട്ടുന്നതുവരെ കാത്തുനിന്നിട്ട് മടങ്ങിവന്നു. ഞാൻ നേരെ വാല്യക്കാർ താമസിക്കുന്ന ഇടത്തെ ഞങ്ങളുടെ ചെറിയ മുറിയിലേക്കുപോയി. ഞാൻ വാതിൽ തള്ളിത്തുറന്നു. മനപ്പൂർവ്വം മെഴുകുതിരികത്തിച്ചില്ല. കട്ടിലിനടുത്ത് ഒരു അനക്കം കണ്ടു.... യജമാനൻ എണീറ്റയുടനെ ഞാൻ ചാട്ട വീശികൊടുത്തു. ഒരു വീക്ക് ചാട്ടയുടെ അറ്റത്ത് ഈയം കെട്ടിയിരുന്നു.... അദ്ദേഹം ജനലിനടുത്തേക്കു കുതിക്കുന്നതു കണ്ടു. ഞാൻ ആ നെറ്റിക്കിട്ട് ഒന്നുകൂടി കൊടുത്തു. അദ്ദേഹം ജനൽവഴി എടുത്തുചാടി ഓടിക്കളഞ്ഞു. ഭാര്യയ്ക്കും രണ്ടു മൂന്നടി കൊടുത്തിട്ട് ഞാൻ ഉറങ്ങാൻ കിടന്നു. അഞ്ചു ദിവസം കഴിഞ്ഞു് ഞങ്ങൾക്ക് ഒരു ഗ്രാമത്തിലേക്കു പോകാനുണ്ടായിരുന്നു. ഞാൻ വണ്ടിയ്ക്കകത്ത് കരിമ്പടം വിരിക്കുന്ന സമയത്ത് യജമാനൻ എന്റെ ചാട്ടയെടുത്ത് അറ്റം തൊട്ടുനോക്കി. കുറച്ചുനേരം അങ്ങിനെ തപ്പിനോക്കിയപ്പോൾ ഈയം കെട്ടിയിട്ടുണ്ടെന്നു മനസ്സിലായി. ഉടനെ അദ്ദേഹം ചോദിച്ചു: 'എടാ, കഴുവേറി, നീ എന്തിനാണ് ചാട്ടയിൽ ഈയം കെട്ടിയിരിക്കുന്നത്?

'യജമാനൻതന്നെ പറഞ്ഞിട്ടാണല്ലോ' എന്നായി ഞാൻ.

"ആദ്യത്തെ വെള്ളച്ചാലിനടുത്ത് എത്തുന്നതുവരെ അദ്ദേഹം ഒരക്ഷരം മിണ്ടിയില്ല. ചൂളമടിച്ചുകൊണ്ട് വെറുതെ ഇരുന്നതേയുള്ളു. ഞാൻ തലതിരിച്ച് അദ്ദേഹത്തിന്റെ മുഖത്തേക്കൊന്ന് ഓടിച്ചുനോക്കി. മുടി നെറ്റിയിൽ വീണുകിടക്കാനായി മുമ്പോട്ടു ചീകിവച്ചിരിക്കുകയാണ്. അതിന്റെ മീതെ തൊപ്പി അമർത്തിവച്ചിട്ടുണ്ട്.....

"ഒരു രണ്ടുകൊല്ലംകൂടി കഴിഞ്ഞപ്പോൾ യജമാനന് പക്ഷവാതം പിടിച്ചു. ഞങ്ങൾ അദ്ദേഹത്തെ ഉസ്ത്-മെദ് വേദിസ്ത എന്ന

സ്ഥലത്തേക്കു കൊണ്ടുപോയി. ഡോക്ടറന്മാർ വന്നു നോക്കുമ്പോൾ ആള് നിലത്തു കിടക്കുകയാണ്. മുഖമാകെ കരുവാളിച്ചിരിക്കുന്നു. കീശയിൽനിന്ന് നോട്ടുകൾ വാരിവലിച്ചെടുത്ത് ഞങ്ങളുടെ നേരെ എറിഞ്ഞുകൊണ്ട് അദ്ദേഹം കരഞ്ഞുപറഞ്ഞു: 'എന്റെ സുഖക്കേടൊന്നു മാറ്റിൻ, പന്നികളെ! എനിക്കുള്ളതെല്ലാം ഞാൻ തന്നേക്കാം!'

"പക്ഷേ പണമെല്ലാമുണ്ടായിട്ടും അദ്ദേഹം മരിച്ചു. അദ്ദേഹത്തിന്റെ ആത്മാവിനു ശാന്തി ! അദ്ദേഹത്തിന്റെ സ്വത്തെല്ലാം കിട്ടിയത് പട്ടാളത്തിലെ ഓഫീസറായിരുന്ന മകനാണ്. ആ ചെറുപ്പക്കാരൻ കൊച്ചു ചെക്കനായിരുന്നപ്പോൾ പട്ടിക്കുട്ടികളെ ജീവനോടെ തൊലിയുരച്ചിട്ട് മുറ്റത്തേക്ക് ഇറക്കിവിടുമായിരുന്നു. അവറ്റ മരണവേദവനയെടുത്ത് ഓടുന്നതു കണ്ട്ുരസിക്കും. അച്ഛന്റെ സ്വഭാവംതന്നെ മകനും. പക്ഷേ വലുതായപ്പോൾ കുസൃതിത്തരമെല്ലാം പോയി. ചടച്ചു നീണ്ടിട്ടായിരുന്നു ദേഹം. പെണ്ണുങ്ങളെപ്പോലെ കണ്ണിന്റെ താഴെ കറുത്ത വട്ടങ്ങൾ കാണാം. മൂക്കത്ത് സ്വർണ്ണക്കണ്ണടയുണ്ടായിരുന്നു. ചെറിയൊരു ചരടും ഞാന്നുകിടപ്പുണ്ടാവും. ജർമ്മൻകാരുമായുള്ള യുദ്ധത്തിന്റെ സമയത്ത് സൈബീരിയയിലെ തടവുകാരുടെ മേൽനോട്ടമായിരുന്നു. വിപ്ലവം കഴിഞ്ഞു ഇങ്ങോട്ട് തിരിച്ചുപോന്നു. അപ്പോഴേക്കും എന്റെ മരിച്ചുപോയ മോന്റെ മക്കൾ വളർന്നു വലുതായിക്കഴിഞ്ഞിരുന്നു. മൂത്തവൻ, സിമ്യോൻ, പെണ്ണുകെട്ടി. പക്ഷേ ഇളയവൻ അനീക്കെയ് ഒറ്റത്തടിയായിട്ട് കഴിയുകയായിരുന്നു. ജീവിതത്തിന്റെ അഴിഞ്ഞ തുമ്പുകളെല്ലാം കെട്ടിയുറപ്പിച്ചുകൊണ്ട് ഞാനും അവരൊന്നിച്ചായിരുന്നു താമസം... വസന്തത്തിൽ വീണ്ടുമൊരു വിപ്ലവം നടന്നു. നാട്ടുകാരെല്ലാവരുംകൂടി യജമാനനെ എസ്റ്റേറ്റിൽനിന്നോടിച്ചു. അദ്ദേഹത്തിന്റെ ഭൂമിയെല്ലാം വീതിച്ചെടുത്തോളാനും സാധനങ്ങളൊക്കെ വീട്ടുകളിലേക്ക് എടുത്തുകൊണ്ടുപൊയ്ക്കോളാനും അന്നുതന്നെ സിമ്യോൻ അവരോടുപറഞ്ഞു. അതുതന്നെയാണ് അവർ ചെയ്തതും. നല്ല സാധനങ്ങളെല്ലാം അവർ എടുത്തുകൊണ്ടുപോയി. ഭൂമി പങ്കിട്ടെടുത്ത് കരിപൂട്ടാൻ തുടങ്ങി. ഒരാഴ്ച കഴിഞ്ഞില്ല. അപ്പോഴേക്കും സകലരേയും വകവരുത്താനായി യജമാനൻ കൊസാക്കുകളേയും കൊണ്ട് വരുന്നുണ്ടെന്ന ശ്രുതി പരന്നു. നാട്ടുകാർ യോഗംകൂടി. തോക്കുകൾ കൊണ്ടുവരാൻ ഞങ്ങൾ രണ്ടു വണ്ടികൾ സ്റ്റേഷനിലേക്കയച്ചു. ഈസ്റ്ററിന്റെ സമയത്ത് ഞങ്ങൾക്ക് റെഡ്ഗാർഡുകളിൽ നിന്ന് തോക്കുകൾ കിട്ടി. തോപ്പൊലെവ്ക്കയുടെ അപ്പുറത്തായി

ഞങ്ങൾ യജമാനന്റെ കളംവരെ കിടങ്ങുവെട്ടി.

"അങ്ങോട്ടു നോക്കു. ആ ഇടുക്കിനപ്പുറത്ത് കാട്ടുതുളസിച്ചെടികളുടെ നിരകൾ കണ്ടില്ലേ. അവിടെയാണ് തോപ്പൊലെവ്ക്കക്കാർ കിടങ്ങുകളിൽ കാത്തിരുന്നത്. എന്റെ ചെറുമക്കൾ രണ്ടുപേരും അവരോടൊപ്പമുണ്ടായിരുന്നു--സിമ്യോനും അനീക്കെയും. രാവിലെ പെണ്ണുങ്ങൾ തിന്നാൻ കൊണ്ടുകൊടുത്തു. ഉച്ചസമയമായപ്പോഴേയ്ക്കു കുന്നു കയറി കുതിരപ്പട്ടാളം വന്നു. അവർ ആക്രമിക്കാൻ തയ്യാറായി രണ്ടു വശത്തേക്കും പരന്നു. അവരുടെ ഊരിപ്പിടിച്ച വാളുകൾ നീലനിറത്തിൽ തിളങ്ങി. ഒരു വെളുത്ത കുതിരയുടെ പുറത്ത് ഇരുന്നിരുന്ന അവരുടെ തലവൻ വാള് വീശുന്നത് ഞങ്ങളുടെ വീട്ടുമുറ്റത്തുനിന്ന് ഞാൻ കണ്ടു. ചാക്കിൽനിന്ന് ഉതിർന്നുവീഴുന്ന പയർമണികൾപോലെ അവർ കുന്നിൻചെരുവിലൂടെ ഊന്നിറങ്ങി. വെള്ളക്കുതിരയജമാനന്റേതാണെന്ന് അതിന്റെ ഓട്ടം കണ്ടപ്പോൾ മനസ്സിലായി. കുതിപ്പുറത്ത് ഇരിക്കുന്നതാരാണെന്നും അങ്ങിനെ പിടികിട്ടി. ഞങ്ങളുടെ ആൾക്കാർ അവരെ രണ്ടു തവണ തിരിച്ചോടിച്ചു. പക്ഷേ മൂന്നാമത്തെ തവണ കൊസാക്കുകൾ ഒരു സൂത്രം പ്രയോഗിച്ചു. അവർ പുറകിൽനിന്ന് ആക്രമിച്ചു. അതോടെ തുടങ്ങി കശാപ്പ്.... വൈകുന്നേരത്തിനകം എല്ലാം കഴിഞ്ഞു. ഞാൻ നിരത്തിലിറങ്ങി നോക്കിയപ്പോൾ ഞങ്ങളുടെ ഒരു കൂട്ടം ആൾക്കാരെ കുതിരപ്പട്ടാളക്കാർ എസ്റ്റേറ്റിലേക്കു കൊണ്ടുപോകുന്നതു കണ്ടു. ഞാനും എന്റെ വടിയെടുത്ത് അവരുടെ പുറകേ പോയി.

"മുറ്റത്ത് ഞങ്ങളുടെ ആൾക്കാർ ആട്ടിൻപറ്റത്തെപ്പോലെ തിങ്ങിക്കൂടി നിൽക്കുന്നതു കണ്ടു. നാലുവശത്തും കൊസാക്കുകളാണ്. ഞാൻ അങ്ങോട്ടു ചെന്നു. 'എന്റെ ചെറുമക്കൾ എവിടെയാണെന്ന് ഒന്നു പറയാമോ?' ഞാൻ ചോദിച്ചു.

"ആൾക്കൂട്ടത്തിനിടയിൽനിന്ന് രണ്ടു പേരുടേയും വിളി കേട്ടു. ഞാൻ അവരുടെ അടുത്തു ചെന്ന് കുറച്ച് വർത്തമാനം പറഞ്ഞു. അപ്പോഴാണ് യജമാനൻ ഇറയത്തിന്റെ പടിക്കെട്ടിലേക്ക് ഇറങ്ങി വരുന്നതു കണ്ടത്.

"ആര്? സഹാറപ്പൂപ്പനോ?' എന്നെ കണ്ടപാടെ അദ്ദേഹം ഉറക്കെ വിളിച്ചുചോദിച്ചു.

“അടിയൻതന്നെ, യജമാന്നെ !’

“എന്തിന് ഇങ്ങോട്ടു വന്നു?’

“ഞാൻ പടിക്കെട്ടിനടുത്തേക്കു നീങ്ങിനിന്ന് അദ്ദേഹത്തിന്റെ മുമ്പിൽ മുട്ടുകുത്തി.

“എന്റെ ചെറുമക്കളെ രക്ഷിക്കാൻ വന്നതാണ്. അവരോട് കനിവു കാട്ടൂ, യജമാന്നേ ! ഞാൻ എന്റെ ജീവിതകാലം മുഴുവനും അങ്ങയുടെ അച്ഛനെ സേവിച്ചവനാണ്. അദ്ദേഹത്തിന്റെ ആത്മാവിനു ശാന്തി ! ഞാൻ എത്ര കൂറോടെയാണു സേവിച്ചതെന്ന് ഒന്നോർത്തുനോക്കൂ ! എന്റെ പ്രായം വിചാരിച്ചെങ്കിലും മനസ്സലിയൂ !”

“അപ്പോൾ അദ്ദേഹം പറയുകയാണ്:

“സഹാറപ്പൂപ്പാ, താൻ എന്റെ അച്ഛനോടു കാണിച്ച കൂറിനെ ഞാൻ അങ്ങേയറ്റം ബഹുമാനിക്കുന്നു. പക്ഷേ തന്റെ ചെറുമക്കൾക്ക് മാപ്പു കൊടുക്കാൻ നിവൃത്തിയില്ല. അവർ ഭയങ്കര ലഹളക്കാരാണ്. എന്തു ചെയ്യാം, സഹിച്ചേ പറ്റൂ, അപ്പൂപ്പാ.’

“ഞാൻ പടികൾ നിരങ്ങിക്കയറി അദ്ദേഹത്തിന്റെ പാദങ്ങൾ മുത്തി. ‘ദയ കാട്ടൂ, യജമാന്നേ ! എന്റെ പൊന്നോ. അങ്ങയെ സന്തോഷിപ്പിക്കാൻ ഈ സഹാറപ്പൂപ്പൻ എന്തൊക്കെ ചെയ്തിട്ടുണ്ടെന്ന് ഒന്നോർത്തുനോക്കൂ. എന്റെ വയറ്റത്തടിക്കല്ലേ ! എന്റെ സിമ്യോന് മുലകുടിമാറാത്ത ഒരു കുഞ്ഞുണ്ട്.’

“അദ്ദേഹം വാസനയുള്ള സിഗററ്റ് ഒരെണ്ണം കൊളുത്തി പുക വിട്ടുകൊണ്ട് എന്നോടു പറഞ്ഞു: ‘ആ തെമ്മാടികളോട് എന്നെ വന്നു കാണാൻ പറ. അവന്മാർ മാപ്പുചോദിച്ചാൽ എന്റെ അച്ഛനെ ഓർത്ത് ഞാൻ മാപ്പുകൊടുക്കാം. നല്ല പിട കൊടുത്തിട്ട് എന്റെ പട്ടാളത്തിൽ ചേർക്കാം. ഒരുപക്ഷേ കൂറോടെ സേവിച്ചിട്ട് അവർ ചെയ്ത തെറ്റിന് പ്രായശ്ചിത്തം ചെയ്യുമായിരിക്കും’.

“ഞാൻ ചെറുമക്കളോട് വിവരം പറയാൻ മുറ്റത്തേക്കോടി. അവരുടെ കുപ്പായക്കയ്യിൽ പിടിച്ചുവലിച്ചിട്ട് ഞാൻ പറഞ്ഞു: ‘ഭ്രാന്തന്മാരേ ! പോയി മാപ്പിരിക്കിൻ ! മാപ്പു തരുന്നതുവരെ നിലത്തുനിന്നെണീക്കരുത് !’

“സിമ്യോൻ ഒരു കമ്പെടുത്ത് നിലത്തു വരച്ചുകൊണ്ട്

കത്തിയിരിക്കുകയായിരുന്നു. അവൻ ഒന്നു തല പൊക്കിയതുപോലുമില്ല. അനീക്കെയ് എന്നെ ഒന്നു തറച്ചു നോക്കിയിട്ട് പറഞ്ഞു: 'അപ്പൂപ്പന്റെ യജമാനനോടു പോയി പറയൂ: സഹാറപ്പൂപ്പൻ ജീവിതം മുഴുവൻ മുട്ടിലിഴഞ്ഞാണല്ലോ കഴിഞ്ഞത്. അപ്പൂപ്പന്റെ മകനും അങ്ങിനെതന്നെ. എന്നാൽ ചെറുമക്കൾക്ക് അതിനു മനസ്സില്ലെന്നു പോയിപ്പറയൂ !'

"നീ പോവില്ലേ, നായിന്റെ മോനെ?'

"ഇല്ല, പോവില്ല !'

"എടാ കഴുവേറി, നീ ജീവിച്ചാലും ചത്താലും നിനക്കൊന്നുമില്ലായിരിക്കും. പക്ഷേ സിമ്യോനെ അവന്റെ പാട്ടിനു വിടാത്തതെന്താ? അവന്റെ കെട്ടിയോളേയും കൊച്ചിനേയും ആരു നോക്കും?'

"ഈ സമയമൊക്കെ സിമ്യോൻ നിലത്ത് കമ്പുകൊണ്ട് കത്തി വരയ്ക്കുകയാണ്. അവന്റെ കൈ വിറയ്ക്കുന്നതു കണ്ടു. പക്ഷേ അവൻ ഒരക്ഷരം മിണ്ടുന്നില്ല. മൂരിക്കാളയുടെ വാശിയാണ്.

"അപ്പൂപ്പൻ ഒന്നു പോകാമോ. ഞങ്ങളുടെ തലതിരിക്കാൻ നോക്കണ്ട,' അനീക്കെയ് കെഞ്ചിപ്പറഞ്ഞു.

"ഞാൻ എങ്ങും പോകുന്നില്ലടാ, നശിച്ചവനേ ! സിമ്യോന് വല്ലതും വന്നുപോയാൽ അവന്റെ അനീസ്യ പിന്നെ ജീവിച്ചിരിക്കുകയില്ല.'

"സിമ്യോന്റെ കയ്യിലെ കമ്പ് ഞെരിയുന്ന ശബ്ദം കേട്ടു. അത് ഒടിഞ്ഞ് നിലത്തു വീണു.

"ഞാൻ കാത്തുനിന്നു. എന്നിട്ടും അവൻ ഒന്നും മിണ്ടിയില്ല.

"കുഞ്ഞേ, സിമ്യോൻ. നീയല്ലേ എനിക്കൊരുതുണയായിട്ടുള്ളത്. ദയവുചെയ്ത് നല്ല ബുദ്ധി കാട്ട്. യജമാനനെ പോയിക്കാണ്.'

"ഞങ്ങൾക്ക് നല്ല ബുദ്ധി വന്നുകഴിഞ്ഞു. ഞങ്ങൾക്കു പോകാൻ മനസ്സില്ല. അപ്പൂപ്പൻ പോയി നിരങ്ങിക്കോളൂ !' അനീക്കെയ് എന്റെനേരെ ചീറി.

"ഞാൻ അവനോടു പറഞ്ഞു: 'യജമാനന്റെ മുമ്പിൽ മുട്ടു മടക്കുന്നതിനാണോ നീ എന്നെ ആക്ഷേപിക്കുന്നത്? എനിക്കു വയസ്സായി. അമ്മയുടെ മുലയ്ക്കു പകരം യജമാനന്റെ ചാട്ടയാണ് ഞാൻ

നണഞ്ഞിട്ടുള്ളതു്. അങ്ങിനെയുള്ള എനിക്ക് എന്റെ സ്വന്തം ചെറുമക്കളുടെ കാലു പിടിക്കാനും നാണമില്ല.'

"ഞാൻ മുട്ടു കുത്തി തല നിലത്തു മുട്ടിച്ചുകൊണ്ടു് അവരോടു കെഞ്ചി. അവരുടെ ചുറ്റും നിന്നിരുന്നവർ അതു കണ്ട ഭാവം വയ്ക്കാതെ തല തിരിച്ചുകളഞ്ഞു.

"വേഗം പൊയ്ക്കോ, അപ്പൂപ്പാ ! ഞാൻ കൊല്ലുണ്ടെങ്കിൽ സ്ഥലം വിട്ടോ !' അനീക്കെയ് അലറി. അവന്റെ കടവായിൽ നുരയും പതയും കണ്ടു. അവന്റെ കണ്ണുകൾ, കെട്ടിയിട്ട ചെന്നായുടേതുപോലെയായിരുന്നു. ആരും പേടിച്ചുപോകും.

"ഞാൻ തിരിഞ്ഞു നടന്നു, യജമാനന്റെ അടുത്തേക്ക്. എന്നെ തൊഴിച്ചുമാറ്റാതിരിക്കാൻവേണ്ടി ഞാൻ അദ്ദേഹത്തിന്റെ കാലുകളിൽ ഇറുക്കി കെട്ടിപ്പിടിച്ചു. എന്റെ കൈ രണ്ടും തരിച്ചുപോയി. പക്ഷേ എന്റെ നാവു പൊങ്ങിയില്ല.

"അവിടെ?" അദ്ദേഹം ചോദിച്ചു.

"അവർക്കു പേടിയാണു്, യജമാന്നെ...."

"ഓഹോ, പേടിയാണെന്നോ." പിന്നൊന്നും മിണ്ടിയില്ല. അദ്ദേഹം ബൂട്ടുവച്ച് എന്റെ വായിൽത്തന്നെ തൊഴിച്ചിട്ട് വരാന്തയിലേക്കിറങ്ങി.

സഹാറപ്പൂപ്പൻ കിതച്ചു. നിമിഷനേരത്തേക്ക് അയാളുടെ മുഖം ചുളിഞ്ഞു. അതു വല്ലാതെ വിളറി. തന്റെ വൃദ്ധഹൃദയത്തിൽനിന്നു തികട്ടിവന്ന തേങ്ങൽ പണിപ്പെട്ട് അടക്കിക്കൊണ്ടു് അയാൾ തന്റെ വരണ്ട ചുണ്ടു തുടച്ചിട്ട് തല തിരിച്ചു. കുളത്തിനപ്പുറത്തു് ഒരു പരുന്ത് ചെരിഞ്ഞു പറന്ന് ഊളിയിട്ടു വന്ന് നെഞ്ചിക്കൊണ്ടു് ഉയർന്നു. അതിന്റെ തൂവലുകൾ ഹിമതുലങ്ങൾ പോലെ ചിതറി വീണു. പുല്ലിൽ വീണുകിടന്ന അവയുടെ തിളക്കം കണ്ണു മഞ്ഞളിപ്പിച്ചു. മൂക്കു ചീറ്റി കുപ്പായത്തിന്റെ വക്കത്തു് വിരൽ തുടച്ചിട്ട് സഹാറപ്പൂപ്പൻ തന്റെ കഥ തുടർന്നു.

"ഞാൻ അദ്ദേഹത്തിന്റെ പുറകേ വരാന്തയിലേക്കിറങ്ങി. അനീസ്യ കുഞ്ഞിനേയും എടുത്തുകൊണ്ടു് ഓടിവരുന്നതു കണ്ടു. നേരത്തേ കണ്ട പരുന്തിനെപ്പോലെ അവൾ ആ കയ്യുള്ളിൽ അനക്കമറ്റ് നിന്നു.

"യജമാനൻ സാർജന്റ്മേജറെ വിളിച്ച് സിമ്യോനേയും

അനീക്കെയേയും ചൂണ്ടിക്കാട്ടി. സാർജന്റ്മേജറും വേറെ ആറ് കൊസാക്കുകളും കൂടി അവരെ യജമാനന്റെ മേച്ചിൽസ്ഥലത്തേക്കു കൂട്ടിക്കൊണ്ടുപോയി. ഞാൻ അവരുടെ പുറകെ പോയി. അനീസ്യ കുഞ്ഞിനെ ആ മുറ്റത്തുതന്നെ നിർത്തിയിട്ട് യജമാനന്റെ പുറകേ ഏന്തിവലിഞ്ഞു നടന്നു. സിമ്യോൻ മറ്റുള്ളവരെക്കാൾ വേഗത്തിൽ നടന്നു ലായത്തിനടുത്തെത്തിയപ്പോൾ അവൻ നിലത്ത് കുത്തിയിരുന്നു.

"എന്താ നിന്റെ ഭാവം?' യജമാനൻ ചോദിച്ചു.

"എന്റെ ചെരിപ്പു കടിക്കുന്നു. കാലിലിടാൻ വയ്യ', എന്നു പറഞ്ഞിട്ട് സിമ്യോൻ ചെറുതായി ചിരിച്ചു.

"അവൻ ബൂട്സ് ഊരി എന്റെനേരെ നീട്ടി.

"ഇത് അപ്പൂപ്പൻ എടുത്തോളൂ,' അവൻ പറഞ്ഞു. 'ഇരട്ടമടമ്പാണുള്ളത്.'

"ഞാൻ ബൂട്സ് വാങ്ങി. ഞങ്ങൾ പിന്നെയും നടന്നു. വേലിക്കരികിൽ എത്തിയപ്പോൾ കൊസാക്കുകൾ അവരെ അതിനോടു ചേർത്തു നിർത്തിയിട്ട് തോക്കു നിറയ്ക്കാൻ തുടങ്ങി. യജമാനൻ ചെറിയൊരു നഖംവെട്ടി എടുത്ത് തന്റെ നഖങ്ങൾ മുറിച്ചുകൊണ്ട് മാറിനിന്നു. അദ്ദേഹത്തിന്റെ കൈ എത്ര വെളുത്തിട്ടാണെന്നു ഞാൻ കണ്ടു.

"അവരുടെ ഉടുപ്പൂരാൻ സമ്മതിക്കാമോ, യജമാനനേ,' ഞാൻ പറഞ്ഞു. 'നല്ല ഉടുപ്പുകളാണ്. സാധുക്കളായ ഞങ്ങൾക്ക് അതുകൊണ്ട് ഉപകാരമുണ്ടാകും. ഞങ്ങൾക്കത് ഇടാൻ പറ്റും.'

"ശരി, സമ്മതിച്ചു.'

"അനീക്കെയ് അവന്റെ ട്രൗസറൂരി അകംപുറം മറിച്ചിട്ട് ഒരു വേലിക്കുറ്റിയിൽ തൂക്കിയിട്ടു. അതുകഴിഞ്ഞ് കീശയിൽനിന്ന് പുകയിലസഞ്ചി പുറത്തെടുത്ത് ഒരു സിഗററ്റ് തെറുത്തു വലിച്ചു. ഒരു കാൽ മുമ്പോട്ടു തള്ളി നിന്നുകൊണ്ട് അവൻ പുകവളയങ്ങൾ ഊതിവിടുകയും കൂടെക്കൂടെ വേലിയ്ക്കപ്പുറത്തേക്കു തുപ്പുകയും ചെയ്തു. സിമ്യോൻ എല്ലാം ഊരി, അടിയുടുപ്പുവരെ. പക്ഷേ തൊപ്പിയൂരാൻ മറന്നുപോയി. അവൻ സ്വബോധമില്ലാതെയാണ് പ്രവർത്തിച്ചതെന്നു തോന്നുന്നു. എന്റെ കാര്യം പറയുകയാണെങ്കിൽ ഒരു നിമിഷം

ഭയങ്കര ചൂട്ടം. ഞാൻ നെറ്റി തൊട്ടുനോക്കി. അതിലെ വിയർപ്പിന്ന് ഊറ്റവെള്ളത്തിന്റെ തണുപ്പായിരുന്നു. സിമ്യോന്റെ നെഞ്ചുനിറയെ രോമമായിരുന്നു. അവനങ്ങിനെ നൂൽബന്ധമില്ലാതെ തൊപ്പിയും വച്ച് നിൽക്കുകയാണ്. അനീസ്യ പെണ്ണല്ലേ. തന്റെ ഭർത്താവ് അങ്ങിനെ ഒന്നുമിടാതെ തൊപ്പിയും വച്ച് നിൽക്കുന്നതുകണ്ടപ്പോൾ അവൾ ഓടിച്ചെന്ന് അവനെ കെട്ടിപ്പിണഞ്ഞുനിന്നു. ഓക്കുമരത്തിൽ വള്ളി ചുറ്റുംപോലെ . സിമ്യോൻ അവളെ തള്ളിമാറ്റി.

“മൂതേവി, ദൂരെ മാറിപ്പോ ! നിനക്കുതലയ്ക്കു വെളിവില്ലേ? എല്ലാവരുടേയും മുമ്പിൽ വെച്ച് ! ഞാൻ ഒന്നുമിടാതെ നിൽക്കുകയാണെന്നു കാണാൻ വയ്യേ? നാണമില്ലേ നിനക്ക്?’

“പക്ഷേ അവൾ തലമുടി അഴിച്ചിട്ടുകൊണ്ട് പിന്നെയും വിളിച്ചു പറഞ്ഞു:

“ഞങ്ങളെ രണ്ടുപേരേയും വെടിവയ്ക്കൂ !’

“യജമാനൻ തന്റെ നഖംവെട്ടി കീശയിലിട്ടിട്ടു ചോദിച്ചു: ‘വെടിവച്ചോട്ടെ?’

“വയ്ക്കെടാ വെടി, പിശാചേ !’

“യജമാനനോടാണ് അപ്പറഞ്ഞത് !

“അവളെ അവനോടു ചേർത്തു കെട്ട് !’ അദ്ദേഹം കല്പിച്ചു.

“താനെന്താണു കാണിച്ചതെന്ന് അപ്പോഴാണ് അനീസ്യയ്ക്കു മനസ്സിലായത്. അവൾ ഞെട്ടി പിന്മാറി. പക്ഷേ വൈകിപ്പോയി. കൊസാക്കുകൾ പൊട്ടിച്ചിരിച്ചുകൊണ്ട് അവളെ കടിഞ്ഞാൺ ചരടുകൊണ്ട് സിമ്യോനോട്ട് ചേർത്തുകെട്ടി. ആ പൊട്ടിപ്പെണ്ണ് ഭർത്താവിനേയും കൂടെ വലിച്ചു താഴെയിട്ടുകൊണ്ട് നിലത്തേക്കു വീണു. യജമാനൻ അടുത്തു ചെന്ന് പല്ലു കടിച്ചുകൊണ്ട് ചോദിച്ചു: ‘കുഞ്ഞിനെ ഓർത്ത് മാപ്പു ചോദിക്കാൻ തയ്യാറാണോ?’

“അതെ, മാപ്പു ചോദിക്കാം’, സിമ്യോൻ ഞരങ്ങി.

“കൊള്ളാം, നല്ല കാര്യം. പക്ഷേ ഇനിയിപ്പോൾ ദൈവത്തോടു ചോദിക്കേണ്ടിവരും. എന്നോടു ചോദിക്കാൻ സമയം കഴിഞ്ഞു പോയി.’

“അങ്ങിനെ ആ കിടന്ന കിടപ്പിൽ അവരെ വെടിവച്ചുകൊന്നു... അനീക്കെയെ വെടിവച്ചപ്പോൾ അവൻ നിന്ന് ആടിയതല്ലാതെ ഉടനെ വീണില്ല. കാലുകുഴഞ്ഞു് അവൻ നിലത്ത് മുട്ടു കുത്തി നിന്നു. പെട്ടെന്ന് ദേഹം ഒന്നു വെട്ടിച്ചിട്ട് അവൻ മലർന്നടിച്ചു വീണു. യജമാനൻ അടുത്തു ചെന്ന് സൗമ്യമായി ചോദിച്ചു: ‘നിനക്ക് ജീവിക്കണമെന്നുണ്ടോ? എങ്കിൽ മാപ്പുചോദിക്ക്. അമ്പത് അടി തന്നിട്ട് പട്ടാളത്തിലെടുത്ത് യുദ്ധമുന്നണിയിലേക്കയയ്ക്കാം.’

“അനീക്കെയ് വായിൽ തുപ്പൽ നിറച്ചു. പക്ഷേ തുപ്പാനുള്ള ശക്തിയില്ലായിരുന്നു. തുപ്പൽ അവന്റെ താടിരോമങ്ങളിലൂടെ ഒലിച്ചിറങ്ങി. ദേഷ്യംകൊണ്ട് അവന്റെ മുഖമാകെ വിളറിവെളുത്തു. പക്ഷേ അതുകൊണ്ടെന്തു ഗുണം? മൂന്ന് ഉണ്ടയാണ് അവന്റെ ദേഹത്തുതറച്ചത്.

“അവനെ പിടിച്ച് റോഡിൽ കിടത്ത് !’ യജമാനൻ കല്പിച്ചു.

“കൊസാക്കുകൾ അവനെ എടുത്തുപൊക്കി വേലിക്കപ്പുറത്തേക്കിട്ടു. അവൻ നേരെ റോഡിൽ ചെന്നുവീണു. ആ സമയത്ത് ഒരു സംഘം കൊസാക്കുകൾ തോപ്പൊലെവ്ക്കയിൽ നിന്ന് കുതിരയോടിച്ചു പോവുകയായിരുന്നു. കൂടെ രണ്ടു് പീരങ്കികളുമുണ്ട്. യജമാനൻ പൂവൻകോഴിയെപ്പോലെ വേലിപ്പുറത്തേക്ക് ചാടിക്കയറിക്കൊണ്ട് വിളിച്ചുപറഞ്ഞു: ‘നേരെ പോ, വണ്ടിക്കാരാ ! വണ്ടി തിരിക്കരുത് !’

“എന്റെ തലയിലെ മുടി എണീറ്റു നിന്നു. സിമ്യോന്റെ ഉടുപ്പും ബൂട്സും പിടിച്ചുകൊണ്ട് ഞാൻ അവിടെ നിൽക്കുകയായിരുന്നു. പക്ഷേ ഞാൻ കാൽ കുഴഞ്ഞു് വീണുപോയി... കുതിരകളുടെ ഉള്ളിൽ ദൈവത്തിൽ നിന്നു കിട്ടിയ ആ തീപ്പൊരിയുണ്ട്. അവ ഒരെണ്ണംപോലും എന്റെ അനീക്കെയെ ചവുട്ടിയില്ല. കവച്ചുകടന്നു പോയതേയുള്ളു... ഞാൻ വേലിയിൽ അള്ളിപ്പിടിച്ചു നിൽക്കുകയാണ്. കണ്ണടയ്ക്കാൻ വയ്യ. വായ്ക്കകം ഒട്ടിപ്പിടിച്ചതുപോലെ തോന്നി. പീരങ്കിവണ്ടിയുടെ ചക്രങ്ങൾ അനീക്കെയുടെ കാലുകളുടെ മീതേക്കൂടി കടന്നുപോയി. ആദ്യം റൊട്ടിയുടെ മൊരിഞ്ഞ ഭാഗം കടിക്കുമ്പോഴുള്ളപോലത്തെ ഒച്ച കേട്ടു. അതു കഴിഞ്ഞു് അവ ചതഞ്ഞരഞ്ഞു് മരിക്കുമെന്നാണു ഞാൻ വിചാരിച്ചത്. പക്ഷേ അവൻ ഒന്നു നിലവിളിക്കുകപോലും ചെയ്തില്ല. റോഡിൽ നിന്ന് ഒരു പിടി മണ്ണുവാരി വായിലിട്ടു. അത്രതന്നെ... അതെ, അവൻ മണ്ണ് ചവച്ചുകൊണ്ട് യജമാനനെ നോക്കി. അവൻ കണ്ണൊന്നു ചിമ്മുകപോലും ചെയ്തില്ല. ആ കണ്ണുകൾ

ആകാശത്തെപ്പോലെ തെളിഞ്ഞിരുന്നു...

"ഞങ്ങളുടെ യജമാനൻ തൊമീലിൻ ആ ദിവസം മുപ്പത്തിരണ്ട് പേരെയാണ് വെടിവച്ചു കൊന്നത്. അനീക്കെയ് മാത്രം അവന്റെ ചങ്കൂറ്റംകൊണ്ട് രക്ഷപ്പെട്ടു..."

സഹാറപ്പൂപ്പൻ ഫ്ലാസ്കിൽ നിന്ന് ആർത്തിയോടെ കുറിച്ച് നിറംമങ്ങിയ ചുണ്ടുകൾ തുടച്ചിട്ട് മനസ്സില്ലാമനസ്സോടെ തന്റെ കഥ പറഞ്ഞവസാനിപ്പിച്ചു:

"അതെല്ലാം പഴയ കഥ. ആകെക്കൂടി ശേഷിച്ചിട്ടുള്ളത് അന്നത്തെ കിടങ്ങുകളാണ്. അവിടിരുന്നു കൊണ്ടാണ് ഞങ്ങളുടെ നാട്ടുകാർ ഭൂമിക്കുവേണ്ടി പടവെട്ടിയത്. ഇപ്പോൾ അതെല്ലാം കാടുപിടിച്ചു കിടക്കുകയാണ്... അനീക്കെയുടെ കാലു രണ്ടും മുറിച്ചുകളയേണ്ടി വന്നു. ഇപ്പോൾ കൈകൊണ്ട് നിരങ്ങിനിരങ്ങിയാണു നടക്കുന്നത്. എങ്കിലും നല്ല ഉഷാറിലാണ്. എന്നും അവനും സിമ്യോന്റെ മോനും വാതിലിന്റെ കട്ടിളയിൽ പൊക്കം അളന്നുനോക്കും . ചെറുക്കന് അവനെക്കാൾ പൊക്കംവച്ചു തുടങ്ങി... മഞ്ഞുകാലത്ത് ചിലപ്പോൾ അവൻ പുറത്തു പോയി നിരത്തിന്റെ നടുവിലരിക്കും. കാളകളെ വെള്ളം കുടിക്കാനായി പുഴയിലേക്കു കൊണ്ടുപോകുന്ന സമയത്താണ് അത്. നടുറോഡിൽ കൈയും പൊക്കിപ്പിടിച്ചുള്ള അവന്റെ ഇരിപ്പു കണ്ട് കാളകൾ വിരണ്ട് ഐസിന്റെ പുറത്തേക്ക് എടുത്തുചാടും. അവറ്റകാലു തെറ്റി വീഴും. നടു ഒടിയില്ലെന്നേയുള്ളൂ. അതു കണ്ട് അവൻ ആർത്തു ചിരിക്കും... ഒരിക്കൽ മാത്രം ഞാനൊരു കാഴ്ച കണ്ടു... വസന്തത്തിലാണ്. കൊസാക്കതിർത്തിക്കപ്പുറത്തെ ഭൂമി ഉഴാനായി ഞങ്ങളുടെ കമ്മ്യൂണിന്റെ ട്രാക്ടർ ഓടിച്ചു പോവുകയായിരുന്നു. അവൻ അതിന്റെ പുറകിൽ തൂങ്ങിക്കിടന്നു. ഞാൻ കുറച്ചപ്പുറത്ത് ആടുകളെ മേച്ച് നില്പുണ്ടായിരുന്നു. ഉഴുതുമറിച്ച മണ്ണിന്റെ മീതേക്കൂടി എന്റെ അനീക്കെയ് നിരങ്ങുന്നതു ഞാൻ കണ്ടു. എന്താണവന്റെ ഭാവമെന്ന് ഞാൻ അത്ഭുതപ്പെട്ടു. ചുറ്റുമൊന്നു കണ്ണോടിച്ചിട്ട് അടുത്താരുമില്ലെന്നു തീർച്ചയായപ്പോൾ അവൻ നിലത്ത് കമഴ്ന്നുകിടന്ന് തൊട്ടുമുമ്പ് ഉഴുതിട്ട ഒരു മൺകട്ടയെടുത്ത് കെട്ടിപ്പിടിക്കുകയും തലോടുകയും ഉമ്മവയ്ക്കുകയുമൊക്കെ ചെയ്തു... അവനിപ്പോൾ വയസ്സ് ഇരുപത്തഞ്ചായി. അവനിനി ഒരിക്കലും ഒരിക്കലും ഉഴാൻ പറ്റുകയില്ല. അതോർത്ത് അവന്റെ ഉള്ള് നീറുകയാണ്."

ആകാശനീലിമയാർന്ന സ്റ്റെപ്പിയാകെ പുകയുടെ നീലിമയാർന്ന സന്ധ്യാവെളിച്ചത്തിൽ മയങ്ങിക്കിടക്കുകയാണ്. മങ്ങിത്തുടങ്ങിയ കാട്ടുതുളസികളുടെ നിരകളിൽ തേനീച്ചകൾ ആ ദിവസത്തേക്കുള്ള അവസാനത്തെ തേൻ ശേഖരിക്കുന്നു. ഓകുള്ള ഒരുതരം വെളുത്തപുല്ല് ക്ലുസലില്ലാതെ പീലി വിടർത്തിനിന്നാടുന്നു. ആട്ടിൻപറ്റം കുന്നിറങ്ങി തോപ്പൊലെവ്ക്കയിലേക്കു നീങ്ങി. സഹാറപ്പൂപ്പൻ വടിയൂന്നിക്കൊണ്ട് അതിന്റെ പുറകേ മൗനമായി നടന്നു. നിഷ്കർഷയോടെ നെയ്തെടുത്ത പൊടിപടലത്തിന്റെ പരവതാനിയ്ക്കിടയിലൂടെ റോഡിൽ രണ്ടു ചാലുകൾ കാണാമായിരുന്നു. ഒന്ന് ചെന്നായുടെ കാൽപ്പാടുകളാണ്. അകന്നകന്ന് ഇടവിട്ടുള്ള പതിഞ്ഞ പാടുകളാണ്.

വിസ്തൃതമായി കാടുപിടിച്ചുകിടക്കുന്ന കൊസാക്ക് ജനറൽമാരുടെ പാതയും വേനൽക്കാലത്തെ കൈവണ്ടിപ്പാതയും ഒന്നിക്കുന്നിടത്ത് ചാലുകൾ രണ്ടായി പിരിഞ്ഞു. ചെന്നായുടെ കാല്പാടുകൾ ഒരു വശത്തോട്ടു തിരിഞ്ഞു, അഗമ്യങ്ങളായ പൊന്തകളിലേക്കും മുൾക്കാടുകളിലേക്കും ഇറങ്ങിപ്പോയി. റോഡിൽ ഒരു ചാലേ അവശേഷിച്ചുള്ളു. ഇടവിട്ടിടവിട്ടു കണ്ട അതിലെ ആഴത്തിൽ പതിഞ്ഞുകിടന്നിരുന്ന പാടുകൾക്ക് മണ്ണെണ്ണയുടെ മണമുണ്ടായിരുന്നു.

(വിവർത്തനം: ഗോപാകൃഷ്ണൻ)

കുതിരക്കുട്ടി

കടുംപച്ചനിറമുള്ള ഈച്ചകൾ പറന്നുനടക്കുന്ന ഒരു ചാണകക്കുനയുടെ അടുത്തുവച്ച് ആദ്യം തലയും പിന്നീട് നീട്ടിപിടിച്ച കാലുകളുമായി അമ്മയുടെ വയറ്റിൽ നിന്നും കുതിരക്കുട്ടി പകൽ വെളിച്ചംകൊണ്ട് പ്രകാശമാനമായ ഒരു ലോകത്തിലേക്ക് കടന്നു വന്നു. ഈ ലോകത്തിലെ അതിന്റെ ആദ്യത്തെ അനുഭൂതി ഭയമായിരുന്നു. പൊട്ടിത്തെറിക്കുന്ന ഒരു വെടിയുണ്ട, മൃദുലവും പെട്ടെന്ന് അലിഞ്ഞുപോകുന്നതുമായ ഒരു നീലമേഘശകലം സൃഷ്ടിച്ചുകൊണ്ട് തലയ്ക്കുമുകളിൽ ചിന്നിച്ചിതറി. പൊട്ടിത്തെറിയുടെ ഭയങ്കരമായ ചിനയ്ക്കൽ കേട്ട് നനവുമാറാത്ത ആ ചോരക്കുഞ്ഞു് മുട്ടുകുത്തി അമ്മയുടെ കാലുകളുടെ ഇടയിലേക്ക് ഇഴഞ്ഞുചെന്നു. കുതിരലായത്തിന്റെ ഓട്ടുമേഞ്ഞ മേൽക്കൂരയിലേക്ക് നാറുന്ന വെയുണ്ടകൾ ആലിപ്പഴം പോലെ ചറപറ വീണു. കുതിരക്കുട്ടിയുടെ അമ്മ--ത്രൊഫീമിന്റെ ചെമ്പൻപെൺകുതിര--ചാടിയെഴുന്നേറ്റെങ്കിലും ഉടൻതന്നെ ഒരു ഹ്രസ്വമായ കരച്ചിലോടെ നിലംപതിച്ചു. വിയർപ്പൊലിക്കുന്ന പള്ള താങ്ങായിനില്ക്കുന്ന ചാണകക്കുനയിൽ അമർത്തികൊണ്ട് അതവിടെ കിടന്നു.

തുടർന്നുണ്ടായ ശ്വാസം മുട്ടിക്കുന്ന നിശ്ശബ്ദതയിൽ ഈച്ചകൾ മുമ്പത്തേക്കാൾ ഉറക്കെ മൂളിക്കൊണ്ട് പറന്നുനടന്നു. വേലിയിൽ

കയറിയിരുന്ന് പീരങ്കിവെടിയെ നേരിടാൻ ധൈര്യമില്ലാതിരുന്ന ഒരു പൂവൻകോഴി കുറ്റിച്ചെടികളുടെ മറവിലിരുന്നുകൊണ്ട് ഒന്നുരണ്ടു പ്രാവശ്യം ചിറകിട്ടടിച്ചു. എതാണ്ട് പതിഞ്ഞ ശബ്ദത്തിലാണെങ്കിലും അത് തൊള്ളതുറന്ന് നീട്ടി കൂവി. കെട്ടിടത്തിനുള്ളിൽ പരുക്കേറ്റ ഒരു യന്ത്രത്തോക്കുകാരൻ വേദനയോടെ ഞരങ്ങിക്കൊണ്ടിരുന്നു. ഇടയ്ക്കിടെ അയാൾ അടഞ്ഞ ശബ്ദത്തിൽ കൂക്കിവിളിക്കുകയോ, കോപത്തോടെ പ്രാകുകയോ ചെയ്തു. മുൻവശത്തുള്ള ചെറിയ പൂന്തോട്ടത്തിൽ വളർന്ന പട്ടുപോലെ ലോലമായ ചുവന്ന പോപ്പികളിൽ തേനീച്ചകൾ മുരണ്ടു നടന്നു. ഗ്രാമത്തിനപ്പുറത്ത് പുൽത്തകിടിയിൽ ഒരു യന്ത്രത്തോക്ക് ശബ്ദിച്ചുകൊണ്ടിരുന്നു. അതിന്റെ ചുറുചുറുക്കോടെയുള്ള ടക്-ടക്-ടക് ശബ്ദത്തിന്റെ പശ്ചാത്തലത്തിൽ, രണ്ടു പൊട്ടിത്തെറികളുടെ ഇടയിലുള്ള സമയം പാഴാക്കാതെ ചെമ്പൻപെൺകുതിര തന്റെ പ്രഥമസന്താനത്തെ സ്നേഹവായ്പോടെ നക്കിത്തുടച്ചു. ഇതിനിടയ്ക്ക് അമ്മയുടെ നിറഞ്ഞ അകിടു തപ്പിപ്പിടിച്ച് നുണഞ്ഞുതുടങ്ങിയ കുതിരക്കുട്ടിക്ക് ആദ്യമായി ജീവിതത്തിന്റെ പൂർണ്ണതയും മാതൃവാത്സല്യത്തിന്റെ അപരിമേയമായ മാധുര്യവും അനുഭവപ്പെട്ടു.

മെതിക്കളത്തിനപ്പുറത്തായി രണ്ടാമത്തെ ഉണ്ട പൊട്ടിത്തെറിച്ചപ്പോൾ, ത്രൊഫീം കെട്ടിടത്തിനുള്ളിൽ നിന്നും പുറത്തിറങ്ങി, അതിന്റെ വാതിലടച്ചശേഷം കുതിരായത്തിലേക്കു നടന്നു. ചാണകക്കുന്നയെ ചുറ്റിനടക്കുന്നതിനിടയിൽ അയാൾ വെയിൽ കണ്ണിലടിക്കാതെ കൈകൊണ്ടു മറച്ചുപിടിച്ചു. ചെമ്പൻകുതിരയുടെ അകിട്ടിൽനിന്നും പാൽ കുടിച്ചുകൊണ്ട് വിറയാർന്നുനിൽക്കുന്ന കുതിരകുട്ടി അപ്പോൾ അയാളുടെ ദൃഷ്ടിയിൽപ്പെട്ടു. എന്തു ചെയ്യണമെന്നറിയാതെ അയാൾ പുകയിലസഞ്ചി പുറത്തെടുക്കാൻ പോക്കറ്റിൽ കയ്യിട്ടു. വിറയ്ക്കുന്ന വിരലുകൾക്കൊണ്ട് അയാൾ ഒരു സിഗററ്റ് ചുരുട്ടിയെടുത്തു.

മനസ്സാന്നിദ്ധ്യം വീണ്ടുകിട്ടിയപ്പോൾ അയാൾ പറഞ്ഞു: “അങ്ങിനെ നീ പ്രസവിച്ചു, അല്ലേ? നീ അതിനു കണ്ട സമയം നല്ലതാണെന്നു പറയാതെ തരമില്ല !”

ക്ഷതമേറ്റ ഒരു ഹൃദയത്തിന്റെ വേദന അയാളുടെ ശബ്ദത്തിൽ മുഴങ്ങി.

പെൺകുതിര പരിഹാസ്യമാംവണ്ണം മെലിഞ്ഞും ക്ഷീണിച്ചും ഇരുന്നിരുന്നു. അതിന്റെ കട്ടകെട്ടിയ രോമങ്ങളിൽ പല്ലും ചാണകവും

ഉണങ്ങിപ്പിടിച്ചിരുന്നെങ്കിലും ക്ഷീണിച്ച കണ്ണുകൾ അഭിമാനവും ആനന്ദവും കൊണ്ട് തിളങ്ങി. അതിന്റെ മിനുമിനുത്ത മേൽച്ചുണ്ട് ഒന്നു പുഞ്ചിരിക്കുവാൻ ശ്രമിക്കുന്നുണ്ടെന്ന് ത്രൊഫീമിനു തോന്നി. അയാൾ അതിനെ ലായത്തിലേക്കു കൊണ്ടുപോയി. തലകുലുക്കി ശബ്ദത്തോടെ ഉഛ്വസിച്ചുകൊണ്ട് അത് ചാക്കിൽനിന്നും തീറ്റ തിന്നു തുടങ്ങിയപ്പോൾ അയാൾ കട്ടിളക്കാലിൽ ചാരിനിന്ന് കുതിരക്കുട്ടിയെ പകയോടെ നോക്കിക്കൊണ്ട് തണുപ്പൻ മട്ടിൽ ചോദിച്ചു:

"നീ തോന്നിയതുപോലെ നടന്നതിന്റെ ഫലം ഇതാണ്, അല്ലേ?"

പെൺകുതിര അതിനു മറുപടി പറഞ്ഞില്ല.

"ഇഗ്നാത്തിന്റെ വിത്തുകുതിരയുടെയടുത്തു പോകാനുള്ള വിവേകമെങ്കിലും നീ കാണിക്കേണ്ടിയിരുന്നു. ഇതിപ്പോൾ ആരുടേതാണെന്ന് ആർക്കറിയാം. ഈ കുതിരക്കുട്ടിയേയുംകൊണ്ട് ഞാനെന്തു ചെയ്യണമെന്നാണ് നീ പറയുന്നത്?"

ഇരുണ്ട ലായത്തിലെ നിശ്ശബ്ദതയിൽ ധാന്യം കടിച്ചുപൊട്ടിക്കുന്ന ശബ്ദം കേട്ടു. തൊടുന്നതെല്ലാം പൊന്നാക്കിക്കൊണ്ട് ഒരു സൂര്യകിരണം കതകിലുള്ള വിടവിലൂടെ അകത്തു കടന്നു. ത്രൊഫീമിന്റെ ഇടത്തെകവിൾ തഴുകിക്കൊണ്ട് അത് അയാളുടെ ചുവന്ന മേൽമീശയ്ക്കും കുറ്റിരോമങ്ങളുള്ള താടിക്കും തിളങ്ങുന്ന ചെമ്പിന്റെ നിറം പകരുകയും വായ്ക്കു ചുറ്റുമുള്ള കറുത്തചുളികളുടെ ആഴം കൂട്ടുകയും ചെയ്തു. ഒരു കുട്ടിയുടെ മരം കൊണ്ടുണ്ടാക്കിയ കളിപ്പാവപോലെ കുതിരക്കുട്ടി തന്റെ നീണ്ടു മെലിഞ്ഞ കാലുകളിൽ അവിടെ നിന്നിരുന്നു.

"കൊല്ലട്ടേ, ഞാനിതിനെ?" കുതിരക്കുട്ടിയുടെ നേരെ പുകയിലക്കറ പിടിച്ച വളഞ്ഞ ഒരു വിരൽ ചൂണ്ടിക്കൊണ്ട് ത്രൊഫീം ചോദിച്ചു.

പെൺകുതിര അതിന്റെ ചുവന്ന കണ്ണുകളുരുട്ടുകയും കണ്ണിമയ്ക്കുകയും ചെയ്തിട്ട് യജമാനനെ പരിഹാസപൂർവ്വം ഒന്നു നോക്കി.

അന്നു വൈകുന്നേരം ത്രൊഫീം സ്ക്വാഡ്രൺ കമാൻഡറോട് സംസാരിച്ചു.

"എന്റെ ആ പെൺകുതിര ഉണ്ടല്ലോ, അത് കരുതലോടെ പെരുമാറിത്തുടങ്ങി. ഓടുകയോ കുതിച്ചുചാടുകയോ ചെയ്യുകയില്ല. എപ്പോഴും കിതയ്ക്കും അതുകൊണ്ട് ഞാനതിനെ ഒന്നു പരിശോധിച്ചുനോക്കി.

എന്നിട്ടെന്തായെന്നോ? അതിന് ചനയുണ്ടെന്ന് കണ്ടുപിടിച്ചു. വെറുതെയല്ല അത് ഇത്ര കരുതലോടെ പെരുമാറിയത്. കുതിരക്കുട്ടിയുടെ നിറം ചുവപ്പാണ്. കാര്യങ്ങൾ ഇങ്ങിനെയിരിക്കുന്നു," ത്രൊഫീം പറഞ്ഞുനിർത്തി.

കമാൻഡർ ആക്രമണത്തിനു പോകുമ്പോൾ വാളിന്റെ പിടി പിടിക്കുന്നതുപോലെ ചായ നിറച്ച ഒരു ചെമ്പുപാത്രം കൈയിൽ പിടിച്ചിരുന്നു. ഉറക്കം തൂങ്ങുന്ന കണ്ണുകളോടെ ചുറ്റും ശലഭങ്ങൾ നൃത്തം ചെയ്യുന്ന ദീപത്തിലേക്ക് അയാൾ നോക്കിക്കൊണ്ടിരുന്നു. തുറന്നു കിടന്ന ജനാലയിലൂടെ അവ അകത്തു കടന്ന് വിളക്കിനു മുമ്പിൽ കുറേ നേരം തത്തിക്കളിക്കും. ഒടുവിൽ ചൂടുപിടിച്ച ചിമ്മിനിയിൽ ചെന്നു മുട്ടി മരിച്ചുവീഴുന്നു. അപ്പോഴേക്കും അവയുടെ സ്ഥാനത്തേയ്ക്കു പുറത്തുനിന്നും വേറെ ശലഭങ്ങൾ എത്തിക്കഴിയും.

"ചുവന്നതായാലെന്താ, കറുത്തതായാലെന്താ?" സ്ക്വാഡ്രൺകമാൻഡർ പറഞ്ഞു. "ഏതായാലും അതിനെ വെടിവച്ചുകൊല്ലേണ്ടിവരും. പോകുന്നിടത്തൊക്കെ ഒരു കുതിരക്കുട്ടിയേയും കെട്ടിവലിച്ചുകൊണ്ടു പോകാൻ നമ്മൾ ജിപ്സികളാണോ? കമാൻഡർ റജിമെന്റ് പരിശോധനയ്ക്കു വരുമ്പോൾ നിങ്ങളുടെ ഈ കുതിരക്കുട്ടി കൂത്താടി വ്യൂഹം ശിഥിലമാക്കിയാലോ? അതിന്റെ അനന്തരഫലം എന്തായിരിക്കും? മുഴുവൻ ചുവപ്പുസേനയുടേയും മുമ്പിൽ നാം അപമാനിതരാകും ! ത്രൊഫീം, നിങ്ങൾ എങ്ങിനെ ഇതനുവദിച്ചു എന്നാണ് എനിക്കു മനസ്സിലാകാത്തത്. ആഭ്യന്തരയുദ്ധത്തിന്റെ ഒത്തനടുക്കുവച്ചാണ് ഈ അഴിഞ്ഞാട്ടം ! നിങ്ങൾക്ക് ഇക്കാര്യത്തിൽ ലജ്ജ തോന്നേണ്ടതാണ്. വിത്തുകുതിരകളെ മാറ്റിനിർത്തണമെന്ന് കുതിരസൂക്ഷിപ്പുകാർക്ക് കർശനമായ ഉത്തരവു നല്കിയിട്ടുണ്ട്."

അടുത്ത പ്രഭാതത്തിൽ തോക്കുമെടുത്തുകൊണ്ട് ത്രൊഫീം പുറത്തിറങ്ങിയപ്പോൾ സൂര്യൻ ഉദിച്ചുകഴിഞ്ഞിരുന്നില്ല. പുൽക്കൊടികളിൽ മഞ്ഞുതുള്ളികൾ ഇളംചുവപ്പുനിറമാർന്നു തിളങ്ങി. പട്ടാളബൂട്ട്സിനടിയിൽ ഞെരിഞ്ഞ്, അനേകം കിടങ്ങുകൾകൊണ്ട് പോറലേറ്റുകിടക്കുന്ന പുൽപ്പരപ്പിന് ഒരു ബാലികയുടെ അശ്രുപൂർണ്ണവും ദുഃഖംകൊണ്ട് ചുളിവീണതുമായ മുഖത്തിന്റെ മട്ടുണ്ടായിരുന്നു. മുറ്റത്ത് അടുക്കളജോലിക്കാർ പ്രാതൽ തയാറാക്കികൊണ്ടിരുന്നു. വിയർപ്പിൽ കുതിർന്ന അടിക്കുപ്പായവുമിട്ടുകൊണ്ട് സ്ക്വാഡ്രൺകമാൻഡർ വാതിൽപ്പടിയിൽ

ഇരുന്ന് കമ്പുകൾക്കൊണ്ട് ഒരു അരിപ്പ മെടഞ്ഞെടുക്കുകയായിരുന്നു. ഒരിക്കൽ അനായാസമായി ഇത്തരം ഗൃഹജോലികൾ ചെയ്തിരുന്ന അയാളുടെ കൈകൾക്ക് തോക്കിന്റെ വീര്യമുള്ള തണുപ്പുമായിട്ടാണ് ഇപ്പോൾ കൂടുതൽ പരിചയം. അതിനാൽ ആകൈകൾ അവിദഗ്ദമായിട്ടാണ് ജോലി ചെയ്തത്.

"എന്താണ് ഉണ്ടാക്കുന്നത്--അരിപ്പയോ?" അതിലേ കടന്നുപോയ ത്രൊഫീം ചോദിച്ചു.

"അതെ ഇവിടുത്തെ വീട്ടുകാരി എന്നെ കിടത്തിപ്പൊറുപ്പിക്കുന്നില്ല," പിടിയിൽ ഒരു കമ്പു പിണച്ചുവച്ചുകൊണ്ട് സ്ക്വാഡ്രൺകമാൻഡർ പറഞ്ഞു. "പണ്ടു ഞാൻ ഇതുണ്ടാക്കുന്നതിലൊരു വിദഗ്ദനായിരുന്നു; പക്ഷേ ഇപ്പോൾ അതൊക്കെ പോയിരിക്കുന്നു."

"തകരാറൊന്നുമില്ലെന്നാണ് എനിക്കു തോന്നുന്നത്."

സ്ക്വാഡ്രൺകമാൻഡർ ബാക്കിവന്ന കമ്പുകൾ മടിയിൽ നിന്നും തുത്തുമാറ്റി.

"ആ കുതിരക്കുട്ടിയെ വെടിവയ്ക്കാൻ പോകയാണോ?" അദ്ദേഹം അന്വേഷിച്ചു.

ത്രൊഫീം നിശ്ശബ്ദനായി തോൾ ചലിപ്പിച്ചിട്ട് കുതിരലായത്തിനടുത്തേക്കു നടന്നു.

വെടിപൊട്ടുന്ന ശബ്ദവും പ്രതീക്ഷിച്ച് സ്ക്വാഡ്രൺകമാൻഡർ തലകുനിച്ചിരുന്നു. എന്നാൽ മിനിട്ടുകൾ പലതു കഴിഞ്ഞിട്ടും വെടിയുടെ ശബ്ദം കേട്ടില്ല. അപ്പോൾ ലായത്തിന്റെ പിന്നിൽനിന്ന് ത്രൊഫീം പുറത്തുവന്നു. അയാൾ ആകെ ഒന്നു പരുങ്ങുന്നതുപോലെതോന്നി.

"എന്താണ് സംഗതി?"

"തോക്കിനെന്തോ തകരാറുണ്ടെന്നു തോന്നുന്നു. വെടിയുണ്ട പുറത്തു വരുന്നില്ല."

"ഞാൻ ആ തോക്കൊന്നു നോക്കട്ടെ."

ത്രൊഫീം മനസ്സില്ലാമനസ്സോടെ തോക്ക് സ്ക്വാഡ്രൺകമാൻഡറുടെ കയ്യിൽ കൊടുത്തു. അദ്ദേഹം അതു തുറന്നുനോക്കി.

"ഇതിൽ ഉണ്ടയില്ലല്ലോ," അദ്ദേഹം പറഞ്ഞു.

"അങ്ങിനെ വരാനിടയില്ല," ത്രൊഫീം ആവശ്യത്തിൽ കൂടുതൽ ആശ്ചര്യം പ്രകടിപ്പിച്ചു.

"ഉണ്ടയില്ലെന്നു ഞാനല്ലെ പറഞ്ഞതു്."

"ഓ! ശരി, ഞാൻ സത്യം പറയാം--ലായത്തിന്റെ പിന്നിൽവച്ച് ഞാനതിലെ ഉണ്ടകൾ എടുത്തുമാറ്റി."

സ്ക്വാഡ്രൺകമാൻഡർ തോക്കു താഴെയിട്ടു. കുറേനേരത്തേക്ക് അദ്ദേഹം ഒന്നും പറയാതെ താൻ മെടഞ്ഞെടുത്ത അരിപ്പയിൽ യാന്ത്രികമായി വിരലോടിച്ചുകൊണ്ടിരുന്നു. അതിലെ കമ്പുകൾ പശയുള്ളതും സുഗന്ധം പരത്തുന്നതുമായിരുന്നു. പൂത്തുലഞ്ഞുനിൽക്കുന്ന വില്ലോച്ചെടികളുടേയും പുതുതായി ഉഴുതിട്ട മണ്ണിന്റെയും സുഗന്ധം--യുദ്ധത്തിന്റെ ആളിപ്പിടിക്കുന്ന തീജ്വാലക്കിടയിൽ വളരെക്കാലമായി മറന്നുകിടന്ന സുഗന്ധം--അവയിൽനിന്നുയർന്ന് അദ്ദേഹത്തിന്റെ ഘ്രാണേന്ദ്രിയങ്ങളെ കിക്കിളിപ്പെടുത്തി.

"എല്ലാം തുലയട്ടെ!" അദ്ദേഹം പറഞ്ഞു. "ആ കുതിരക്കുട്ടി ജീവിച്ചോട്ടെ-- തൽക്കാലത്തേക്കെങ്കിലും. എന്നെങ്കിലും, ഒരുപക്ഷേ യുദ്ധം കഴിഞ്ഞിട്ടു് അതു് ആരുടെയെങ്കിലും കലപ്പ വലിക്കും. കമാൻഡർ വരുമ്പോൾ അദ്ദേഹം എല്ലാം കാണട്ടെ. മുലകുടിമാറാത്ത ഒരു ശിശു മുലകുടിക്കയല്ലാതെ മറെറന്താണു ചെയ്യേണ്ടതു്? നമ്മളൊക്കെ അങ്ങിനെയാണു വളർന്നതു്, കമാൻഡർപോലും. അതാണു കാര്യം. നിങ്ങളുടെ തോക്കിന് യാതൊരു തകരാറുമില്ല."

* * *

ഏതാണ്ടു് ഒരു മാസം കഴിഞ്ഞു് ത്രൊഫീമിന്റെ സ്ക്വാഡ്രൺ ഉസ്ത്-ഹൊപേർസ്കയ എന്ന ഗ്രാമത്തിനടുത്തുവച്ച് ഒരു കൊസാക്ക് സംഘവുമായി ഏറ്റുമുട്ടി. സന്ധ്യയ്ക്കു മുമ്പ് വെടി തുടങ്ങി. സന്ധ്യയ്ക്കാണ് ത്രൊഫീമിന്റെ സംഘം ആക്രമണമാരംഭിച്ചതു്. ത്രൊഫീം തന്റെ പ്ലറ്റൂണിൽനിന്ന് വളരെ പിന്നിലായിപ്പോയി. ചുണ്ടുകളിൽനിന്നും രക്തമൊലിക്കുന്നതുവരെ വലിഞ്ഞു മുറുകിയ കടിവാളത്തിനോ ചാട്ടയ്ക്കോ ത്രൊഫീമിന്റെ പെൺകുതിരയെ മറ്റുള്ളവയോടൊപ്പം ആക്രമണത്തിൽ പങ്കെടുപ്പിക്കുവാൻ കഴിഞ്ഞില്ല. തല പിന്നോക്കം പിടിച്ച് അടഞ്ഞ ശബ്ദത്തിൽ ചിനച്ചുകൊണ്ടു് അതു് പരിഭ്രമത്തോടെ കാലുകൾ നിലത്തു് ആഞ്ഞുചവിട്ടി ഒരിടത്തു നിൽക്കും. കാറ്റടിച്ച

പറക്കുന്ന വാലുമായി കുതിരക്കുട്ടി ഒപ്പം ഓടിയെത്തുന്നതുവരെ അത് അവിടെ നിന്നും മാറുകയില്ല. കോപംകൊണ്ട് വികൃതമായ മുഖവുമായി ത്രൊഫീം കുതിരപ്പുറത്തുനിന്ന് ഇറങ്ങി. അയാൾ വാൾ ഉറയിലിട്ടിട്ട്, തോളിൽ തൂക്കിയിരുന്ന തോക്ക് കയ്യിലെടുത്തു. ഇട്ടുക്കിനടുത്ത് സ്ക്വാഡ്രണിന്റെ വലതുവശത്തു നിന്നവർ ശത്രുവുമായി ഏറ്റുമുട്ടിക്കഴിഞ്ഞു. കാറ്റിന്റെ കൈകൾ തൊട്ടിലാട്ടിയിട്ടെന്നപോലെ കുതിരപ്പടയാളികളുടെ ആ സംഘം കുതിരകളുടെ കുളമ്പടികൾ മാത്രം ഭേദിച്ചുകൊണ്ടിരുന്ന ഭയാനകമായ നിശ്ശബ്ദതയിൽ വാൾ വീശിക്കൊണ്ട് മുമ്പോട്ടും പിറകോട്ടും ചലിച്ചുകൊണ്ടിരുന്നു. ത്രൊഫീം പൊരുതിക്കൊണ്ടിരിക്കുന്ന ആളുകളെ പെട്ടെന്ന് ഒന്നു നോക്കിയിട്ട് തിരിഞ്ഞു് കുതിരക്കുട്ടിയുടെ വടിവൊത്ത തലയ്ക്കു നേരെ തോക്ക് ചൂണ്ടി. എന്നാൽ കാഞ്ചിവലിച്ചപ്പോൾ അയാളുടെ കൈ ഇളകിയതുകൊണ്ടോ മറേറതോ കാരണംകൊണ്ടോ വെടി ലക്ഷ്യത്തിൽ കൊണ്ടില്ല. കുതിരക്കുട്ടി കളിയായി കാലുകൾ ഇളക്കിക്കൊണ്ട് ഉറക്കെ ചിനയ്ക്കുകയും ചാരനിറത്തിലുള്ള പൊടിപടലം ഉയർത്തിക്കൊണ്ട് വട്ടത്തിൽ ഓടുകയുമല്ലാതെ മറ്റൊന്നും ചെയ്തില്ല. പിന്നീട് കുറേ ദൂരം ഓടിയിട്ട് അത് പെട്ടെന്ന് അനങ്ങാതെ നിന്നു. ത്രൊഫീം ആ കൊച്ചു വികൃതിയുടെ നേർക്ക് പല പ്രാവശ്യം വെടിവച്ചു--അതും ഇരുമ്പിലൂടെ തറച്ചുകയറുന്ന, ചുവന്ന വെടിയുണ്ടകൾ ഉപയോഗിച്ച്. ഉണ്ടകൾ ഇട്ടിരുന്ന സഞ്ചിയിൽനിന്നും ആദ്യം കൈയ്യിൽ കിട്ടിയത് അവയാണ്. പക്ഷേ വെടിയുണ്ടകൾ കുതിരക്കുട്ടിക്ക് യാതൊരു ദ്രോഹവും ചെയ്തില്ല. അയാൾ കോപത്തോടെ പ്രാകിക്കൊണ്ട് കുതിരപ്പുറത്തു കയറി ഓടിച്ചു പോയി. പെൺകുതിരയെ ആകാവുന്നത്ര വേഗത്തിൽ ഓടിക്കുവാൻ ശ്രമിച്ചുകൊണ്ട് അയാൾ പോയത് സ്ക്വാഡ്രൺകമാൻഡറുടെയടുത്തേക്കാണ്. അദ്ദേഹവും മൂന്ന് പടയാളികളും, ചുവന്നമുഖവും ദീക്ഷയുമുള്ള പഴയ വിശ്വാസക്കാരായ കൊസാക്കുകളുടെ രൂക്ഷമായ ആക്രമണത്തെ ചെറുത്തുനിൽക്കുകയായിരുന്നു.

സ്റ്റെപ്പിയിലുള്ള ആഴംകുറഞ്ഞ ഒരു നീർച്ചാലിനടുത്ത് അന്നു രാത്രി ത്രൊഫീമിന്റെ സംഘം താവളമടിച്ചു. ആരും പുകവലിച്ചില്ല. കുതിരകളുടെ ജീനികൾ അഴിച്ചുമാറ്റിയിരുന്നില്ല. നദീതടത്തിലേക്കു പോയ ഒരു നിരീക്ഷണ സംഘം തിരിച്ചെത്തി. കടത്തിനടുത്ത് ശത്രുസൈന്യം വൻതോതിൽ സംഘടിച്ചിട്ടുണ്ടെന്ന് അവർ റിപ്പോർട്ട് ചെയ്തു.

നഗ്നമായ പാദങ്ങൾ കോട്ടിന്റെ മടക്കുകൾക്കിടയിൽ

തിരുകിവച്ചുകൊണ്ട് ഏതാണ്ട് പകുതി ഉറക്കമായിരുന്ന ത്രൊഫീമിന് അന്നത്തെ സംഭവങ്ങൾ ഓർമ്മ വന്നു. ഇരുട്ടിലൂടെ സ്ക്വാഡ്രൺ കമാൻഡർ താഴത്തേക്ക് ചാടുന്നതും വസൂരിക്കുത്തുള്ള ഒരു പഴയ വിശ്വാസി കമ്മിസാറുടെ നേരെ വിലങ്ങനെ വാൾ വീശുന്നതും, മെലിഞ്ഞ ഒരു കൊസാക്ക പയ്യൻ വെട്ടിമുറിക്കപ്പെട്ട നിലയിൽ നിലത്തു കിടന്നതും ആരുടേയോ ജീനി രക്തംകൊണ്ട് കറുത്തുപോയതും അയാൾ ഒരിക്കൽക്കൂടികണ്ടു. അതെ, പിന്നീട് ആ കുതിരക്കുട്ടി....

നേരം വെളുക്കാറായപ്പോൾ സ്ക്വാഡ്രൺകമാൻഡർ ത്രൊഫീമിന്റെയടുത്തു വന്ന് ഇരുന്നു.

"ഉറക്കമാണൊ, ത്രൊഹീം?"

"ഒന്നു മയങ്ങുകയാണ്."

മടങ്ങിവരുന്ന നക്ഷത്രങ്ങളെ നോക്കിക്കൊണ്ട് സ്ക്വാഡ്രൺകമാൻഡർ പറഞ്ഞു:

"നിങ്ങളുടെ ആ കുതിരക്കുട്ടിയെ വെടിവച്ചുകൊല്ലണം. അതിന്റെ സാന്നിദ്ധ്യം മനോവീര്യം കെടുത്തുന്നു. അതിനെ കണ്ടാൽ പിന്നെ എനിക്ക് എന്റെ വാൾ വീശാൻ കഴിയുന്നില്ല. എന്റെ ഹൃദയം അലിഞ്ഞുപോകുന്നു. അതിനെ കാണുമ്പോൾ വീടിനെപ്പറ്റിയുള്ള ഓർമ്മയാണ് മനസ്സിൽ വരുന്നത്. യുദ്ധം ചെയ്യുമ്പോൾ അതു നല്ലതല്ലെന്ന് അറിയാമല്ലോ. കരിങ്കല്ലുപോലെയുള്ള ഹൃദയം വെണ്ണനെയ് പോലെ മൃദുലമായിത്തീരുന്നു. ആ വികൃതി യുദ്ധത്തിന്റെ ഒത്ത നടുക്കായിരുന്നു. എന്നിട്ടും അതിനൊരു പോറൽപോലും ഏറ്റിട്ടില്ലെന്നുള്ള കാര്യം നിങ്ങൾ ശ്രദ്ധിച്ചോ?"

അദ്ദേഹം ഒരു നിമിഷം നിശബ്ദനായിരുന്നു. എന്തോ സ്വപ്നം കാണുന്നതുപോലെ അദ്ദേഹം മന്ദഹസിച്ചു. പക്ഷേ ത്രൊഫീം അതു കണ്ടില്ല.

"ത്രൊഫീം, അതിന്റെ വാലു കണ്ടില്ലേ! പൊക്കിപ്പിടിച്ച വാൽ കാറ്റിൽ പറത്തിക്കൊണ്ട് അതു തുള്ളിച്ചാടി നടക്കുന്നത് കാണേണ്ടതാണ്. ഒരു കുറുക്കന്റെ വാലുപോലെയാണതെന്ന് ഞാൻ ഉറപ്പുതരാം. എന്തൊരു ഭംഗിയാണ് ആ വാലിന്!"

ത്രൊഫീം മറുപടി പറഞ്ഞില്ല. അയാൾ കോട്ട് വലിച്ച് തലവഴി

ഇട്ട് , മഞ്ഞുതുള്ളികളുടെ തണുപ്പേറ്റ് വിറച്ചുകൊണ്ട് ഉറങ്ങി.

* * *

പുരാതനമായ ഒരു മഠത്തിന്റെ എതിർവശത്ത് ദോൻ നദിയുടെ വലത്തെ കരയിൽനിന്നും ഒരു കുന്ന് ഉന്തിനിന്നിരുന്നതിനാൽ അവിടെ നദിക്ക് വീതി കുറവായിരുന്നു. ആ ഇടുക്കിലൂടെ ദോൻ നദി രോഷാകുലയായി കുതിച്ചു പാഞ്ഞുകൊണ്ടിരുന്നു. തിരിവിൽവച്ച് വെള്ളം നുരഞ്ഞുപതഞ്ഞു.... വെള്ളകിരീടമണിഞ്ഞ പച്ചത്തിരമാലകൾ വസന്തത്തിൽ ഉരുൾപൊട്ടലുണ്ടായ സ്ഥാനത്തു സ്ഥിതിചെയ്തിരുന്ന വെള്ളാരമ്പാറകളിൽ ചെന്നുമുട്ടി.

സാധാരണഗതിയിൽ സ്ക്വാഡ്രൺകമാൻഡർ മഠത്തിനെതിർവശത്ത് നദി കടക്കാൻ കല്പനകൊടുക്കുകയില്ല; എന്നാൽ നദിയുടെ കൂടുതൽ വിശാലവും ശാന്തവും ഒഴുക്കു കുറഞ്ഞതുമായ ഭാഗത്ത് നദീതീരം കൊസാക്കുകളുടെ കൈവശമായിരുന്നു. കുന്നിന്റെ നേരെ വെടിയുണ്ടകൾ വർഷിച്ചുകൊണ്ടിരുന്നു.

ഉച്ചയ്ക്കാണ് നദിയുടെ മറുകരയിലേക്കുള്ള പ്രയാണം തുടങ്ങിയത്. തൽക്കാലാവശ്യത്തിനുണ്ടാക്കിയ ഒരു ചങ്ങാടത്തിൽ ഒരു യന്ത്രത്തോക്കു ഘടിപ്പിച്ച വണ്ടിയും അതു പ്രവർത്തിപ്പിക്കുവാനാവശ്യമായ ആളുകളും വണ്ടിവലിക്കുന്ന കുതിരകളും മറുകരയിലേക്കു പുറപ്പെട്ടു. പുഴയുടെ നടുക്കെത്തിയപ്പോൾ ചങ്ങാടം പെട്ടെന്ന് ഒഴുക്കിനെതിരായി ഒന്നു തിരിയുകയും ഒരു വശത്തേക്ക് അല്പം ചരിയുകയും ചെയ്തു. നദി കടന്ന് പരിചയമില്ലാതിരുന്നതിനാൽ വണ്ടിയുടെ ഇടത്തുവശത്തു കെട്ടിയിരുന്ന കുതിര വിരണ്ടു. കുന്നിന്റെ മറവിൽ നിന്ന് കുതിരകളുടെ ജീനിയഴിച്ചുകൊണ്ടിരുന്ന പടയാളികൾ ആ കുതിര അസ്വസ്ഥമായി മുക്രയിടുന്നതിന്റേയും ചങ്ങാടത്തിൽ കാലിട്ടടിക്കുന്നതിൻറേയും ശബ്ദം വ്യക്തമായി കേട്ടു.

"ആ ജന്തു ചങ്ങാടം മുക്കും !" ത്രൊഫീം വിഷണ്ണനായി പറഞ്ഞു. കുതിരയുടെ വിയർപ്പണിഞ്ഞ പുറത്തേക്ക് പകുതി ഉയർത്തിയ അയാളുടെ കൈ താനെതാണു. ഭയങ്കരമായ ഒരു ചിനയ്ക്കലോടെ ചങ്ങാടത്തിലുണ്ടായിരുന്ന വിരണ്ട കുതിര പിന്നോക്കം തിരിയുകയും മുൻകാലുകളുയർത്തി നില്ക്കുകയും ചെയ്തു.

"വെടിവയ്ക്കൂ!" സ്ക്വാഡ്രൺകമാൻഡർ അലറി .

ത്രൊഫീം നോക്കിനിൽക്കുമ്പോൾതന്നെ ഒരു പട്ടാളക്കാരൻ മുൻകാലുയർത്തി നിൽക്കുന്ന കുതിരയുടെ കഴുത്തിൽ ചാടിക്കയറി അതിന്റെ ചെവിയിലേക്ക് ഒരു കൈതോക്ക് തിരുകി. വെടിപൊട്ടിയത് വളരെ പതിഞ്ഞ ശബ്ദത്തിലാണ് കരയിലുള്ളവർ കേട്ടത് . അത് ഒരു കുട്ടിയുടെ കളിത്തോക്കിൽനിന്നുള്ള ശബ്ദം പോലെയായിരുന്നു. മറ്റു രണ്ടു കുതിരകൾ പരസ്പരം കൂടുതൽ അടുത്തുനിന്നു. ചങ്ങാടം മറിയാതിരിക്കുവാനായി യന്ത്രത്തോക്കു പ്രവർത്തിപ്പിക്കുന്നവർ ചത്ത കുതിരയെ വണ്ടിയുടെ പിറകിലേക്ക് തള്ളി നീക്കി. സാവധാനത്തിൽ അതിന്റെ മുൻകാലുകൾ മടങ്ങുകയും തല താഴുകയും ചെയ്തു.

ഏകദേശം പത്തുമിനിട്ടു കഴിഞ്ഞ് സ്ക്വാഡ്രൺകമാൻഡർ തന്റെ ഇരുണ്ട നിറമുള്ള കുതിരപ്പുറത്തു കയറി അതിനെ വെള്ളത്തിലേക്ക് ഇറക്കി. ഭയങ്കരമായി വെള്ളം തെറിപ്പിച്ചുകൊണ്ട് അർദ്ധനഗ്നരായ നൂറ്റി എട്ട് മനുഷ്യരും വിവിധവർണ്ണത്തിലുള്ള അത്രയും കുതിരകളും അദ്ദേഹത്തെ പിൻതുടർന്നു. ജീനികൾ മൂന്നു ചെറിയ വഞ്ചികളിൽ കയറ്റിയിരുന്നു. തന്റെ പെൺകുതിരയെ പ്ലറ്റൂൺകമാൻഡറായ നെച്ചെപ്പുരേൻകൊയെ ഏല്പിച്ചിട്ട് ത്രൊഫീം ആ വഞ്ചികളിലൊന്ന് ഊന്നുകയായിരുന്നു. മുമ്പിൽ നടന്നിരുന്ന കുതിരകൾ മുട്ടറ്റം വെള്ളത്തിൽ എത്തിക്കഴിഞ്ഞതും വെള്ളം കുടിക്കാൻ വൈമുഖ്യത്തോടെ തല കുനിക്കുന്നതും, പകുതിവഴി ചെന്നിട്ട് തിരിഞ്ഞുനോക്കിയപ്പോൾ ത്രൊഫീം കണ്ടു. അടക്കിയ ശബ്ദത്തിൽ ആളുകൾ അവരുടെ കുതിരകളെ മുമ്പോട്ടു പോകാൻ പ്രേരിപ്പിച്ചുകൊണ്ടിരുന്നു. കരയിൽനിന്നും ഏതാനും വാര അകലെയായി നദിയിൽ മുക്രയിട്ടുകൊണ്ടിരിക്കുന്ന അനേകം കുതിരകളുടെ തലകൾ പ്രത്യക്ഷപ്പെട്ടു. ആളുകൾ അവരവരുടെ കുതിരകളുടെ കഞ്ചിരോമത്തിൽ മുറുകെ പിടിച്ചുകൊണ്ട് നീന്തുകയായിരുന്നു. അവർ തോക്കുകൾ തലയ്ക്കു മുകളിൽ പൊക്കിപ്പിടിച്ചിരുന്നു. അവരുടെ വസ്ത്രങ്ങളും വെടിയുണ്ടനിറച്ച സഞ്ചികളും തോക്കുകളിലാണ് ബന്ധിച്ചുവച്ചിരുന്നത്.

ത്രൊഫീം തുഴ താഴെയിട്ടിട്ട് വഞ്ചിയിൽ എഴുന്നേറ്റുനിന്നു. സൂര്യപ്രകാശം കണ്ണിലടിച്ചതിനാൽ കണ്ണുകൾ ചെറുതാക്കിക്കൊണ്ട് അയാൾ നീന്തിപ്പോകുന്ന കുതിരകളുടെയിടയിൽ തന്റെ ചെമ്പൻപെൺകുതിരയെ ഉൽക്കണ്ഠയോടെ തിരഞ്ഞു. പെട്ടെന്നുള്ള ഒരു വെടിയുടെ ഫലമായി ആകാശത്തിൽ ചിതറിപ്പോയ ഒരു കാട്ടുവാത്തക്കൂട്ടത്തോട് സ്ക്വാഡ്രൺ സാമ്യം ഉണ്ടെന്നു അയാൾക്ക്

തോന്നി. സ്ക്വാഡ്രൺകമാൻഡറുടെ ഇരുണ്ട കുതിരയാണ് മറ്റുള്ളവയെ നയിച്ചത്. അതിൻെറ തിളങ്ങുന്ന മുതുക് ജലപ്പരപ്പിനു മുകളിൽ പൊങ്ങി നിന്നിരുന്നു. അതിൻെറ വാലിനു പിന്നിലായി കാണപ്പെട്ട വെള്ളനിറത്തിലുള്ള രണ്ടു പൊട്ടുകൾ കമ്മിസാറിൻേറതായിരുന്ന കുതിരയുടെ ചെവികളാണ്. മറ്റുകുതിരകൾ അതിനു പിന്നിൽ കറുത്ത വിശാലമായ ഒരു പിണ്ഡംപോലെ ഒരുമിച്ച് നീന്തിക്കൊണ്ടിരുന്നു. ഏറ്റവും ഒടുവിലായി നിമിഷംതോറും മറ്റുള്ളവരിൽനിന്നും കൂടുതൽ പിന്നിലായിക്കൊണ്ട് പ്ലറ്റൂൺകമാൻഡർ നെച്ചെപ്പുരേൻകൊയുടെ ചിടകെട്ടിയ തല വെള്ളത്തിൽ പ്രത്യക്ഷപ്പെട്ടു. അയാളുടെ ഇടതുവശത്തായി ത്രൊഫീമിൻെറ പെൺകുതിരയുടെ ചെവികൾ ജലനിരപ്പിനു മുകളിൽ കാണാമായിരുന്നു. വളരെ സൂക്ഷിച്ചുനോക്കിയപ്പോൾ അതിനും പിന്നിലായി കുതിരക്കുട്ടി നീന്തിവരുന്നുണ്ടെന്ന് ത്രൊഫീമിനു മനസ്സിലായി. ഇടയ്ക്കിടെ വെള്ളത്തിന് മുകളിലേക്ക് പകുതി പൊന്തിവരികയും ഇടയ്ക്കിടയ്ക്ക് മുക്കറ്റം വെള്ളത്തിൽ ആണ്ടു പോകയും ചെയ്തുകൊണ്ടാണ് അതു നീന്തിയത്.

ആ സമയത്ത് നദിയിൽക്കൂടി അടിച്ച കാറ്റ്, കുതിരക്കുട്ടിയുടെ ക്ഷീണിച്ച് ചിലന്തിവലപോലെ നേർത്ത ശബ്ദത്തിലുള്ള സഹായാഭ്യർത്ഥന ത്രൊഫീമിന്റെ കാതുകളിലെത്തിച്ചു: “ഈ ഓാാ!”

ഒരു വാൾമുനയുടെ മൂർച്ചയോടെ ആ വിളി ത്രൊഫീമിന്റെ ഹൃദയത്തിലേക്ക് തറച്ചു കയറി. അത് അയാളിലുളവാക്കിയ മനോവികാരം ഞെട്ടിപ്പിക്കുന്നതായിരുന്നു. അഞ്ചുവർഷത്തെ യുദ്ധം അതിജീവിച്ചവനാണ് അയാൾ. പല പ്രാവശ്യം അയാൾ മരണവുമായി ഇടഞ്ഞിട്ടുണ്ട്. പക്ഷേ ഒരിക്കലും അയാൾക്ക് ആത്മനിയന്ത്രണം നഷ്ടപ്പെട്ടിട്ടില്ല. എന്നിട്ടും ഇപ്പോൾ ചുവന്ന നിറമുള്ള താടിരോമങ്ങളുടെ പിന്നിൽ അയാളുടെ മുഖം വിളറിവെളുത്തു. തുഴ വലിച്ചെടുത്തുകൊണ്ട് അയാൾ വഞ്ചി ഒഴുക്കിനെതിരെ തിരിച്ച് അവശനായ കുതിരക്കുട്ടി ജീവനുവേണ്ടി സമരം ചെയ്തുകൊണ്ടിരുന്ന ഒരു ചുഴിയുടെയടുത്തേക്ക് തുഴഞ്ഞുപോയി. പരുക്കൻ ശബ്ദത്തിൽ ചിനച്ചുകൊണ്ട് പെൺകുതിരയും തന്റെ കുട്ടിയെ രക്ഷിക്കുവാനായി അങ്ങോട്ടു നീന്തിത്തുടങ്ങി. നെച്ചെപ്പുരേൻകൊ വളരെ പണിപ്പെട്ടിട്ടും അയാൾക്ക് ആ പെൺകുതിരയെ തടയാൻ കഴിഞ്ഞില്ല.

“വിഡ്ഢിത്തം കാണിക്കരുത്,” ത്രൊഫീമിന്റെ സുഹൃത്തായ സ്ത്യേഷ്ക

യെഫ്രേമൊവ് വഞ്ചിയിൽ ജീനികൾ കെട്ടിവച്ചിരുന്നതിന്റെ മീതെ ഇരുന്നുകൊണ്ട് പറഞ്ഞു."കരയിലേക്കു തുഴയൂ. കൊസാക്കുകളെ കണ്ടുതുടങ്ങി!"

"നാവടക്കു!" എന്നു പറഞ്ഞുകൊണ്ട് ത്രൊഫീം തോക്കെടുക്കുവാൻ കൈനീട്ടി.

ഇതിനകം കുതിരക്കുട്ടി ഒഴുക്കിൽപ്പെട്ട് വളരെ ദൂരം പൊയ്ക്കഴിഞ്ഞിരുന്നു. അത് ഒരു ചെറിയ ചുഴിയിലകപ്പെട്ട് വട്ടം കറങ്ങിക്കൊണ്ടിരുന്നു. പച്ചനിറമുള്ള തിരമാലകൾ കുതിരക്കുട്ടിയെ തഴുകിക്കൊണ്ടിരുന്നു. ത്രൊഫീം സർവ്വശക്തിയുമെടുത്ത് വഞ്ചി തുഴഞ്ഞു. പുഴയുടെ വലത്തെ കരയിൽ കുന്നിനുപിറകിലുള്ള മറയിൽ നിന്ന് കൊസാക്കുകൾ പുറത്തു വന്നു. ഒരു യന്ത്രത്തോക്ക് ശബ്ദിച്ചുതുടങ്ങി. വെടിയുണ്ടകൾ ഹൂൽക്കാരശബ്ദത്തോടെ വെള്ളത്തിൽ പതിച്ചു. കീറിയ ക്യാൻവാസ്സ് ഷർട്ടു ധരിച്ച ഒരു ഓഫീസർ കൈത്തോക്കു വീശിക്കൊണ്ട് എന്തോ വിളിച്ചുപറഞ്ഞു.

കുതിരക്കുട്ടിയുടെ കരച്ചിൽ ഇപ്പോൾ ഇടവിട്ടിടവിട്ടാണ് കേട്ടുകൊണ്ടിരുന്നത്. അത് കൂടുതൽ തളർന്ന ശബ്ദത്തിലായിരുന്നു. ഒരു മനുഷ്യശിശുവിന്റെ കരച്ചിലിനോട് അതിന് വളരെ സാദൃശ്യമുണ്ടായിരുന്നു. നെച്ചപ്പുരേൻകൊ പെൺകുതിരയെ ഉപേക്ഷിച്ചിട്ട് ഇടത്തെ കരയിലേക്ക് വേഗം നീന്തിപ്പോയി. ത്രൊഫീം ഒരു ഞെട്ടലോടെ തോക്ക് ഉയർത്തി. കുതിരക്കുട്ടിയുടെ തലയ്ക്ക് അല്പം അടിയിൽ, ചുഴിയിലേക്ക് വെടിവച്ചു. പിന്നീട് വേദനനിറഞ്ഞ ഒരു കരച്ചിലോടെ അയാൾ ബൂട്ട്സ്സ് അഴിച്ചുമാറ്റി വെള്ളത്തിലേക്കു ചാടി.

വലത്തെ കരയിൽ കീറിയ ക്യാൻവാസ്സ് ഷർട്ടിട്ട ഓഫീസർ വിളിച്ചുപറഞ്ഞു:

"വെടി നിർത്തു!"

അഞ്ചുമിനിട്ടുകൾക്കുള്ളിൽ ത്രൊഫീം കുതിരക്കുട്ടിയുടെ അടുത്തെത്തി. അയാൾ തന്റെ ഇടത്തെ കൈ കുതിരക്കുട്ടിയുടെ തണുത്ത വയറിനടിയിലേക്കു നീട്ടി അതിനെ താങ്ങിപ്പിടിച്ചു. കിതച്ചുകൊണ്ട് പതറലോടെ അയാൾ ഇടത്തെ കരയിലേക്ക് നീന്തി. ശത്രുവിന്റെ ഭാഗത്തുനിന്ന് ഒരൊറ്റ തോക്കുപോലും ശബ്ദിച്ചില്ല.

ആകാശം, കാട്ട്, മണൽ--എല്ലാം ഹരിത വർണ്ണം കൈകൊണ്ടു,

എല്ലാം നിഴൽ പതിഞ്ഞവയായിരുന്നു. അവസാനശക്തി--ഏതാണ്ട് അമാനുഷമായ ശക്തി --ഉപയോഗിച്ച് ത്രൊഫീം കരയിലെത്തി നനഞ്ഞൊലിക്കുന്ന കുതിരക്കുട്ടിയെ വെള്ളത്തിൽനിന്നും വലിച്ചു കരയ്ക്കു കയറ്റി. കുറേനേരം അയാൾ മണലിൽ മാന്തിക്കൊണ്ട് അവിടെ കിടന്നു. അയാളുടെ സഖാക്കളുടെ ശബ്ദം മരക്കൂട്ടങ്ങളുടെ ഇടയിൽനിന്നും പുറത്തു കേട്ടു. തിരിവിനപ്പുറത്ത് അങ്ങു ദൂരെ പീരങ്കിവെടിയുടെ ശബ്ദം ഉയർന്നു. ചെമ്പൻപെൺകുതിര നീന്തിക്കയറി ത്രൊഫീമിന്റെ സമീപത്തു ചെന്നു നിന്നുകൊണ്ട് ദേഹത്തെ വെള്ളം കുടഞ്ഞുകളയുകയും കുതിരക്കുട്ടിയെ നക്കിത്തുടയ്ക്കുകയും ചെയ്തുകൊണ്ടിരുന്നു. അതിന്റെ തൂങ്ങിക്കിടക്കുന്ന വാലിൽനിന്നും തിളങ്ങുന്ന ജലകണികകൾ മണലിലേക്ക് ഇറ്റിറ്റു വീണു.

ത്രൊഫീം വേച്ചുപോകുന്ന കാലുകളുമായി എഴുന്നേറ്റ് മണൽപ്പുറത്തുകൂടി നടന്നുതുടങ്ങി. എന്നാൽ അയാൾ ഒന്നോ രണ്ടോ ചുവടുകൾ വച്ചിട്ട് കുഴഞ്ഞു വീണു. പൊള്ളുന്ന എന്തോ ഒന്ന് അയാളുടെ നെഞ്ചിൽ തറച്ചു. വീഴുമ്പോൾ അയാൾ വെടിയുടെ ശബ്ദം കേട്ടു. വലത്തെ കരയിൽനിന്നും ഒരു വെടിയുണ്ട പുറത്തു തറച്ചു. വലത്തെ കരയിൽ കീറിയ ക്യാൻവാസ് ഷർട്ടിട്ട ഓഫീസർ അക്ഷോഭ്യനായി പുകയുന്ന വെടിത്തിര തന്റെ തോക്കിൽനിന്നും തെറിപ്പിച്ചു. കുതിരക്കുട്ടി കിടക്കുന്നതിന് ഒന്നോ രണ്ടോ ചുവടകലെ കിടന്ന് ത്രൊഫീം മരിക്കുകയായിരുന്നു. വായിൽ നിന്നു പുറത്തു വന്ന രക്തം കലർന്ന നര, മൂട്ടിപ്പിടിച്ച നീലനിറമായ അയാളുടെ ചുണ്ടുകൾക്ക് ഒരു നേരിയ പുഞ്ചിരിയുടെ ഛായ നല്കി. ആ ചുണ്ടുകൾ അയാളുടെ കുട്ടികളെ ചുംബിച്ചിട്ട് നീണ്ട അഞ്ചു വർഷങ്ങൾ കഴിഞ്ഞിരുന്നു.

[വിവർത്തനം:ഓമന]

അന്യരക്തം

ഫിലിപ്പപുണ്യാളന്റെ സദ്യ കഴിഞ്ഞു് ആഗമനപ്പെരുന്നാൾ കാലത്താണ് ആദ്യത്തെ മഞ്ഞു് പൊഴിഞ്ഞുതുടങ്ങിയതു്. സ്റ്റെപ്പിയിലെ ഉണങ്ങിയ ചുവന്ന പുൽക്കൊടികളെ ഉലക്കുകയും ഹിമാനികളുടെ പരുപരുത്ത വക്കുകളെ മിനുസപ്പെടുത്തുകയും കുണ്ടും കുഴിയും നിറഞ്ഞ പാതകളുടെ നട്ടെല്ലുകളെ നക്കിത്തുടയ്ക്കുകയും ചെയ്തു കൊണ്ടു് ദോൻ നദിയുടെ അക്കരെനിന്നും ശക്തിയായ കാറ്റടിച്ചു. പച്ചകലർന്ന സായംസന്ധ്യയിലെ നിശ്ചലതയാൽ നിശ ഗ്രാമത്തെ ആവരണം ചെയ്തു. പാടങ്ങൾക്കു് അപ്പുറത്തു് ഉഴുതുമറിക്കപ്പെടാത്ത സ്റ്റെപ്പി, പടർന്നു കിടക്കുന്ന കാട്ടുചെടികളുടെ കീഴിൽ കിടന്നു മയങ്ങി.

പാതിരാനേരത്തു് ഇടുക്കിൽനിന്നു് ഒരു ചെന്നായ് ഓരിയിട്ടു തുടങ്ങി. ഗ്രാമത്തിലെ നായ്ക്കൾ അതു കേട്ടു് കുരച്ചു. വൃദ്ധനായ ഗവ്രീല ഉണർന്നു. അടുപ്പിന്റെ വക്കിൽനിന്നും കാലുകൾ തൂക്കിയിട്ടു് പുകക്കുഴലിൽ മുറുകെപ്പിടിച്ചുകൊണ്ടു് അയാൾ ചുമച്ചുതുടങ്ങി. ചുമകഴിഞ്ഞു് കാർക്കിച്ചുതുപ്പിയിട്ടു് അയാൾ പുകയിലസഞ്ചി തപ്പിയെടുത്തു.

എന്നും രാത്രി പാതിരാക്കോഴി കൂവിയാലുടൻ വൃദ്ധൻ ഉണരും. അയാൾ പുകവലിക്കുകയും ചുമച്ച് കുറുകുറുപ്പോടെ ശ്വാസകോശത്തിലുള്ള കഫം തുപ്പിക്കളയുകയും ചെയ്തുകൊണ്ടു് എഴുന്നേറ്റിരിക്കും. ശ്വാസം

മുട്ടിക്കുന്ന ആ ചുമകൾക്ക് ഇടയ്ക്കുള്ള സമയത്ത് അയാളുടെ ചിന്ത അതിനു സുപരിചിതമായ പാതയിലൂടെ തലയ്ക്കുള്ളിൽ ചുറ്റിതിരിഞ്ഞു കൊണ്ടിരിയ്ക്കും. ആ ചിന്തകൾ മുഴുവനും യുദ്ധത്തിൽനിന്നും മടങ്ങിയെത്തിയിട്ടില്ലാത്ത അയാളുടെ പുത്രനെ കുറിച്ചുള്ളവയായിരുന്നു.

അയാളുടെ ഏകസന്താനമായിരുന്ന ആദ്യത്തേതും ഒടുവിലത്തേതുമായ ആ പുത്രൻ. ആ പുത്രനുവേണ്ടിയാണ് ഗവ്രീല ഓരോ നിമിഷവും പണിയെടുത്തിരുന്നത്. ചുവപ്പുഭടന്മാരോട് പൊരുതുവാൻ പുത്രനെ യുദ്ധമുന്നണിയിലേക്ക് അയക്കേണ്ട സമയമായപ്പോൾ ഗവ്രീല ഒരു ജോടി കാളകളെ ചന്തയിൽ കൊണ്ടുപോയി വിറ്റു. ആ പണം കൊണ്ട് അയാൾ ഒരു പടക്കുതിരയെ വാങ്ങി. അതു വെറുമൊരു കുതിരയായിരുന്നില്ല. സ്റ്റെപ്പിയിലെ ഒരു ചുഴലിക്കാറ്റുതന്നെ ആയിരുന്നു. പിന്നീട് കുടുംബത്തിലെ വിലപിടിപ്പുള്ള സാധനങ്ങൾ സൂക്ഷിക്കുന്ന പെട്ടി തുറന്ന് അയാൾ മുത്തച്ഛന്റെ വകയായിരുന്ന വെള്ളികെട്ടിയ കടിഞ്ഞാൺ പുറത്തെടുത്തു. മകൻ യാത്ര ചോദിച്ചപ്പോൾ അച്ഛൻ പറഞ്ഞു:

"പെത്രൊ, ഞാൻ നിനക്ക് വേണ്ടതെല്ലാം തന്നിട്ടുണ്ട്. നിന്റെ വേഷത്തിൽ പ്രത്യക്ഷപ്പെടാൻ ഒരു ഓഫീസർക്കുപോലും ലജ്ജതോന്നുകയില്ല. നിന്റെ അച്ഛൻ ചെയ്തിട്ടുള്ളതുപോലെ നീയും കൊസാക്ക്സൈന്യത്തെ സേവിക്കുക. ശാന്തയായ ദോൻനദിയ്ക്ക് അപമാനം വരുത്താതിരിക്കുവാൻ പ്രത്യേകം ശ്രദ്ധിക്കണം. നിന്റെ മുത്തപ്പൻമാരും മുതുമുത്തപ്പൻമാരും സാർചക്രവർത്തിക്കുവേണ്ടി സേവനം അനുഷ്ഠിച്ചിട്ടുണ്ട്. അതുകൊണ്ട് നീയും അതുതന്നെ ചെയ്യണം !"

ഇപ്പോൾ വൃദ്ധനായ ഗവ്രീല നിലാവുതട്ടി പച്ചനിറമായ ജനാലയിലൂടെ പുറത്തേക്കു തുറിച്ചുനോക്കി. മുറ്റത്ത് കാറ്റ് അതിൻതേല്ലാത്ത എന്തോ തപ്പിനടക്കുന്ന ശബ്ദം ശ്രദ്ധിച്ചുകൊണ്ട്, ഇങ്ങിനിവരാത്തവണ്ണം പൊയ്പ്പോയ ദിനങ്ങളെക്കുറിച്ച് അയാൾ ഓർമ്മിച്ചു.

യാത്രയയപ്പു സൽക്കാരവേളയിൽ കൊസാക്കുകൾ ഗവ്രീലയുടെ ഓടപ്പുല്ലുമേഞ്ഞ പുരയുടെ കഴുക്കോലുകൾ കുലുങ്ങുമാറ് ഒരു പഴയ ഗാനം ഉറക്കെ പാടി:

അടരാടുന്ന നിർഭയർ ഞങ്ങൾ
പോരിനിറങ്ങുന്നു.

ആജ്ഞകൾ കേൾക്കും നിമിഷം ശത്രുവെ

അരിഞ്ഞു വീഴ്ത്തുന്നു.

അമിതമായി മദ്യപാനം ചെയ്ത പെത്രോ മേശയ്ക്കരികിലിരുന്നിരുന്നു. അവന്റെ മുഖം വിളറി ഏതാണ്ട് നീലനിറമായി. അവസാനത്തെ കോപ്പ മോന്തിക്കഴിഞ്ഞപ്പോഴേയ്ക്കും അവൻ തളർച്ചയോടെ കണ്ണുകൾ അടച്ചു; എങ്കിലും കുതിരപ്പുറത്തു കയറാനും ജീനിയിൽ ഉറച്ചിരിക്കാനും അവന് എങ്ങിനെയോ സാധിച്ചു. കുറുവാൾ അരയിൽ ശരിക്കു വച്ചുകഴിഞ്ഞപ്പോൾ അവൻ കൂടെ കൊണ്ടുപോകാനായി കുനിഞ്ഞു് പിറന്ന നാട്ടിലെ ഒരുപിടി മണ്ണ് വാരിയെടുത്തു. അവൻ ഇപ്പോൾ എവിടെയാണു കിടക്കുന്നതു്? അന്യദേശങ്ങളിൽ തൻറ നെഞ്ചിനു ചൂടുനല്കുവാൻ ഏതു മണ്ണാണു് അവൻ കണ്ടെത്തിയതു്?

വൃദ്ധന്റെ നീണ്ട ചുമ വരണ്ടതായിരുന്നു. നെഞ്ചിനുള്ളിൽ ശ്വാസകോശങ്ങൾ ഏങ്ങിവലിച്ചുകൊണ്ടിരുന്നു. ചുമകൾക്കു് ഇടയ്ക്കുള്ള സമയത്ത്് തൊണ്ടയിലെ കഫം തുപ്പികളഞ്ഞു് തന്റെ വളഞ്ഞ പുറം പുകക്കുഴലിൽ ചാരിവച്ചുകൊണ്ടു് വൃദ്ധൻ ഇരിക്കുമ്പോൾ അയാളുടെ ചിന്ത അതിനു സുപരിചിതമായ പാതയിൽക്കൂടി തലയ്ക്കുള്ളിൽ ചുറ്റി തിരിഞ്ഞുകൊണ്ടിരിക്കും.

* * *

വൃദ്ധനായ ഗവ്രീല പുത്രനെ യാത്രയാക്കി ഒരു മാസം കഴിഞ്ഞപ്പോൾ ചുവപ്പുസേന എത്തി. ചിരപ്രതിഷ്ഠിതമായ കൊസാക്ക്പാരമ്പര്യത്തെ, ആക്രമണം നടത്തുന്ന ഒരു ശത്രുസേനയെപ്പോലെ അവർ ലംഘിച്ചു. വൃദ്ധൻ ശീലിച്ചുപോന്നിട്ടുള്ള ജീവിതചര്യയെ ഒഴിഞ്ഞ കീശപോലെ അവൻ അകംപുറമാക്കി. ദോൻനദിയുടെ മറുകരയിൽ പെത്രോ വീറോടെ യുദ്ധം ചെയ്തു് സാർജൻറ് സ്ഥാനത്തിനു് അർഹത നേടിക്കൊണ്ടിരിക്കുമ്പോൾ ഗ്രാമത്തിൽ വൃദ്ധനായ ഗവ്രീല, പണ്ടു് താൻ സ്വർണ്ണമുടിക്കാരനായ പെത്രോയെ ലാളിച്ചുവളർത്തിയതുപോലെ, മോസ്ക്കോയിൽനിന്നു പുതുതായി പൊട്ടിമുളച്ച ചുവപ്പുസേനയോടുള്ള വിദ്വേഷത്തെ-- ഒരു വൃദ്ധഹൃദയത്തിൽ നീറിപുകഞ്ഞുകൊണ്ടിരുന്ന വിദ്വേഷത്തെ--പാലൂട്ടിവളർത്തുകയും തൊട്ടുതലോടുകയും ചെയ്തുകൊണ്ടിരുന്നു.

അവരോടുള്ള വൈരാഗ്യംകൊണ്ടുമാത്രം അയാൾ കൊസാക്കു്

സ്വാതന്ത്ര്യത്തിന്റെ ചിഹ്നമായ ചുവപ്പുനാട കറുത്തനൂലുകൊണ്ട് തുന്നിപ്പിടിപ്പിച്ച അയഞ്ഞു കമ്പിളി കാൽച്ചട്ട ധരിച്ചു. അംഗരക്ഷക സേനയുടെ ഓറഞ്ചുനിറത്തിലുള്ള പട്ട വച്ചുപിടിപ്പിച്ച തന്റെ നീണ്ട കൊസാക്കുകുപ്പായവും അയാൾ ധരിച്ചു. ആ കുപ്പായത്തിൽ പണ്ട് സാറ്ജൻറ് മേജറുടെ പട്ടകൾ പിടിപ്പിച്ചുവച്ചിരുന്നതിന്റെ പാടുകൾ അവശേഷിച്ചിട്ടുണ്ടായിരുന്നു. ചക്രവർത്തിയെ വിശ്വസ്തതയോടെയും സമർത്ഥമായും സേവിച്ചതിന് തനിക്കു ലഭിച്ചിരുന്ന മെഡലുകളും കുരിശുകളും ഗവ്രീല നെഞ്ചിൽ അണിഞ്ഞു. അതെല്ലാവരും കാണു വാൻവേണ്ടി അയാൾ ഞായറാഴ്ചദിവസം കോട്ടിന്റെ കുടുക്കുകൾ തുറന്നിട്ടുകൊണ്ട്ണ് പള്ളിയിൽ പോകാറുള്ളത്.

ആ കൊസാക്ക് ഗ്രാമത്തിൽ ഇപ്പോൾ ഭരണം നടത്തിയിരുന്ന സോവിയറ്റിന്റെ ചെയർമാൻ ഒരു ദിവസം ഗവ്രീലയെ കണ്ടുമുട്ടിയ പ്പോൾ പറഞ്ഞു: " അപ്പൂപ്പാ, ഈ ചേങ്കിലകൾ എടുത്തുമാറ്റൂ! ഇക്കാ ലത്ത് അതാരും ധരിക്കാറില്ല. "

വൃദ്ധനായ ഗവ്രീല വെടിമരുന്നുപോലെ പൊട്ടിത്തെറിച്ചു.

"അതു പറയാൻ നിങ്ങളാരാണ് ? നിങ്ങളാണോ എനിക്കവ നൽകിയത്?"

"അതു നിങ്ങൾക്കു നല്കിയ ആൾ എത്രയോ നാളായി പുഴുക്കളുടെ തലയെണ്ണിക്കൊണ്ട് മണ്ണിനടിയിൽ കഴിയുകയാണ്. "

"ആയിക്കോട്ടെ !... ഞാൻ യാതൊന്നും എടുത്തുമാറ്റാൻ നിശ്ച യിച്ചിട്ടില്ല! എന്റെ ശവത്തിൽ നിന്നല്ലാതെ അതെടുത്തുമാറ്റാമെന്ന് നിങ്ങൾ വിചാരിക്കുകയും വേണ്ട."

"അത്രയ്ക്കൊന്നും പറയേണ്ട, അപ്പൂപ്പാ . ഞാൻ സ്നേഹത്തിൽ ചിലതു പറഞ്ഞെന്നേയുള്ളൂ. നിങ്ങൾ അവ ഊരിവയ്ക്കാതെ കിടന്ന് ഉറങ്ങിയാൽപ്പോലും എനിക്ക് ഒന്നുമില്ല. പക്ഷേ പട്ടികളെ എന്തു ചെയ്യും? നിങ്ങളുടെ ആ കാലുറകൾ കണ്ടാൽ പട്ടികൾ വെറുതെ വിടുകയില്ല. നിങ്ങളുടെ കൂട്ടരെ കണ്ട കാലം അവ മറന്നുകഴിഞ്ഞു. സ്വന്തം യജമാനന്മാരെപ്പോലും അവ തിരിച്ചറിയുകയില്ല."

ആ പരിഹാസം കാഞ്ഞിരയ്ക്കാപോലെ കയ്പുള്ളതായിരുന്നു. ഗവ്രീല മെഡലുകൾ എടുത്തുമാറ്റിയെങ്കിലും അമർഷം അയാളുടെ ആത്മാവിൽ ഒരു പാഴ്ചെടിപോലെ തഴച്ചുവളർന്ന് നേരത്തേ

അവിടെ സ്ഥാനം പിടിച്ചിരുന്ന വിദ്വേഷവുമായി കെട്ടിപ്പിണഞ്ഞു.

മകൻ പോയതിനാൽ അയാൾക്കിപ്പോൾ പണിയെടുക്കുകയോ സമ്പാദിക്കുകയോ ചെയ്യേണ്ട ആവശ്യമില്ലായിരുന്നു. കളപ്പുര പൊളിഞ്ഞു വീണുതുടങ്ങി. കന്നുകാലികൾ വേലി പൊളിച്ചു. കിടാക്കളെ സൂക്ഷിക്കുന്ന തൊഴുത്തിന്റെ മേൽക്കൂര ജീർണ്ണിച്ചുതുടങ്ങി. ശൂന്യമായ കുതിരാലയം ചുണ്ടെലികളുടെ കേളീരംഗമായിമാറി. പുല്ലരിയുന്ന യന്ത്രം പുരയ്ക്കകത്തിരുന്ന് തുരുമ്പുപിടിച്ചു.

മിക്ക കുതിരകളേയും കൊസാക്കുകൾ കൊണ്ടുപോയി. ശേഷിച്ചവയെ ചുവപ്പുസേനക്കാർ സൈനികാവശ്യത്തിന് കൈവശപ്പെടുത്തി. പകരമായി അവർ ഗവ്രീലയ്ക്കു കൊടുത്ത ഒരേയൊരു കിഴട്ടുകുതിരയെ ശരല്ക്കാലത്ത് മഹ്നോ സംഘത്തിൽപ്പെട്ട അരാജകവാദികൾ തട്ടിക്കൊണ്ടുപോയി. അതിന്റെ വിലയായി അവർ ഗവ്രീലയ്ക്കു കൊടുത്തത് ഒരു ജോടി ബ്രിട്ടീഷ് പട്ടീസുകളായിരുന്നു.

"ഞങ്ങളുടേതൊക്കെ നിങ്ങളുടേതുമാണ്!" മഹ്നോ സംഘത്തിന്റെ യന്ത്രത്തോക്കുകാരൻ കണ്ണിറുക്കിക്കൊണ്ട് പറഞ്ഞു. "ഞങ്ങളുടെ പണംകൊണ്ട് നിങ്ങൾ ധനവാനായിക്കോളൂ, അപ്പൂപ്പാ."

അനേകവർഷത്തെ കഠിനപ്രയത്നംകൊണ്ട് അയാൾ സമ്പാദിച്ചുവച്ചതെല്ലാം തട്ടിത്തൂവിപ്പോയി. അതു തടയുന്നതിന് ഒരു ചെറുവിരൽ അനക്കാൻപ്പോലും അയാൾക്ക് കഴിഞ്ഞില്ല. എങ്കിലും വസന്തത്തിൽ തരിശായിക്കിടന്ന സ്റ്റെപ്പി ആലസ്യമായ വശ്യതയോടെ കാൽച്ചുവട്ടിൽ കിടന്നപ്പോൾ വൃദ്ധൻ മണ്ണിന്റെ പ്രലോഭനത്തിനു വിധേയനായി. രാത്രിമുഴുവൻ അതിന്റെ നിർബ്ബന്ധപൂർവ്വവും നിശ്ശബ്ദവുമായ വിളി അയാളുടെ കാതുകളിൽ മുഴങ്ങി. ചെറുത്തുനിൽക്കാൻ കെല്പില്ലാതെ അയാൾ കാളയെ കലപ്പയിൽ കെട്ടി ഉരുക്കുകൊണ്ട് സ്റ്റെപ്പി ഉഴുതുമറിച്ച് കറുത്ത മണ്ണിന്റെ ആർത്തി തീരാത്ത ഗർഭാശയത്തിൽ ഗോതമ്പുവിത്തു വിതച്ചു.

കടലിൽനിന്നും കടലിനക്കരെ നിന്നും കൊസാക്കുകൾ മടങ്ങിവന്നുകൊണ്ടിരുന്നു. പക്ഷേ പെത്രൊയ്ക്ക് എന്തു പറ്റിയെന്ന് ആർക്കും അറിവില്ലായിരുന്നു. അവർ പല റെജിമെൻറുകളിലായി രാജ്യത്തിന്റെ പലഭാഗത്താണ് യുദ്ധം ചെയ്തത്--റഷ്യയാണെങ്കിൽ ഒരു വലിയ രാജ്യവുമാണ്. കുബാൻപ്രദേശത്ത് എവിടെയോ ചുവപ്പുസേനയുമായി

നടത്തിയ ഒരു ഏറ്റുമുട്ടലിൽ പെത്രോയുടെ സംഘത്തിൽപ്പെട്ട അവസാനത്തെ ആൾവരെ കൊല്ലപ്പെട്ടുവെന്നാണ് പറഞ്ഞുകേട്ടത്.

ഗവ്രീല പുത്രനെപ്പറ്റി ഭാര്യയോട്ട് ഒരിക്കലും സംസാരിക്കാറില്ല.

രാത്രിയിൽ ഭാര്യ തലയിണയിൽ മുഖമമർത്തി തേങ്ങുകയും കരയുകയും ചെയ്യുന്നത് അയാൾ കേൾക്കാറുണ്ട്.

"മുത്തീ, നിനക്കെന്താണ്?" അയാൾ കണ്ഠശുദ്ധി വരുത്തിക്കൊണ്ട് ചോദിക്കും.

കുറച്ചുകഴിഞ്ഞിട്ടേ അവർ ഉത്തരം പറയുകയുള്ളൂ.

"അടുപ്പിൽനിന്നുള്ള പുകകൊണ്ടായിരിക്കും, എനിക്കു വല്ലാത്ത തലവേദന."

യഥാർത്ഥത്തിൽ അവരെ വേദനിപ്പിക്കുന്നതെന്താണെന്ന് തനിക്ക് അറിയാൻ പാടില്ലെന്ന് അയാളും ഭാവിക്കും .

"കുറച്ച് അച്ചാറുവെള്ളം കുടിച്ചുനോക്കരുതോ? ഞാൻ നിലവറയിൽനിന്നും എടുത്തുകൊണ്ടു വരാം."

"നിങ്ങൾ ഉറങ്ങിക്കോളിൻ. ഇത് താനെ മാറിക്കോളും."

വീണ്ടും മൂകത അതിന്റെ അദൃശ്യമായ വലകൊണ്ട് ആ വീടിനെ ആവരണം ചെയ്യും. മറ്റൊരാളുടെ ദുഃഖത്തിൽ -- ഒരു അമ്മയുടെ ഹൃദയത്തെ തകർത്തുകൊണ്ടിരിക്കുന്ന ദുഃഖത്തിൽ--സന്തോഷിച്ചുകൊണ്ട് അമ്പിളി ഔദ്ധത്യത്തോടെ ജനാലയിൽക്കൂടി അകത്തേക്കു നോക്കും.

എങ്കിലും അപ്പോഴും അവർ തങ്ങളുടെ പുത്രൻ തിരിച്ചു വരുമെന്ന് പ്രത്യാശിച്ചു. ഗവ്രീല കുറേ ആട്ടിൻതോൽ നന്നാക്കിയെടുക്കാൻ തീരുമാനിച്ചപ്പോൾ അയാൾ ഭാര്യയോട്ട് പറഞ്ഞു: "നമുക്ക് ഉള്ളതുകൊണ്ടൊക്കെ കഴിച്ചുകൂട്ടാം, പക്ഷേ പെത്രോ തിരിച്ചുവരുമ്പോൾ അവൻ എന്തു ധരിക്കും? ശൈത്യകാലം തുടങ്ങാറായി. നമ്മൾ അവനൊരു കോട്ടുണ്ടാക്കിവയ്ക്കണം."

അങ്ങിനെ അവർ പെത്രോയുടെ അളവിൽ ഒരു കോട്ടുണ്ടാക്കി പെട്ടിയിൽ സൂക്ഷിച്ചുവച്ചു. കന്നുകാലിത്തൊഴുത്തു വൃത്തിയാക്കുമ്പോൾ അവനു ധരിക്കാനായി ഒരു ജോടി ബൂട്ട്സും അവർ ഉണ്ടാക്കി.

വൃദ്ധൻ സ്വന്തം നീലയൂണിഫോറം ഭദ്രമായി സൂക്ഷിച്ചുവച്ചു. പൂച്ചികൾ കരളാതെ അതിൽ അയാൾ പുകയിലപ്പൊടി വിതറി. ഒരു ആട്ടിൻക്കുട്ടിയെ കൊന്നപ്പോൾ ഗവ്രീല അതിന്റെ തോലുകൊണ്ട് ഒരു നീളൻതൊപ്പി ഉണ്ടാക്കി ആണിയിൽ തൂക്കിവച്ചു. "അച്ഛാ, പുറത്തു തണുപ്പുണ്ടോ?" എന്നു ചോദിച്ചുകൊണ്ട് ഒരു പുഞ്ചിരിയോടെ പെത്രോ മുൻവശത്തെ മുറിയിൽനിന്നിറങ്ങിവരുമെന്ന് പ്രതീക്ഷിച്ചിട്ടെന്നപോലെ മുറ്റത്തുനിന്ന് അകത്തേക്കു കയറുമ്പോൾ ആ തൊപ്പി കണ്ട് വൃദ്ധൻ നിന്നിടത്തുതന്നെ നിന്നുപോകും.

രണ്ടു ദിവസം കഴിഞ്ഞു് ഒരു സായാഹ്നത്തിൽ അയാൾ കന്നുകാലിത്തൊഴുത്ത് വൃത്തിയാക്കുകയായിരുന്നു. പുൽക്കുട്ടിൽ കുറെ കച്ചി വലിച്ചിട്ടിട്ട് അയാൾ വെള്ളം കോരാനായി കിണറ്റിനരികിലേക്കു പോയി. കയ്യുറ എടുക്കാൻ മറന്നുപോയ കാര്യം അപ്പോഴാണ് ഓർത്തതു്. അതെടുക്കാനായി അയാൾ വീട്ടിലേക്ക് തിരിച്ചുപോയി. കതകു തുറന്നപ്പോൾ അയാൾ കണ്ടതു് തന്റെ വൃദ്ധയായ ഭാര്യ പെത്രോ ഒരിക്കൽപ്പോലും ധരിച്ചിട്ടില്ലാത്ത ആ തൊപ്പി ഒരു കുഞ്ഞിനെയെന്നപ്പോലെ മാറോടു ചേർത്തുപിടിച്ചു താലോലിച്ചുകൊണ്ട് ബഞ്ചിനരികിൽ മുട്ടുകുത്തി നിൽക്കുന്നതാണ്.

അയാളുടെ കണ്ണുകളിൽ ഇരുട്ടു കയറി. ഒരു ഹിംസ്രജന്തുവിനെപ്പോലെ അയാൾ വൃദ്ധയുടെ മേൽ ചാടിവീണ് അവരെ തള്ളി നിലത്തിട്ടു. ചുണ്ടുകൾക്കിടയിൽ പൊടിഞ്ഞുവന്ന നര വിഴുങ്ങിക്കൊണ്ട് അയാൾ മുറുമുറുത്തു: "നിർത്ത്! മൂതേവി, നിർത്ത്! നീ ഇക്കാണിക്കുന്നതിന്റെ അർത്ഥമെന്താണ്? !"

അയാൾ അവരുടെ കയ്യിൽനിന്ന് തൊപ്പി തട്ടിപ്പറിച്ച് പെട്ടിയിൽ വച്ചു പൂട്ടി. വൃദ്ധയുടെ ഇടത്തെ കണ്ണ് പിടച്ചുകൊണ്ടിരിക്കുന്നതും അവരുടെ വായ് ഒരു വശത്തേക്ക് കോടിയിരിക്കുന്നതും പിന്നീട് ഗവ്രീലയുടെ ശ്രദ്ധയിൽപ്പെട്ടു.

ദോൻനദിയിലെ തെളിഞ്ഞു് പച്ചനിറംപൂണ്ട് പാഞ്ഞൊഴുകുന്ന ശരല്ക്കാലജലപ്രവാഹത്തെപ്പോലെ ദിവസങ്ങളും ആഴ്ചകളും കടന്നുപോയി.

ഒരു ദിവസം നദിയുടെ ചെറിയ കൈവഴികൾ ഉറഞ്ഞു കട്ടയായി. താമസിച്ചെത്തിയ ഒരു കൂട്ടം കാട്ടുവാത്തകൾ ഗ്രാമത്തിനു

മുകളിൽക്കൂടി പറന്നുപോയി. അന്നു വൈകിട്ട് അയൽവീട്ടിലെ പയ്യൻ ഒരു സന്ദേശവുമായി ഗവ്രീലയുടെ വീട്ടിൽ ചെന്നു. അവൻ ദൈവരൂപത്തിന്റെ മുമ്പിൽ ധൃതിയിൽ ഒരു കുരിശു വരച്ചു. വൃദ്ധനെ അഭിവാദനം ചെയ്തിട്ട് അവൻ പറഞ്ഞുതുടങ്ങി:

"അപ്പൂപ്പാ, വിശേഷം അറിഞ്ഞോ? പ്രോഹൊർലിഹൊവീദൊവ് ടർക്കിയിൽനിന്നും തിരിച്ചു വന്നിട്ടുണ്ട്. നിങ്ങളുടെ പെത്രോയും അയാളും ഒരു റെജിമെൻറിലായിരുന്നു."

ഗവ്രീല പ്രോഹൊറുടെ വീട്ടിലേക്ക് ഓടുകയായിരുന്നുവെന്നു പറയാം. ചുമകൊണ്ടും ആയാസംകൊണ്ടും അയാൾക്കു ശ്വാസം മുട്ടി. എന്നാൽ പ്രോഹൊർ വീട്ടിലുണ്ടായിരുന്നില്ല. അയാൾ അടുത്തൊരു ഗ്രാമത്തിൽ പാർക്കുന്ന തന്റെ സഹോദരനെ കാണാൻ പോയിരിക്കയായിരുന്നു. പിറ്റേന്നേ മടങ്ങിവരികയുള്ളൂ.

അന്നു രാത്രി ഗവ്രീല ഉറങ്ങിയില്ല. അടുപ്പിന്റെ മുകളിൽ ഉണർന്നു കിടന്നുകൊണ്ട് അയാൾ തിരിയുകയും മറിയുകയും ചെയ്തു.

നേരം വെളുക്കുന്നതിനുമുമ്പുതന്നെ അയാൾ എഴുന്നേറ്റ് ഒരു വിളക്കു കത്തിച്ച് തന്റെ കമ്പിളി ബൂട്ട്സിന്റെ കേടുപാടുകൾ മാറ്റിത്തുടങ്ങി.

വിളറി വിവശയായ പ്രഭാതം ചാരനിറമാർന്ന പൂർവ്വദിക്കിൽനിന്നും മങ്ങിയ പ്രകാശം പരത്തി. പകൽ മുഴുവൻ നൽകുവാൻ ചിറകു വിരിച്ചുനിൽക്കുന്ന ഒരു മേഘത്തിനടുത്തെത്താനുള്ള അവസാനത്തെ ചുവടുകൾ വയ്ക്കുവാൻപോലും ശക്തിയില്ലാതെ അമ്പിളി ആകാശത്തിന്റെ മദ്ധ്യത്തിൽ അപ്പോഴും മയങ്ങിക്കിടന്നിരുന്നു.

* * *

പ്രാതലിനുമുമ്പ് ഗവ്രീല ജനാലയിൽക്കൂടി പുറത്തേക്കു നോക്കി.

"പ്രോഹൊർ വരുന്നുണ്ട് !" അയാൾ പറഞ്ഞു. എന്തുകൊണ്ടോ അയാൾ അടക്കിപ്പിടിച്ച സ്വരത്തിലാണ് അതു പറഞ്ഞത്.

മുറിയിൽ കയറിവന്ന മനുഷ്യന് ഒരു കൊസാക്കിന്റെ യാതൊരു ഛായയുമുണ്ടായിരുന്നില്ല. ഒരു അപരിചിതന്റെ വേഷമായിരുന്നു അയാളുടേത്. അറ്റത്ത് ഇരുമ്പുതറച്ച ബ്രിട്ടീഷ്ബൂട്ട്സ് അയാളുടെ കാലുകളിൽ കിടന്ന് ഞരങ്ങി. പ്രത്യക്ഷത്തിൽതന്നെ മറ്റാരുടേതോ ആണെന്നു തോന്നിക്കുന്ന , വിചിത്രരീതിയിൽ വെട്ടിയ ഒരു

ഓവർക്കോട്ട് അയാളുടെ തോളുകളിൽനിന്ന് തൂങ്ങിക്കിടന്നു.

"വന്ദനം, ഗവ്രീല വസീലിച്ച്! "

"ദൈവം വാഴ്ത്തപ്പെടട്ടെ, പടയാളി! അകത്തുവന്ന് ഇരിക്കൂ."

പ്രോഹൊർ തൊപ്പിയൂരി വൃദ്ധയെ അഭിവാദനം ചെയ്തിട്ട് മുൻവശത്തെ മൂലയിലിട്ടിരുന്ന ഒരു ബഞ്ചിൽ ഇരുന്നു.

"എന്തൊരു കാലാവസ്ഥയാണ്! ഈ കാറ്റ് നമ്മളെ പൊടിമഞ്ഞു കൊണ്ട് മൂടി. ഒരു ദിക്കിലും പോവാൻ സാദ്ധ്യമല്ല."

" അതെ, ഇക്കൊല്ലം മഞ്ഞു നേരത്തേ പെയ്തുതുടങ്ങി. പഴയ കാലത്ത് ഈ സമയത്തൊക്കെ കന്നുകാലികൾ പുൽത്തകിടിയിൽ മേഞ്ഞുനടക്കുമായിരുന്നു. "

ദുസ്സഹമായ നിശ്ശബ്ദത വ്യാപിച്ചു.

ഗവ്രീല ഉള്ളിലുള്ള വികാരം പുറത്തു കാട്ടാതെ മനക്കരുത്ത് കാണിച്ചുകൊണ്ട് സംസാരിച്ചുതുടങ്ങി: "വിദേശങ്ങളിൽ പോയിട്ട് നിനക്ക് വളരെ പ്രായക്കൂടുതൽ തോന്നിക്കുന്നു. "

പ്രോഹൊർ ചിരിച്ചു. "പ്രായക്കുറവു തോന്നിക്കാൻതക്ക ഒന്നുംതന്നെ അവിടെയെങ്ങും ഇല്ല, ഗവ്രീലവസീലിച്ച് ."

വൃദ്ധ എന്തോ ചോദിക്കാൻ ശ്രമിച്ചു:

"ഞങ്ങളുടെ പെത്രോ..."

"മിണ്ടാതിരിക്ക്, കിഴവി! " ഗവ്രീല കയർത്തു.

"കൊടുതണുപ്പിൽനിന്നും അകത്തേക്കു കയറിയ ഒരാളെ അല്പം ഒന്ന് വിശ്രമിക്കാൻ അനുവദിക്ക്. നിനക്ക് അറിയേണ്ടതെല്ലാം ചോദിക്കാൻ ധാരാളം സമയമുണ്ട്."

അയാൾ അതിഥിയുടെ നേരെ തിരിഞ്ഞു.

"പ്രോഹൊർ ഇഗ്നാത്തിച്ച്, ജീവിതം എങ്ങിനെയൊക്കെയായിരുന്നു? "

"വീമ്പടിക്കാൻ മാത്രം ഒന്നുമില്ല. അടികൊണ്ട്പുറം പൊളിഞ്ഞ ഒരു പട്ടിയെപ്പോലെ മുടന്തിമുടന്തി വീട്ടിലെത്തി. അതുതന്നെ ഭാഗ്യം."

"അങ്ങിനെയോ.... ടർക്കികളുടെ കൂടെയുള്ള ജീവിതം അത്ര സുഖ കരമായിരുന്നില്ല, അല്ലേ?"

"ദേഹിയും ദേഹവും വേർപെടാതെ കഷ്ടിച്ച കഴിഞ്ഞു കൂടിയെന്ന പറഞ്ഞാൽ മതിയല്ലോ." പ്രോഹൊർ മേശമേൽ താളം പിടിച്ച."ഗവ്രീല വസീലിച്ച്, നിങ്ങൾക്കും വളരെ പ്രായക്കൂടുതൽ തോന്നിക്കുന്നുണ്ട്. തല മുഴുവൻ നരച്ചുപോയല്ലോ.... സോവിയറ്റ് ഭരണത്തിൻകീഴിൽ ജീവിതം എങ്ങനെയുണ്ട്?"

"ഞാൻ എന്റെ മകൻ വരുന്നതും കാത്തിരിക്കുകയാണ്. അവൻ വന്ന് വൃദ്ധരായ ഞങ്ങളെ പോറ്റുമല്ലോ."

ഗവ്രീല വിഷാദത്തോടെ ചിരിച്ചു.

പ്രോഹൊർ പെട്ടെന്ന് ഗവ്രീലയുടെ മുഖത്തുനിന്നും ദൃഷ്ടികൾ പിൻവലിച്ചു. വൃദ്ധൻ അതു കണ്ടു. അയാൾ തുറന്നു ചോദിച്ചു: " പെത്രോ എവിടെയാണ്?"

"നിങ്ങൾ അക്കാര്യം ഇതേവരെ കേട്ടില്ലെന്നോ? "

"ഞങ്ങൾ പലതും കേട്ടു--പല കഥകൾ ." പ്രോഹൊർ മേശവിരിയുടെ മുഷിഞ്ഞ വക്ക് വിരലുകളിൽ ചുറ്റിക്കൊണ്ടിരുന്നു. ഏതാനും മിനിട്ടുകൾ കഴിഞ്ഞാണ് അയാൾ ഉത്തരം പറഞ്ഞത്.

"ജനുവരിയിലാണെന്ന തോന്നുന്നു.... അതെ, ജനുവരിയിൽത്തന്നെ. ഞങ്ങളുടെ സ്ക്വാഡ്രൺ നെവൊറൊസ്സീയ്സ്കിനടുത്ത് താവളമടിച്ചിരിക്കുകയായിരുന്നു. അത് കടൽക്കരയിലുള്ള ഒരു പട്ടണമാണ്. ഞങ്ങൾ പതിവുപോലെ..."

ഗവ്രീല മുമ്പോട്ടാഞ്ഞു ശബ്ദമടക്കി ചോദിച്ചു:

"അവൻ മരിച്ചുപോയോ? "

പ്രോഹൊർ ഒന്നും മിണ്ടിയില്ല. ആ ചോദ്യം കേൾക്കാത്തതുപോലെ അയാൾ തറയിൽ നോക്കിക്കൊണ്ടിരുന്നു.

"എന്നിട്ട്, ഞങ്ങൾ അവിടെ താമസിക്കുമ്പോൾ ചുവപ്പുസേനക്കാർ അവിടെക്കൂടി കടന്ന് പർവതപ്രദേശത്തേക്കു പോയി അവിടെയുള്ളവരുമായി ബന്ധം പുലർത്താൻ ശ്രമിച്ചുകൊണ്ടിരുന്നു. അതുകൊണ്ട് സ്ക്വാഡ്രൺകമാൻഡർ അയാളെ, അതായത് നിങ്ങളുടെ

പെത്രോയെ, ഒരു നിരീക്ഷകസംഘത്തിന്റെ ചുമതല ഏല്പിച്ചു.... ഞങ്ങളുടെ കമാൻഡർ ജൂനിയർ ക്യാപ്റ്റൻ സേനിൻ ആയിരുന്നു.... അപ്പോഴാണ് അതു സംഭവിച്ചത്...."

അടുപ്പിനടുത്തുനിന്നും ഒരു ലോഹപ്പാത്രം താഴെ വീണ ശബ്ദം കേട്ടു. വൃദ്ധ കൈകൾ രണ്ടും നീട്ടിപ്പിടിച്ച് തപ്പിതപ്പി കട്ടിലിനരികിലേക്ക് പോവുകയായിരുന്നു. പുറത്തുവിടാൻ ധൈര്യമില്ലാതെ തൊണ്ടയിൽ പിടിച്ചുനിർത്തിയ കരച്ചിൽ അവരുടെ ശ്വാസനാളത്തെ ഞെരിച്ചുകൊണ്ടിരുന്നു.

"കൂവിവിളിക്കണ്ട!" ഗവ്രീല ഭീഷണിപ്പെടുത്തി. അയാൾ കൈമുട്ടുകൾ മേശമേൽ ബലമായി ഊന്നിക്കൊണ്ട് പ്രോഹൊറുടെ കണ്ണുകളിലേക്കു നോക്കി.

"ബാക്കികൂടി പറയൂ, കേൾക്കട്ടെ," തളർന്ന ശബ്ദത്തിൽ സാവധാനം അയാൾ പറഞ്ഞു.

അവർ അയാളെ വെട്ടിവീഴ്ത്തി!" വിവർണ്ണനായി പ്രോഹൊർ ഇത്രയും പറഞ്ഞിട്ട് എണീറ്റു. ബഞ്ചിൽനിന്നും തൊപ്പിയെടുക്കാൻ അയാൾ തപ്പി. "അവർ പെത്രോയെ വെട്ടിവീഴ്ത്തി.... കൊന്നു .... ഞങ്ങൾ കുതിരകൾക്കു വിശ്രമം കൊടുക്കാനായി ഒരു കാട്ടിനടുത്ത് നിൽക്കുകയായിരുന്നു. പെത്രോ ജീനിവാറ് അയച്ചപ്പോഴേയ്ക്കും ചുവപ്പുഭടന്മാർ കാട്ടിൽനിന്നും ഞങ്ങളുടെ നേർക്ക് പാഞ്ഞുവന്നു...." ഈ വാക്കുകൾ ഉച്ചരിക്കുമ്പോൾ പ്രോഹൊർക്ക് ശ്വാസം മുട്ടുന്നതുപോലെ തോന്നി. വിറയ്ക്കുന്ന കൈകൾകൊണ്ട് അയാൾ തൊപ്പി ഞെരിച്ചുകൊണ്ടിരുന്നു. "പെത്രോ ജീനിവില്ലിൽ പിടികൂടി. ജീനി കുതിരയുടെ വയറിനടിയിൽ പെട്ടു.... കുതിര വാണംപോലെ പാഞ്ഞു, അയാൾക്ക് അതിനെ പിടിച്ചുനിർത്താൻ കഴിഞ്ഞില്ല.... അതുകൊണ്ട് അയാൾ ഒറ്റയ്ക്കായി.... അങ്ങിനെയാണ് അതു സംഭവിച്ചത്!"

"പക്ഷേ ഞാനിതു വിശ്വസിച്ചില്ലെങ്കിലോ? " വളരെ സാവധാനത്തിൽ ഗവ്രീല ചോദിച്ചു.

പ്രോഹൊർ ചുറ്റും നോക്കാതെ ധൃതിയിൽ വാതുക്കലേക്കു നടന്നു. "നിങ്ങളുടെ ഇഷ്ടം, ഗവ്രീല വസീലിച്ച്. ഞാൻ സത്യമാണു നിങ്ങളോടു പറഞ്ഞത്, നഗ്നമായ സത്യം.... ഞാനതു എന്റെ സ്വന്തം കണ്ണുകൊണ്ട് കണ്ടതാണ് ."

"പക്ഷേ എനിക്കതു വിശ്വസിക്കണമെന്ന് തോന്നുന്നില്ലെ ങ്കിലോ?" ഗവ്രീല കിതപ്പോടെ പറഞ്ഞു. അയാളുടെ മുഖം ചുവന്നു. കണ്ണുകൾക്ക് രക്തനിറമായി. അവയിൽ കണ്ണുനീർ നിറഞ്ഞിരുന്നു. അയാൾ ഷർട്ടുവലിച്ചുകീറി രോമം നിറഞ്ഞ നെഞ്ച് പുറത്തു കാട്ടി തല പിന്നാക്കം പിടിച്ച് ഞരങ്ങിക്കൊണ്ട് , ഭയന്നുനിൽക്കുന്ന പ്രോഹൊറുടെ നേരെ മന്ദം മന്ദം നടന്നടുത്തു. "എന്റെ ഏകപുത്രനെ കൊല്ലുകയോ? ഞങ്ങളുടെ ഒരേ ഒരു താങ്ങ് അവനാണ്! എന്റെ പെത്രോ! എടാ നുണയാ! നീ നുണ പറയുകയാണ്, കേട്ടോ? നുണ! ഞാനിതു് വിശ്വസിക്കയില്ല.... "

അന്നു രാത്രി കോട്ടെടുത്തു തോളുകളിലിട്ടുകൊണ്ട് ഗവ്രീല മുറ്റ ത്തിറങ്ങി. കമ്പിളിബൂട്ട്സിനടിയിൽ മഞ്ഞു് ചവിട്ടി പൊട്ടിച്ചുകൊ ണ്ട് അയാൾ മെതിക്കളത്തിനടുത്തേക്കു നടന്നു. ഒരു തുറുവിനടുത്ത് അയാൾ നിന്നു.

പൊടിമഞ്ഞു് പറത്തിക്കൊണ്ട് സ്റ്റെപ്പിയിൽനിന്നും കാറ്റടിച്ചുകൊ ണ്ടിരുന്നു; ഇലകളില്ലാത്ത ചെറിമരങ്ങളുടെ കീഴിൽ ഭയാനകമായ കൂരിരുട്ട് കുമിഞ്ഞുകൂടി.

"മകനെ !" ഗവ്രീല മൃദുവായി വിളിച്ചു. കുറച്ചു നേരം കാത്തിട്ട് നിന്നിടത്തുനിന്ന് അനങ്ങുകയോ തല തിരിക്കുകയോ ചെയ്യാതെ അയാൾ വീണ്ടും വിളിച്ചു:

"പെത്രോ!... എന്റെ മോനെ!... "

തുറുവിനടുത്ത് ചവിട്ടിമെതിക്കപ്പെട്ട മഞ്ഞിൽ മുഖമമർത്തി അയാൾ കമഴ്ന്നു കിടന്നു. ദുഃഖംകൊണ്ട് അയാളുടെ കണ്ണുകൾ അടഞ്ഞു.

* * *

ധ്യാനമെട്ടുപ്പിനെപ്പറ്റിയും കവർച്ചസംഘങ്ങൾ ദോൻ നദിയുടെ താഴ്ന്ന പ്രദേശങ്ങളിൽനിന്നും മുകളിലേക്കു നീങ്ങിക്കൊണ്ടിരിക്കു ന്നതിനെപ്പറ്റിയുമുള്ള സംസാരം ഗ്രാമത്തിൽ പരന്നു. എക്സിക്യൂട്ടീവ് കമ്മിറ്റി ഓഫീസിൽ കൂടിയ യോഗങ്ങളിൽവച്ച് ആളുകൾ ആ വാർത്ത തമ്മിൽ സ്വകാര്യമായി പറഞ്ഞു. എന്നാൽ വൃദ്ധനായ ഗവ്രീല ഓഫീസിന്റെ ഞരങ്ങുന്ന പടിക്കകത്ത് ഒരിക്കൽപ്പോലും കയറി യിട്ടില്ല, അതിന്റെ ആവശ്യമുണ്ടെന്ന് അയാൾക്ക് ഒരിക്കൽപ്പോലും

തോന്നിയിട്ടില്ല. അതുകൊണ്ട് അയാൾ കേൾക്കുകയോ അറിയുകയോ ചെയ്യാത്തതായി പലതും ഉണ്ടായിരുന്നു. ഇറുകിയ ആട്ടിൻതോൽ കുപ്പായം ധരിച്ച് തോക്കുകൾ കയ്യിൽ പിടിച്ചിട്ടുള്ള മൂന്നു പേരുമൊത്ത് ചെയർമാൻ ഒരു ഞായറാഴ്ച രാവിലെ പ്രഭാതകുർബ്ബാന കഴിഞ്ഞ യുടൻ ഗവ്രീലയുടെ വസതിയിലെത്തിയപ്പോൾ വൃദ്ധന് അത് വിശ്വ സിക്കാൻ കഴിഞ്ഞില്ല.

ചെയർമാൻ ഗവ്രീലയുടെ കൈ പിടിച്ചുകുലുക്കിയ ശേഷം പിന്നിൽ നിന്നും തലയ്ക്ക് ഒരടി കൊടുക്കുന്നതുപോലെ വെട്ടിത്തുറന്ന് പറഞ്ഞു:

"അപ്പൂപ്പാ, സത്യം തുറന്നു പറയണം! നിങ്ങളുടെ കയ്യിൽ ധാന്യം ഉണ്ടോ?"

"ഞങ്ങൾ വായു ഭക്ഷിച്ചാണ് ജീവിക്കുന്നതെന്നാണോ വിചാരം?"

"ചീറണ്ട! ധാന്യം എവിടെയാണെന്നു പറഞ്ഞാൽ മതി."

"കളപ്പുരയിൽ, അല്ലാണ്ടെവിടെയാ?"

"കാണിച്ചുതര്വ."

"എന്റെ ധാന്യവുമായി നിങ്ങൾക്ക് എന്താണെന്ന് ബന്ധമെന്ന് പറയാനുള്ള സന്മനസ്സുണ്ടോ?"

ഒരു ഉയർന്ന ഉദ്യോഗസ്ഥനാണെന്നു കാഴ്ചയിൽ തോന്നിക്കുന്ന സ്വർണ്ണമുടിക്കാരനായ ഒരു കുറ്റൻ, തണുക്കാതിരിക്കാൻ കാലുകൾ നിലത്ത് ആഞ്ഞു ചവിട്ടിക്കൊണ്ട് പറഞ്ഞു: "അധികമുള്ള ധാന്യം മുഴുവൻ ഞങ്ങൾ സ്റ്റേറ്റിന്റെ ആവശ്യത്തിന് ശേഖരിക്കുകയാണ്. ധാന്യം എടുപ്പിനെപ്പറ്റി നിങ്ങൾ കേട്ടിട്ടില്ലേ,, അപ്പൂപ്പാ?"

"ഞാൻ നിങ്ങൾക്കു തന്നില്ലെങ്കിലോ?" ദേഷ്യത്തോടെ അടഞ്ഞ ശബ്ദത്തിൽ ഗവ്രീല ചോദിച്ചു.

"നിങ്ങളോടു ചോദിക്കാതെ ഞങ്ങൾ എടുത്തുകൊണ്ടു പോകും!"

ചെയർമാനും അനുയായികളും തമ്മിൽ എന്തോ രഹസ്യമായി പറഞ്ഞിട്ട് ധാന്യം ശേഖരിച്ചിട്ടുള്ള അറകളിലേക്ക് കയറി. സ്വർണ്ണ നിറമുള്ള നിർമ്മലമായ ഗോതമ്പുമണികൾക്കു മുകളിൽ അവരുടെ ബൂട്ട്സുകൾ മഞ്ഞിന്റെ പാടുകൾ സൃഷ്ടിച്ചു. സ്വർണ്ണമുടിയുള്ള വലിയ മനുഷ്യൻ ഒരു സിഗററ്റ് കൊളുത്തിക്കൊണ്ട് തീരുമാനമെടുത്തു:

"വിതയ്ക്കാനും അവരുടെ വീട്ടാവശ്യത്തിനും വേണ്ടതു് നീക്കിവച്ചിട്ട് ബാക്കി എടുത്തോളൂ."

ഒരു നോട്ടംകൊണ്ട് അയാൾ ധാന്യം എത്രയുണ്ടെന്ന് ഉദ്ദേശം തിട്ടപ്പെടുത്തിയിട്ട് ഗവ്രീലയുടെ നേരെ തിരിഞ്ഞു് ഇങ്ങിനെ ചോദിച്ചു: "എത്ര നിലമാണ് നിങ്ങൾ കൃഷിചെയ്യാൻ പോകുന്നതു്?

"ഞാനൊന്നും ചെയ്യാൻ പോകുന്നില്ല!" ഗവ്രീല കാർക്കിച്ചു തുപ്പി. അയാൾ ചുമച്ചുതുടങ്ങിയപ്പോൾ മുഖം ശക്തിയായി ഒരു വശത്തേക്ക് കോടിപ്പോയി. "ഉലയാനായിട്ട് നിങ്ങളിതു മുഴുവൻ എടുത്തോ! ഞങ്ങൾക്കുള്ളതെല്ലാം പിടിച്ചുപറിച്ചോളിൻ! എല്ലാം നിങ്ങളുടേതാണ്!..."

"ബഹളം കൂട്ടണ്ട! ബഹളം കൂട്ടണ്ട. അപ്പൂപ്പാ! നിങ്ങൾക്കു ഭ്രാന്തുണ്ടോ?" ചെയർമാൻ ഗവ്രീലയുടെ നേരെ കയ്യുറകൾ വീശിക്കൊണ്ട് താക്കീതുചെയ്തു.

"മറ്റുള്ളവരുടെ വകകൊണ്ട് നിങ്ങൾ തലവരെ മൂടിക്കോളിൻ. വയറു പൊട്ടുന്നതുവരെ തിന്നോളിൻ!"

സ്വർണ്ണമുടിക്കാരൻ മേൽമീശയിൽ പറ്റിപ്പിടിച്ച ഒരു കഷണം മഞ്ഞു് അടർത്തി മാറ്റിക്കൊണ്ട് ഗവ്രീലയെ അർത്ഥവത്തായി ഒന്നു നോക്കി. സ്വച്ഛമായ ഒരു പുഞ്ചിരിയോടെ അയാൾ പറഞ്ഞു: "അപ്പൂപ്പാ, കടിഞ്ഞാൺ മുറുക്കിപ്പിടിക്കു! ഒച്ചവച്ചതുകൊണ്ട് ഒരു ഫലവുമില്ല. ഈ വഴക്കൊക്കെ എന്തിനാണ്? ആരെങ്കിലും നിങ്ങളുടെ വാലിൽ ചവിട്ടിയോ?" അയാളുടെ പുരികങ്ങൾ കൂട്ടിമുട്ടി. ശബ്ദം പെട്ടെന്ന് കർക്കശമായി: "നാക്കിന് നീളം കൂടുതലുണ്ടെങ്കിൽ പല്ലിൽ കെട്ടിയിടുകയാണു നല്ലതു്! പ്രക്ഷോഭണത്തിനുള്ള ശിക്ഷ..." ആ വാചകം പൂർത്തിയാക്കാതെ അയാൾ തന്റെ ബെൽറ്റിൽനിന്നും തൂങ്ങിക്കിടന്ന മഞ്ഞനിറമുള്ള കൈത്തോക്കുറയിൽ തൊട്ടുകാണിച്ചു. പിന്നീട് അയാൾ അല്പംകൂടി മയത്തിൽ പറഞ്ഞു: "ഇന്നുതന്നെ ധാന്യം തരണം."

വൃദ്ധൻ ഇതു കേട്ട് പേടിച്ചുപോയി എന്നു പറയാൻ പാടില്ല, എങ്കിലും ആ സ്വരത്തിലെ ദൃഢനിശ്ചയം അയാളെ ആകെ ഉലച്ചു. ബഹളം കൂട്ടിയതുകൊണ്ട് ഫലമൊന്നുമില്ലെന്ന് അയാൾക്ക് ബോധ്യമായി. താനിതൊന്നും കാര്യമാക്കുന്നില്ല എന്ന മട്ടിൽ ഒരു

കൈ വീശിക്കൊണ്ടു് പകുതി വഴി ചെന്നപ്പോഴേക്കും ആരോ ഉറക്കെ ചോദിക്കുന്നതു കേട്ടു് അയാൾ തരിച്ചു നിന്നുപോയി.

"ധാന്യമെട്ടപ്പുകാർ എവിടെ?" ഗവ്രീല തിരിഞ്ഞു നിന്നു. വേലിയുടെ അപ്പുറത്തു് ഒരു സവാരിക്കാരൻ തന്റെ നൃത്തം ചവിട്ടുന്ന കുതിരയെ പിൻകാലിൽ നിർത്തിയിരിക്കുന്നതു് അയാൾ കണ്ടു. അസാധാരണമായ എന്തോ സംഭവിക്കുവാൻ പോകുന്നു എന്ന വിചാരംകൊണ്ടു് ഗവ്രീലയുടെ മുട്ടുകൾ വിറച്ചു. ഗവ്രീല എന്തെങ്കിലും പറയുന്നതിനു മുമ്പുതന്നെ സവാരിക്കാരൻ കളപ്പുരയുടെ മുമ്പിൽ നിൽക്കുന്നവരെ കണ്ടു. കുതിരയെ പെട്ടെന്ന് പിന്നിലേക്കു മാറ്റിക്കൊണ്ടു സവാരിക്കാരൻ അതിവേഗം തോക്ക് തോളിൽനിന്നെടുത്തു.

വെടിപൊട്ടുന്ന ശബ്ദം മുഴങ്ങി. ഒരു നിമിഷനേരത്തേക്ക് മുറ്റത്തു് വ്യാപിച്ച നിശ്ശബ്ദതയിൽ തോക്ക് രണ്ടുപ്രാവശ്യം ശബ്ദിച്ചു. വെടിത്തിരക്കുട്ട് ഇരമ്പിക്കൊണ്ടു് തെറിച്ചുവീണു.

ജാഡ്യത്തിന്റേതായ ആദ്യനിമിഷം കടന്നുപോയി. സ്വർണ്ണമുടിയുള്ള യുവാവു് കട്ടിളക്കാലിൽ ചാരിനിന്നു. അയാളുടെ വിറയ്ക്കുന്ന കൈപരിതാപകരമാംവണ്ണം സാവധാനത്തിൽ കൈത്തോക്ക് ഉറയിൽനിന്നും വലിച്ചെടുത്തു. ചെയർമാൻ കുനിഞ്ഞു് ഒരു മുയലിനേപ്പോലെ ചാടിച്ചാടി അതിവേഗം മുറ്റം മുറിച്ചുകടന്ന് മെതിക്കളത്തിനടുത്തേക്കു പോയി. ധാന്യമെട്ടപ്പുകാരിൽ ഒരാൾ ഒരു മുട്ടിൽ നിന്നുകൊണ്ടു് വേലിയ്ക്കപ്പുറത്തു പൊങ്ങിക്കണ്ട കറുത്ത ആട്ടിൻതോൽ തൊപ്പിയിലേക്ക് തന്റെ തോക്കിൽനിന്നും നിറയൊഴിച്ചു. മുറ്റത്തു് വെടിയുണ്ടകൾ ചീറി നടന്നു. ഗവ്രീല മഞ്ഞിനടിയിൽനിന്നും പാദങ്ങൾ വലിച്ചെടുത്തു് നിലത്താഞ്ഞു ചവിട്ടിക്കൊണ്ടു് പൂമുഖത്തേക്കു പോയി. അയാൾ തിരിഞ്ഞു നോക്കിയപ്പോൾ തവിട്ടുനിറമുള്ള കോട്ടുകൾ ധരിച്ച മൂന്നുപേരും മഞ്ഞിനിടയിൽക്കൂടി വേച്ചുവേച്ചു മെതിക്കളത്തിനുനേരെ നടക്കുന്നതും ഒരു സംഘം കുതിരസ്സവാരിക്കാർ തുറന്നുകിടന്ന ഗയിറ്റിൽക്കൂടി മുറ്റത്തേക്കു കയറിവരുന്നതും കണ്ടു.

കുതിരപ്പുറത്തു വന്നവരുടെ നേതാവു് ഒരു കുബാൻ തൊപ്പി ധരിച്ചിരുന്നു. അയാൾ തവിട്ടുനിറമുള്ള ഒരു കുതിരയുടെ പുറത്താണ് സഞ്ചരിച്ചിരുന്നതു്. അയാൾ ജീൻമുകപ്പിലേക്ക് കുനിഞ്ഞിരുന്ന്, ഒരു കുറുവാൾ തലയ്ക്കു മുകളിൽ ചുഴറ്റിക്കൊണ്ടിരുന്നു. അയാളുടെ വെളുത്ത ശിരോവസ്ത്രത്തിൽനിന്നും തൂങ്ങിക്കിടന്ന പുച്ഛങ്ങൾ ഒരു

ഹംസത്തിന്റെ ചിറകുകൾപോലെ ഗവ്രീലയുടെ കൺമുമ്പിൽ മിന്നിമറഞ്ഞു. കുതിരയുടെ കുളമ്പുകളിൽ നിന്നും മഞ്ഞു് അയാളുടെ മുഖത്തു്തെറിച്ചുവീണു.

വൃദ്ധൻ തളർന്ന് പൂമുഖത്തെ കൊത്തുപണികളുള്ള തൂണിൽ ചാരിക്കൊണ്ട് ഊർന്നു നിലത്തിരുന്നു. തവിട്ടുനിറമുള്ള കുതിര ഒരു വേലി ചാടിക്കടന്ന് കുറേ ഉപയോഗിച്ചുകഴിഞ്ഞ ഒരു വൈക്കോൽ തുറുവിനടുത്ത് പിൻകാലിൽ നിൽക്കുന്നതും സവാരിക്കാരൻ ജീനി പ്പുറത്തുനിന്ന് എത്തി വലിഞ്ഞു്, വേദനകൊണ്ടു പുളയുന്ന ഒരു ധാന്യമെട്ടപ്പുകാരനെ വിലങ്ങനെ അടിച്ചു പൊട്ടിക്കുന്നതും അവിടെ ഇരുന്നുകൊണ്ട് അയാൾ കണ്ടു.

മെതിക്കളത്തിൽനിന്നും ഏറ്റുമുട്ടലിന്റെ ശബ്ദവും ഒരു നീണ്ട തേങ്ങലും കേട്ടു. ഒരു നിമിഷം കഴിഞ്ഞു് ഒരു വെടി പൊട്ടി. ആദ്യത്തെ വെടി പൊട്ടിയതിനുശേഷം ഇപ്പോൾ മാത്രം കളപ്പുരയുടെ മേൽക്കൂര യിൽ വന്നിരുന്ന പ്രാവുകൾ അവിടെനിന്നും പറന്നുപോയി. മെതിക്ക ളത്തിലുണ്ടായിരുന്ന കുതിരസ്സവാരിക്കാർ കുതിരപ്പുറത്തുനിന്നിറങ്ങി.

ഇതിനിടെ ഗ്രാമത്തിൽ വലിയ ഒരു കൂട്ടമണി മുഴങ്ങി. പാഷ--ആ ഗ്രാമത്തിലെ വിഡ്ഢി--മണിമേടയിൽ കയറി, എല്ലാ കയറുകളും ഒരുമിച്ച് പിടിച്ചുവലിച്ചുതുടങ്ങിയതിനാൽ ആപത്സൂചകമായ മണി യടിക്കുപകരം ഈസ്റ്റർകാലത്തെ മണിയടിയാണ് മുഴങ്ങിയതു്.

കുബാൻതൊപ്പി ധരിച്ച നേതാവ് ശിരോവസ്ത്രം തോളിലേക്ക് ഊർത്തി ഇട്ടുകൊണ്ട് ഗവ്രീലയുടെ അടുത്തേക്കു ചെന്നു. അയാളുടെ വിയർത്ത മുഖം പിടഞ്ഞു കൊണ്ടിരുന്നു. വായുടെ കോണുകളിൽനി ന്നും തുപ്പൽ ഒലിക്കുന്നുണ്ടായിരുന്നു.

“ഓട്ട്സ് ഉണ്ടോ?”

ഗവ്രീല വളരെ വിഷമിച്ച്എഴുന്നേറ്റു നിന്നു. അവിടെ നടന്നതെ ല്ലാം കണ്ട് സ്തബ്ധനായിപ്പോയ അയാൾ എന്തെങ്കിലും പറയുവാൻ അശക്തനായിരുന്നു.

“തനിക്കു ചെവി കേൾക്കില്ലേ, മുതുക്കൻ പിശാചേ?! തന്റെ കയ്യിൽ ഓട്ട്സ് ഉണ്ടോ എന്നാണു ചോദിച്ചതു്. വേഗം ഒരു ചാക്ക് ഓട്ട്സ് കൊണ്ടുവാ!”

എന്നാൽ അവർ കുതിരകളെ തീറ്റിതിന്നാനുള്ള തൊട്ടികളുടെ അടുത്തേക്കു കൊണ്ടുപോകുന്നതിനുമുമ്പുതന്നെ മറ്റൊരു സവാരിക്കാരൻ ഗയിറ്റുകടന്ന് പാഞ്ഞുവന്നു.

"കുതിരപ്പുറത്തു കയറിൻ! പട്ടാളക്കാർ കുന്നിറങ്ങി വരുന്നുണ്ട്..."

ഒരു പ്രാക്കോടെ നേതാവ് വിയർത്തുകുളിച്ച കുതിരയ്ക്ക് കടിഞ്ഞാണിട്ടു. കറുത്ത ചോര പറ്റിപ്പിടിച്ചിരുന്ന വലത്തെ കുപ്പായക്കൈ പൊടിമഞ്ഞുകൊണ്ട് തുടയ്ക്കാൻ മാത്രമാണ് അയാൾ സമയമെടുത്തത്.

അഞ്ചുപേരും മുറ്റത്തുനിന്നു കുതിരയോടിച്ച പുറത്തുകടന്നപ്പോൾ ഒടുവിൽ പോകുന്ന സവാരിക്കാരന്റെ ജീനിയിൽ സ്വർണ്ണമുടിക്കാരനായ ധാന്യമെടുപ്പുകാരന്റെ കോട്ട് കൊളുത്തി വച്ചിരിക്കുന്നത് ഗബ്രീല കണ്ടു.

* * *

കുന്നിനപ്പുറത്തുള്ള മുൾച്ചെടികൾനിറഞ്ഞ മലയിടുക്കിൽ വെടിപൊട്ടുന്ന ശബ്ദം വൈകുന്നേരംവരെ നീണ്ടുനിന്നു. അടികൊണ്ട പട്ടിയെപ്പോലെ നിശ്ശബ്ദത ഗ്രാമത്തിൽ പതുങ്ങിനടന്നു. സന്ധ്യയാകാറായപ്പോൾ മാത്രമാണ് മെതിക്കളത്തിൽ ചെന്നു നോക്കാനുള്ള ധൈര്യം ഗബ്രീലയ്ക്കുണ്ടായത്. തുറന്നുകിടന്ന ചെറിയ ഗയിറ്റിൽക്കൂടി അകത്തു കടന്നയുടനെ അയാൾ കണ്ടത് തട്ടികളിലൊന്നിന്റെ മുകളിലായി വെടിയേറ്റ ചെയർമാൻ വളഞ്ഞുകൂടി ഇരിയ്ക്കുന്നതാണ്. തട്ടികയ്ക്കപ്പുറത്തായി വീണുകിടന്നിരുന്ന തന്റെ തൊപ്പി എടുക്കുവാനെന്നവണ്ണം അദ്ദേഹത്തിന്റെ കൈകൾ തൂങ്ങിക്കിടന്നിരുന്നു.

തുറുവിൽനിന്നും വളരെ അകലെയല്ലാതെ വൈക്കോൽ ചണ്ടി ചിതറിക്കിടന്ന മഞ്ഞിൽ ധാന്യമെടുപ്പുകാർ മൂന്നുപേരും ഒരു വരിയായി കിടന്നിരുന്നു. അവരുടെ അടിയുടുപ്പുകളൊഴികെ മറ്റൊക്കെ അഴിച്ചു മാറ്റപ്പെട്ടിരുന്നു. കണ്ണിമയ്ക്കാതെ അവരെ നോക്കിക്കൊണ്ടുനിൽക്കെ ഗബ്രീലയുടെ സംഭ്രമം നിറഞ്ഞ ഹൃദയത്തിൽനിന്നും രാവിലെ തോന്നിയ വിദ്വേഷം ഓടിയൊളിച്ചു. അയല്ക്കാരന്റെ ആടുകൾ വൈക്കോലിനുവേണ്ടി കൊള്ള നടത്താറുള്ള തന്റെ മെതിക്കളത്തിൽ, ഇതിനകംതന്നെ മരണത്തിന്റേയും അഴുകലിന്റേയും ഗന്ധം വമിച്ചുതുടങ്ങിയ ഈ കശാപ്പുചെയ്യപ്പെട്ട മനുഷ്യശരീരങ്ങളും പതഞ്ഞു തളം കെട്ടിക്കിടക്കുന്ന പകുതി ഉറഞ്ഞ രക്തവും കിടക്കുന്നത്

അയാൾക്ക് വിശ്വസിക്കാൻ കഴിഞ്ഞില്ല. ഇതെല്ലാം ഒരു പേടിസ്വപ്നമാണെന്നാണ് അയാൾക്കു തോന്നിയത്. സ്വർണ്ണമുടിക്കാരൻ തല ഒരു വശത്തേക്ക് വല്ലാതെ ചരിച്ചുവച്ചുകൊണ്ട് കിടന്നിരുന്നു. അയാൾ കാലിന്മേൽക്കാലുവച്ച് അലക്ഷ്യമായി കിടക്കുന്നതു കണ്ടാൽ വിശ്രമിക്കുകയാണെന്നേ തോന്നുകയുള്ളൂ. മഞ്ഞിൽ പുതഞ്ഞു കിടന്ന ആ തല മാത്രമാണ് മറിച്ചുതോന്നിച്ചത്.

കറുത്ത മീശയുള്ള രണ്ടാമത്തെ ധാന്യമെട്ടുപ്പുകാരൻ മുതുക് വില്ലുപോലെ മുകളിലേക്കു വളച്ച് തോളുകളിൽ തല അമർത്തി കിടന്നു. അയാളുടെ മുൻവശത്തെ ഏതാനും പല്ലുകൾ അടർന്നുപോയിരുന്നു. അടക്കാൻ വയ്യാത്ത അമർഷംകൊണ്ട് അയാളുടെ ചുണ്ടുകൾ ഉള്ളിലേക്കു വലിഞ്ഞിരുന്നു. വൈക്കോലിലേക്ക് തലകുത്തി വീണ മൂന്നാമൻ മഞ്ഞിൽക്കൂടി നീന്തുകയാണെന്നു തോന്നി. മരണം നിശ്ചലമാക്കിയ അയാളുടെ കൈകൾക്ക് അത്രയേറെ കരുത്ത് തോന്നിച്ചു.

സ്വർണ്ണമുടിക്കാരന്റെയടുത്ത് ഗവ്രീല കുനിഞ്ഞുനിന്നു. അയാളുടെ ചാരനിറമായ മുഖത്തു സൂക്ഷിച്ചുനോക്കിയപ്പോൾ ഗവ്രീലക്ക് അയാളെപ്പറ്റി ദുഃഖം തോന്നി. ഗവ്രീലയുടെ കണ്ണിനുമുമ്പിൽ കിടന്നത് തുളച്ചു കയറുന്ന കണ്ണുകളുള്ള ഒരു ധാന്യമെട്ടുപ്പുകമ്മിസാറല്ല, പത്തൊൻപതു വയസ്സുള്ള മേൽമീശക്കു താഴെ ചുണ്ടുകൾക്കു ചുറ്റുമായി മഞ്ഞ് പറ്റിപ്പിടിച്ചിരുന്നു. നെറ്റിയിലുണ്ടായിരുന്ന സ്വഭാവദാർഢ്യം ദ്യോതിപ്പിക്കുന്ന ഒരു ആഴമുള്ള ചുളിവല്ലാതെ മറ്റൊരു വരയും ആ മുഖത്ത് ഉണ്ടായിരുന്നില്ല.

ഗവ്രീല വെറുതെ തന്റെ കൈകൾ അവന്റെ നഗ്നമായ മാറിൽ വച്ചു--അത്ഭുതപ്പെട്ട് അയാൾ ഉടൻ അതു പിൻവലിച്ചു. എസ്സെപോലെയുള്ള തണുപ്പിനെ ഭേദിച്ച് ഒരു നേരിയ ചൂട് അയാളുടെ കൈപ്പത്തിയിൽ അനുഭവപ്പെട്ടു....

രക്തം പുരണ്ടു കറുത്ത് ചലനമറ്റ ഒരു ജഡവും മുതുകിലേറ്റി ഗവ്രീല ഞരങ്ങിക്കൊണ്ട് വേച്ചുവേച്ച് മുറിയിലേക്കു കയറിയപ്പോൾ അയാളുടെ വൃദ്ധയായ ഭാര്യ ഭയന്ന് അടുപ്പിനടുത്തേക്ക് പിൻവാങ്ങിക്കൊണ്ട് കുരിശു വരച്ചു.

അയാൾ ആ ചലനമില്ലാത്ത ശരീരം ബഞ്ചിൽ കിടത്തി, തണുത്ത വെള്ളംകൊണ്ട് അതു കഴുകി വെടിപ്പാക്കിയശേഷം നെഞ്ചും

കൈകാലുകളും ഒരു പരുക്കൻ കമ്പിളിത്തുണികൊണ്ട് തിരുമ്മി ത്തുടങ്ങി. ക്ഷീണിക്കുന്നതുവരെ അയാൾ തിരുമ്മിക്കൊണ്ടിരുന്നു. അയാളുടെ നെറ്റിയിൽ വിയർപ്പു പൊടിഞ്ഞു. തിരുമ്മിക്കഴിഞ്ഞ് അറപ്പുതോന്നിക്കുംവിധം തണുത്ത ആ നെഞ്ചിൽ അയാൾ ചെവി വച്ചു നോക്കി. ഹൃദയം അവ്യക്തമായി മുറതെറ്റി മിടിക്കുന്ന ശബ്ദം അയാൾക്കു കേൾക്കാൻ കഴിഞ്ഞു.

* * *

മൂന്നു പകലും രാത്രിയും മുഴുവൻ മുൻവശത്തെ മുറിയിൽ ഒരു ശവത്തെപ്പോലെ വിളറി മഞ്ഞളിച്ച് അവൻ കിടന്നു. അവന്റെ നെറ്റി മുതൽ കവിളുവരെ രക്തം ഉണങ്ങിപ്പിടിച്ച ഒരു മുറിവ് ഉണ്ടാ യിരുന്നു. മുറുകെ കെട്ടിവച്ചിരുന്ന അവന്റെ നെഞ്ച് വിമ്മിഷ്ടപ്പെട്ട് ശ്വസിച്ചുകൊണ്ട് കമ്പിളിപ്പുതപ്പിനു കീഴെ പൊങ്ങുകയും താഴുകയും ചെയ്തുകൊണ്ടിരുന്നു.

തൊലി പൊട്ടിയതും തഴമ്പുള്ളതുമായ കൈവിരലുകൊണ്ട് ഗവ്രീല ദിവസവും അവന്റെ ചുണ്ടുകൾ അകറ്റിയിട്ട് പേനാക്കത്തിയുടെ അറ്റംകൊണ്ട് കൂട്ടിക്കടിച്ച പല്ലുകളെ അകറ്റിപ്പിടിക്കും. അപ്പോൾ അയാളുടെ ഭാര്യ ഇളംചൂടുള്ള പാലും ആട്ടിൻസൂപ്പും ഒരു കുഴലിൽക്കൂടി അവന്റെ വായിൽ ഒഴിച്ചുകൊടുക്കും.

നാലാം ദിവസം രാവിലെ അവന്റെ കവിളുകളിൽ ഒരു തുടുപ്പു പ്രത്യക്ഷപ്പെട്ടു. ഉച്ചയായപ്പോഴേക്കും അവന്റെ മുഖം ചെമ്പരത്തിപ്പൂ പോലെ ചുവന്നു. ദേഹം മുഴുവൻ ശക്തിയായി വിറച്ചുതുടങ്ങി. തണുത്ത സ്വേദബിന്ദുക്കൾ അവന്റെ ഷർട്ടിനടിയിൽ ഒഴുകി.

ആ നിമിഷം മുതൽ അവൻ പിച്ചുപേയും പറഞ്ഞുകൊണ്ട് കട്ടി ലിൽനിന്ന് എഴുന്നേൽക്കാൻ ശ്രമിച്ചുകൊണ്ടിരുന്നു. ഗവ്രീലയും ഭാര്യയും മാറിമാറി അവന്റെ മെത്തയ്ക്കരികിൽ രാപകൽ കാത്തിരുന്നു.

ദോൻനദിയുടെ അക്കരെനിന്നടിക്കുന്ന കിഴക്കൻ കാറ്റ് ആകാശം ഇളക്കിമറിയ്ക്കുകയും തണുത്ത മേഘങ്ങളെ ഗ്രാമത്തിനു മുകളിലേക്ക് ഇറക്കിക്കൊണ്ടു വരികയും ചെയ്യുന്ന നീണ്ട ശൈത്യകാലരാത്രിക ളിൽ കൈപ്പടങ്ങളിൽ തല താങ്ങിക്കൊണ്ട് ഗവ്രീല മുറിവേറ്റയാളി ന്റെ മെത്തയ്ക്കരികിലിരുന്ന് അവൻ പരസ്പരബന്ധമില്ലാതെ എന്തെ ക്കെയോ പുലമ്പുന്നത് കേട്ടുകൊണ്ടിരിക്കും. അവന്റെ നെഞ്ചിൽ

ത്രികോണാകൃതിയിലുണ്ടായിരുന്ന വെയിലേറ്റു കറുത്ത പാടിലും അടഞ്ഞുകിടന്ന നീല കൺപോളകളിലും നോക്കിക്കൊണ്ട് അരികിലിരിക്കെ, അവന്റെ വാടിയ ചുണ്ടുകളിൽനിന്നും നീണ്ട ഒരു കരച്ചിലോ അടഞ്ഞ ശബ്ദത്തിലുള്ള ഒരു ആഹ്വാനമോ, ദേഷ്യത്തോടെയുള്ള ചീത്തവിളിയോ, ഉയരുകയും അവന്റെ മുഖം വേദനയും കോപവും കൊണ്ട് പിടയുകയും ചെയ്യുമ്പോൾ ഗവ്രീലയുടെ കണ്ണുകളിൽ ചൂടു കണ്ണീർ നിറയും. ആ നിമിഷങ്ങളിൽ അയാളുടെ ഹൃദയത്തിലേക്ക് സഹതാപം ഇരമ്പിക്കയറും.

ഓരോ ദിവസം കഴിയുന്തോറും, രോഗിയുടെ കിടക്കയ്ക്കടുത്ത് ഉറക്കമിളച്ചിരിക്കുന്ന ഓരോ രാത്രി കഴിയുമ്പോഴും, തന്റെ ഭാര്യ കൂടുതൽ വിളറുകയും ശോഷിക്കുകയും ചെയ്യുന്നുണ്ടെന്ന് ഗവ്രീലയ്ക്കു മനസ്സിലായി. അവരുടെ കുഴിഞ്ഞ കവിളുകളിൽ തങ്ങിനിന്ന കണ്ണുനീർ കണ്ടപ്പോൾ അയാൾക്ക് എല്ലാം മനസ്സിലായി, അഥവാ തന്റെ ഹൃദയംകൊണ്ട് അയാൾ എല്ലാം അനുഭവിച്ചറിഞ്ഞു. മരിച്ചുപോയ പുത്രൻ പെത്രോയോടുള്ള വാത്സല്യം--ഒഴുകാനനുവദിക്കപ്പെടാത്ത കണ്ണീരിനോടൊപ്പം വൃദ്ധയുടെ നെഞ്ചിനുള്ളിൽ അണകെട്ടി നിർത്തിയിരുന്ന വാത്സല്യം--മരണത്തിന്റെ ആലിംഗനത്തിലമർന്ന് നിശ്ചലനായി കിടക്കുന്ന ഈ അന്യയുവാവിന്റെ നേരെ അണമുറിഞ്ഞൊഴുകി.

ഗ്രാമത്തിൽക്കൂടി കടന്നുപോയ ഒരു റെജിമെന്റിന്റെ കമാൻഡർ ഒരു ദിവസം ഗവ്രീലയുടെ വീട്ടിൽ ചെന്നു. അദ്ദേഹം ഗയിറ്റിൽവച്ച് കുതിരയെ ഒരു ഓഡർലിയെ ഏല്പിച്ചിട്ട് പൂമുഖത്തേക്ക് ഓടിക്കയറി. മുൻവശത്തെ മുറിയിൽ കയറി തൊപ്പിയൂരിപ്പിടിച്ചുകൊണ്ട്, അദ്ദേഹം കട്ടിലിനരികിൽ ദീർഘനേരം നിശ്ശബ്ദനായി നിന്നു. മുറിവേറ്റു കിടന്ന യുവാവിന്റെ മുഖത്ത് വിളറിയ നിഴലുകൾ ഓടിനടന്നു. പനികൊണ്ട് കരുവാളിച്ച ചുണ്ടുകളിൽ ഒരു തുള്ളി ചോര ഊറിവന്നു. കമാൻഡർ തന്റെ അകാലനര ബാധിച്ച തല കുലുക്കിക്കൊണ്ട് നനവുപറ്റിയ കണ്ണുകളോടെ ഗവ്രീല ഇരുന്നതിനപ്പുറത്തെവിടെയോ തുറിച്ചുനോക്കി. വൃദ്ധന്റെ കണ്ണുകളെ നേരിടാൻ അദ്ദേഹം അശക്തനായിരുന്നു.

“ഞങ്ങളുടെ സഖാവിനെ നോക്കിക്കോളണം, അപ്പൂപ്പാ!” അദ്ദേഹം പറഞ്ഞു.

“ഞങ്ങൾ നോക്കിക്കോളാം!” ദൃഢനിശ്ചയത്തോടെ വൃദ്ധൻ മറുപടി പറഞ്ഞു.

ദിവസങ്ങൾ ആഴ്ചകളായി മാറി. വെളിപാടുപെരുന്നാൾ വന്നുപോയി. പതിനാറാമത്തെ ദിവസം ചെറുപ്പക്കാരൻ കണ്ണുതുറന്നു. ചിലന്തിവല പോലെ നേർത്ത ഒരു പുരുഷശബ്ദം ഇങ്ങിനെ ചോദിക്കുന്നതു് ഗവ്രീല കേട്ടു:

"ഇതു നിങ്ങളാണോ, അപ്പൂപ്പാ?"

"ഞാനാണ്."

"അവർ എന്നെ ഒരു പരുവത്തിലാക്കി, ഇല്ലേ?"

"ക്രിസ്തു നമ്മളെ രക്ഷിക്കട്ടെ!"

ഹ്രസ്വവും സുതാര്യവുമായ ആ നോട്ടത്തിൽ നിന്ദ തൊട്ടുതേച്ചിട്ടില്ലാത്ത ഹാസ്യരസം കലർന്നിരുന്നുവെന്ന് ഗവ്രീലയ്ക്കു് തോന്നി.

"മറ്റുള്ളവർക്കെന്തു പറ്റി?"

"അവരെ... ഞങ്ങൾ അവരെ മൈതാനത്തു കുഴിച്ചിട്ടു."

യുവാവിന്റെ വിരലുകൾ കമ്പിളിപ്പുതപ്പിന്റെ മുകളിൽ ചലിച്ചുകൊണ്ടിരുന്നു. ഒന്നും പറയാതെ അവൻ പരുപരുത്ത തടിപാകിയ മച്ചിലേക്കു നോക്കി കിടന്നു.

"നിന്റെ പേരെന്താണ്?" ഗവ്രീല ചോദിച്ചു.

നീല ഞരമ്പു പിടച്ചുനിന്ന കൺപോളകൾ ക്ഷീണംകൊണ്ടു് താനെ അടഞ്ഞു.

"നിക്കൊലായ്."

"ശരി, ഞങ്ങൾ നിന്നെ പെത്രോ എന്നു വിളിക്കും... ഞങ്ങൾക്ക് പെത്രോ എന്നു പേരുള്ള ഒരു മകനുണ്ടായിരുന്നു." ഗവ്രീല വിശദീകരിച്ചു.

ഗവ്രീല ഒരു നിമിഷം ആലോചിച്ചു നിന്നിട്ടു് മറ്റെന്തോകൂടി ചോദിക്കാൻ മുതിർന്നതാണ്. പക്ഷേ അപ്പോൾ മൂക്കിൽക്കൂടി ക്രമത്തിൽ ശ്വാസം വിടുന്ന ശബ്ദം കേട്ടതുകൊണ്ടു് അയാൾ ഒച്ച കേൾപ്പിക്കാതെ കട്ടിലിനടുത്തുനിന്നും പോയി.

* * *

ജീവിതം മടിച്ചുമടിച്ച് യുവാവിന്റെയടുത്തേക്ക് തിരിച്ചുവന്നു. പിന്നത്തെ മാസത്തിൽ ആയാസപ്പെട്ട് തലയിണയിൽനിന്നും തലപൊക്കാൻ അവനു കഴിഞ്ഞു. കിടന്നു കിടന്ന് പുറത്ത് വ്രണങ്ങൾ ഉണ്ടായി. ദിവസം കഴിയുന്തോറും താൻ പുതിയ പെത്രോയുമായി കൂടുതൽ അടുക്കുകയാണെന്നും, തന്റെ വസതിയുടെ ആഭ്രജനാലയിൽ പതിച്ച അസ്തമനസൂര്യന്റെ പ്രഭപോലെ ആദ്യത്തെ പെത്രോയുടെ --തന്റെ സ്വന്തം പുത്രന്റെ--രൂപം മങ്ങുകയും അവ്യക്തമാകുകയും ചെയ്യുകയാണെന്നും ഒരു ഞെട്ടലോടെ ഗവ്രീല കണ്ടുപിടിച്ചു. തന്റെ പഴയ ദുഃഖത്തേയും വേദനയേയും തട്ടിയുണർത്താൻ അയാൾ ശ്രമിച്ചു. പക്ഷേ ഒരിക്കൽ തന്നോട് ഏറ്റവും അടുത്തിരുന്നതെല്ലാം അകലത്തേക്കു വഴുതി വഴുതി പോവുകയാണു ചെയ്തത്. അത് അയാളെ അസഹ്യപ്പെടുത്തുകയും ലജ്ജിതനാക്കുകയും ചെയ്തു... അയാൾ മുറ്റത്തിറങ്ങി നിസ്സാരമായ എന്തെങ്കിലും ജോലി ചെയ്തുകൊണ്ട് മണിക്കൂറുകൾ കഴിക്കും. എന്നാൽ ഈ സമയമത്രയും തന്റെ ഭാര്യ പെത്രോയുടെ കിടക്കയ്ക്കരികിൽ തുടർച്ചയായി ഇരിക്കുകയാണെന്ന് ഓർക്കുമ്പോൾ കലശലായ അസൂയ അയാളെ പിടികൂടും. മുറിയ്ക്കുള്ളിലേക്കു കയറിച്ചെന്ന് അയാൾ കട്ടിലിന്റെ തലയ്ക്കൽ നിശ്ശബ്ദനായി നില്ക്കും. തന്റെ വടിപോലെയുള്ള വിരലുകൾകൊണ്ട് അയാൾ കിടക്കവിരി നേരെയിടും. വൃദ്ധ കോപത്തോടെ തന്നെ നോക്കുന്നതു കാണുമ്പോൾ ബഞ്ചിൽ പോയിരുന്ന് മൗനം ഭജിക്കും.

വസന്തകാലത്ത്--മേയ് മാസത്തിൽ--പറിച്ചെടുത്ത ഔഷധ ച്ചെടിനീരും മലയെലിയുടെ നെയ്യും വൃദ്ധ പെത്രോയെ കുടിപ്പിച്ചു. അതിന്റെ ഫലംകൊണ്ടോ, അവന്റെ യുവത്വം അഴുകലിനെ ചെറുത്തു തോല്പിച്ചതുകൊണ്ടോ, അവന്റെ മുറിവുകൾ കരിഞ്ഞുതുടങ്ങി. അവന്റെ കവിളുകൾ തുടുത്തു. പുതുരക്തം അവയ്ക്ക് ശോണിമ നല്കി. എല്ല് ഒടിഞ്ഞിരുന്ന വലത്തെ കൈത്തണ്ടമാത്രം വേണ്ടവണ്ണം സുഖപ്പെട്ടില്ല. ആ കൈകൊണ്ടിനി പണിയെടുക്കാൻ പറ്റുകയില്ലെന്നു തോന്നി.

നാല്പതു നോയ്മ്പിന്റെ രണ്ടാം വാരത്തിൽ പരസഹായം കൂടാതെ കിടക്കയിൽ എഴുന്നേറ്റിരിക്കാൻ പെത്രോയ്ക്കു കഴിഞ്ഞു. തന്റെ ശക്തിയിൽ അവനുതന്നെ അത്ഭുതം തോന്നി. വിസ്മയം കലർന്ന ഒരു പുഞ്ചിരി അവന്റെ മുഖത്തു പരന്നു.

അന്നു രാത്രി അടുക്കളയിൽ അടുപ്പിന്റെ മുകളിൽ നിന്ന്

ചുമരുകൾക്കിടയിൽ വൃദ്ധൻ ഇങ്ങിനെ പറഞ്ഞു:

"നീ ഉറക്കമായോ മുത്തീ?"

"എന്തു വേണം?"

"നമ്മുടെ ചെറുക്കൻ താമസിയാതെ എഴുന്നേറ്റു നടന്നുതുടങ്ങും... നാളെ പെത്രോയുടെ കാലുറ പെട്ടിയിൽ നിന്നും പുറത്തെടുത്തു വയ്ക്കുന്നതാണു നല്ലതു്... അവനാവശ്യമായ ഉടുപ്പുകൾ എല്ലാം തയ്യാറാക്കിവയ്ക്കണം.... അവനു് ഇടാൻ ഒന്നുമില്ല."

"എനിക്കറിയാം. ഞാനതെല്ലാം പുറത്തെടുത്തു വച്ചുകഴിഞ്ഞു."

"നീ തക്കസമയത്തു വേണ്ടതുപോലെ ചെയ്തു!... കോട്ടും പുറത്തെടുത്തു വച്ചോ?"

"പിന്നല്ലാതെ? അവൻ എന്താ പിറന്നപടി നടക്കണോ?"

ഗവ്രീല അടുപ്പിന്റെ മുകളിൽ കിടന്നു് ഒന്നുരണ്ടു പ്രാവശ്യം തിരിഞ്ഞു മറിഞ്ഞു. മയങ്ങിത്തുടങ്ങിയപ്പോഴാണ് മറ്റെന്തോ ഓർമ്മവന്നതു്. ഒരു വിജയിയുടെ ഭാവത്തിൽ അയാൾ തല പൊക്കിക്കൊണ്ടു ചോദിച്ചു:

"തൊപ്പിയോ? കിഴവി അക്കാര്യം മറന്നുകാണും?"

"ഓ, ഒന്നു മിണ്ടാണ്ടിരിക്കിൻ! അതിന്റെ മുമ്പിൽക്കൂടി നൂറുവട്ടം കടന്നുപോയിട്ടും നിങ്ങളതു കണ്ടില്ല. ഇന്നലെ മുതൽ അതു് ആ ആണിയിൽ തൂങ്ങിക്കിടക്കുന്നുണ്ടു്!"

ഗവ്രീല ജാള്യതയോടെ ചുമച്ചുകൊണ്ടു് മിണ്ടാതെ കിടന്നു. ചൈതന്യമുറ്റ വസന്തം ദോനിനെ ഇളക്കിമറിച്ചു. നദിയിലെ ഐസ്സു് കറുത്തു് പുഴുക്കുത്തു വീണതുപോലെ കാണപ്പെട്ടു. മലഞ്ചെരിവുകളിൽനിന്നും മഞ്ഞു് ഉരുകി പോയിരുന്നു. സ്റ്റെപ്പിയിൽനിന്നും മഞ്ഞു് മലയിടുക്കുകളിലേക്കും വെള്ളച്ചാലുകളിലേക്കും പിൻവാങ്ങി. അക്കരെയുള്ള നദീതീരം കരകവിഞ്ഞൊഴുകിയ, വെയിലേറ്റു തിളങ്ങുന്ന വെള്ളത്തിൽ മുങ്ങിക്കിടന്നു. വീണ്ടും തളിരിട്ടുതുടങ്ങിയ കാഞ്ഞിരത്തിന്റെ കയ്പുള്ള ഗന്ധം സ്റ്റെപ്പിയിൽനിന്നടിച്ച കാറ്റു് കൊണ്ടുവന്നു.

മാർച്ചുമാസത്തിന്റെ അവസാനമായിരുന്നു അതു്.

* * *

"ഇന്നു ഞാൻ എണീറ്റു നില്ക്കും, അച്ഛാ!"

ഗവ്രീലയുടെ പടിക്കകത്തു കാലുകുത്തിയിട്ടുള്ള എല്ലാ ചുവപ്പു സേനക്കാരും അയാളുടെ നരച്ച തലയെ ആദരിച്ച് അയാളെ അച്ഛാ എന്നാണ് വിളിച്ചിട്ടുള്ളത്. എങ്കിലും ഇപ്പോൾ കേട്ട ആ വിളിക്ക് ഒരു പ്രത്യേക ഊഷ്മളതയുണ്ടെന്ന് ഗവ്രീലയ്ക്കു തോന്നി. ഒരുപക്ഷേ അതയാളുടെ തോന്നൽ മാത്രമായിരിക്കാം, അല്ലെങ്കിൽ പെത്രോ വാസ്തവത്തിൽ പുത്രോചിതമായ സ്നേഹത്തോടെയാകാം ആ വാക്ക് ഉച്ചരിച്ചത്. രണ്ടായാലും വൃദ്ധന്റെ മുഖം അരുണവർണ്ണമായി; അയാൾ ചുമച്ചുതുടങ്ങി. ലജ്ജ കലർന്ന സന്തോഷം മറച്ചു വച്ചുകൊണ്ട് അയാൾ പിറുപിറുത്തു:

"ഇപ്പോൾ രണ്ടുമാസത്തിൽ അധികമായി.... അതേ, എണീറ്റു നടക്കാൻ കാലമായി, പെത്രോ."

വഴങ്ങാത്ത കാലുകളിൽ ഞൊണ്ടിഞൊണ്ടി പെത്രോ പൂമുഖത്തെത്തി. കാറ്റ് നെഞ്ചിലേക്കു അടിച്ചുകയറ്റിയ വായുവിന്റെ ആധിക്യം അവനെ വീർപ്പുമുട്ടിച്ചു. ഗവ്രീല അവനെ പിന്നിൽനിന്നും താങ്ങിപ്പിടിച്ചിരുന്നു. അയാളുടെ വൃദ്ധയായ ഭാര്യ അകാരണമായി വന്ന കണ്ണുനീർ തുടച്ചുകൊണ്ട് പൂമുഖത്തു ചുറ്റിപ്പറ്റിനിന്നു.

ദത്തുപുത്രനായ പെത്രോ ജീർണ്ണിച്ച മേൽക്കൂരയോടുകൂടിയ കളപ്പുരയുടെ അടുത്തുകൂടി ഞൊണ്ടിഞൊണ്ടി നടന്നു പോകുന്നതിനിടയിൽ ഗവ്രീലയോട്ചോദിച്ചു: "നിങ്ങൾ ധാന്യം ഏല്പിച്ചുവോ?"

"ഉവ്വ്," ഗവ്രീല വൈമുഖ്യത്തോടെ മറുപടിപറഞ്ഞു.

"നിങ്ങൾ ചെയ്തതു് ശരിയാണ്, അച്ഛാ!"

"അച്ഛൻ" എന്ന ആ സംബോധന വീണ്ടും ഗവ്രീലയുടെ ഹൃദയത്തിനു ചൂടുപകർന്നു. ഒരു വടിയൂന്നിക്കൊണ്ട് പെത്രോ എന്നും മുറ്റത്തുകൂടി ഞൊണ്ടി നടക്കും. ഗവ്രീല മെതിക്കളത്തിലോ, കന്നുകാലിത്തൊഴുത്തിലോ എവിടെ നില്ക്കുകയാണെങ്കിലും അവിടെനിന്ന് തന്റെ പുതിയ പുത്രനെ ഉൽക്കണ്ഠനിറഞ്ഞ കണ്ണുകളോടെ നോക്കിക്കൊണ്ടിരിക്കും--അവൻ തട്ടി വീഴുമോ എന്നായിരുന്നു അയാളുടെ ഭയം.

അവർ തമ്മിൽ അപൂർവ്വമായേ സംസാരിക്കാറുണ്ടായിരുന്നുള്ളു.

എങ്കിലും സരളമായ ഒരു സ്നേഹശൃംഖല അവരെ കൂട്ടിയിണക്കിക്കഴിഞ്ഞിരുന്നു.

പെത്രോ ആദ്യമായി പുറത്തിറങ്ങി രണ്ടുദിവസം കഴിഞ്ഞ് ഒരു രാത്രി എല്ലാവരും കിടക്കാനൊരുങ്ങിയപ്പോൾ ഗവ്രീല അടുപ്പിന്റെ മുകളിൽ നടുനിവർത്തിക്കൊണ്ട് ചോദിച്ചു:

"സ്വദേശം എവിടെയാണ്, മകനെ?"

"ഉറാൾ പ്രദേശം."

"കൃഷിക്കാരുടെ കൂട്ടത്തിൽപ്പെട്ടവനാണോ?"

"അല്ല, തൊഴിലാളിവർഗ്ഗത്തിൽപ്പെട്ടതാണ്."

"അതെങ്ങിനെയാണ്? നീ എന്തെങ്കിലും തൊഴിൽ ചെയ്തിരുന്നോ? നീ ആരായിരുന്നു? ഒരു ചെരുപ്പുകുത്തിയായിരുന്നോ? അതോ ഒരു തച്ചനാണോ?"

"അല്ല, അച്ഛാ, ഞാൻ ഒരു ഫാക്ടറിയിൽ പണിയെടുക്കുകയായിരുന്നു, ഒരു ഇരുമ്പുവാർപ്പുശാലയിൽ, ഞാൻ അവിടെയാണ് വളർന്നത്."

"എന്നാൽ പിന്നെ ധാന്യസംഭരണത്തിന് നീ വന്നതെങ്ങിനെയാണ്?"

"പട്ടാളത്തിൽനിന്നും നിയോഗിക്കപ്പെട്ടതാണ്."

"അപ്പോൾ നീ ആരായിരുന്നു? അവരുടെ ഒരു കമാൻഡറോ?"

"അതെ അച്ഛാ."

അടുത്ത ചോദ്യം ചോദിക്കാൻ അയാൾക്കു മടിയുണ്ടായിരുന്നു, പക്ഷേ അതു ചോദിക്കാൻവേണ്ടിയാണ് അയാൾ മറ്റു ചോദ്യങ്ങൾ ചോദിക്കുന്നത്.

"അപ്പോൾ നീ പാർട്ടിയുടെ ആളായിരിക്കണമല്ലോ?"

"ഞാനൊരു കമ്മ്യൂണിസ്റ്റുകാരനാണ്," ഹൃദ്യമായ ഒരു പുഞ്ചിരിയോടെ പെത്രോ പറഞ്ഞു.

അപരിചിതമായ ആ വാക്കിനോട് ഗവ്രീലയ്ക്കുണ്ടായിരുന്ന ഭയത്തെ ഹൃദ്യമായ ആ പുഞ്ചിരി തുടച്ചു മാറ്റി.

സംസാരിക്കാൻ ഒരു അവസരം കാത്തിരുന്നിരുന്ന വൃദ്ധ ധൃതിയിൽ ചോദിച്ചു: "നിനക്ക് വീട്ടുകാർ ആരെങ്കിലുമുണ്ടോ, മോനെ?"

"ഒരു ജീവിപോലുമില്ല. മാനത്തെ ചന്ദ്രനെപ്പോലെ ഞാൻ ഏകനാണ്!"

"അച്ഛനമ്മമാർ മരിച്ചുപോയോ?"

"ഞാൻ ഏഴുവയസ്സുള്ള ഒരു കുട്ടിയായിരിക്കുമ്പോൾ... അച്ഛൻ മദ്യക്കുത്തിനെ തുടർന്നുണ്ടായ ലഹളയിൽ കൊല്ലപ്പെട്ടു. അമ്മ തെരുവുകളിലെവിടെയോ ജീവിതം പോക്കുകയാണ്..."

"വേശ്യ! നീ ഒരു നിസ്സഹായനായ ബാലനായിരുന്നപ്പോൾതന്നെ അവൾ നിന്നെ ഉപേക്ഷിച്ചുപോയി, അല്ലേ?"

"അവർ ഒരു ലേബർ കോൺട്രാക്ടറുടെ കൂടെ ഓടിപ്പോയി. ഞാൻ ഫാക്ടറിയിൽ വളർന്നു."

ഗവ്രീല അടുപ്പിന്റെ മുകളിൽനിന്നും കാലുകൾ തൂക്കിയിട്ടുകൊണ്ട് ദീർഘനേരം മൗനമായിരുന്നു. പിന്നീട് വളരെ വ്യക്തമായും സാവധാനത്തിലും അയാൾ സംസാരിച്ചുതുടങ്ങി:

"ശരി, മകനെ, നിനക്ക് വീട്ടുകാർ ആരുമില്ലെങ്കിൽ നീ ഞങ്ങളുടെ കൂടെ താമസിച്ചോളൂ... ഞങ്ങൾക്ക് പണ്ട് ഒരു മകനുണ്ടായിരുന്നു, അവന്റെ പേരാണ് ഞങ്ങൾ നിനക്കിട്ടിരിക്കുന്നത്--പെത്രോ.... പക്ഷേ അതു വളരെ കാലം മുമ്പാണ്. ഇപ്പോൾ വയസ്സായ ഞങ്ങൾ രണ്ടുപേരും തനിച്ചാണ്.... നീ ജീവിക്കുമോയെന്ന് ഇത്രനാളും ഞങ്ങൾക്ക് ആശങ്കയായിരുന്നു; അതുകൊണ്ടാണ് ഞങ്ങൾ നിന്നോട്ട് ഇത്ര അടുത്തതെന്ന് എനിക്കു തോന്നുന്നു. അന്യരക്തമാണ് നിന്റെ സിരകളിൽക്കൂടി ഒഴുകുന്നതെങ്കിലും ഞങ്ങളുടെ ഹൃദയം നിനക്കുവേണ്ടി വേദനിക്കുന്നു--നീ ഞങ്ങളുടെ സ്വന്തമാണെന്നതുപോലെ.... നീ ഞങ്ങളുടെ കൂടെ താമസിക്കൂ, കുട്ടി! നമുക്ക് ഈ മണ്ണിൽ ഒരുമിച്ചു ജീവിക്കാം. ദോൻനദീതീരത്തെ ഈ മണ്ണ് നല്ലതാണ്, ഫലപുഷ്ടിയുള്ളതും കരുണയുള്ളതുമാണ്.... നിന്നെ ഒരു ചുവടുപിടിപ്പിച്ച് ഞങ്ങൾ നിനക്കൊരു പെണ്ണിനെ കണ്ടുപിടിക്കാം. എന്റെ കാലമൊക്കെ കഴിഞ്ഞു. വയലുകൾ നീ തന്നെ നോക്കിക്കോളൂ. എനിക്ക് ഒരേയൊരു അപേക്ഷയുള്ളത് ഇതാണ്--ഞങ്ങളുടെ പ്രായത്തെ ബഹുമാനിക്കണം, ഞങ്ങൾ മരിക്കുന്നതുവരെ നിന്റെ

മേശയ്ക്കരികിൽനിന്നും ഞങ്ങളെ ആട്ടിയോടിക്കരുത്. വൃദ്ധരായ ഞങ്ങളെ വിട്ടുപോകരുത്, പെത്രോ...."

അടുപ്പിന്റെ പിന്നിൽ ഒരു ചീവീട് വിരസമായി ശബ്ദിച്ചുകൊണ്ടിരുന്നു.

കാറ്റടിച്ച് കതകുകൾ ഞരങ്ങി.

"ഞങ്ങൾ, വൃദ്ധയും ഞാനും, നിനക്ക് ഒരു ഭാര്യയെ അന്വേഷിച്ചുകൊണ്ടിരിക്കയാണ്!" പ്രസന്നതക്ഷണിച്ചു വരുത്തിക്കൊണ്ട് ഗവ്രീല കണ്ണിറുക്കിക്കാണിച്ചു. പക്ഷേ അയാളുടെ ചുണ്ടുകൾ വിറയ്ക്കുകയും സഹതാപാർഹമാംവണ്ണം വക്രിച്ച ഒരു പുഞ്ചിരി അവിടെ സ്ഥാനം പിടിക്കുകയും ചെയ്തു.

പെത്രോ പൊട്ടിപ്പൊളിഞ്ഞ തറയിൽ നോക്കിക്കൊണ്ടിരിക്കുകയായിരുന്നു. അവന്റെ ഇടത്തെ കൈ ബഞ്ചിൽ താളം പിടിച്ചുകൊണ്ടിരുന്നു. ഇടയ്ക്കിടെ ആ ശബ്ദം കേട്ടു, ഉൽക്കണ്ഠനിറഞ്ഞ താണ ശബ്ദം. തപ്പ്--തപ്പ്--തപ്പ്! തപ്പ്--തപ്പ്--തപ്പ്! തപ്പ്--തപ്പ്--തപ്പ്!

എന്തു മറുപടി പറയണമെന്ന് അവൻ ആലോചിക്കുകയായിരുന്നുവെന്ന് സ്പഷ്ടമായിരുന്നു. ഒരു തീരുമാനത്തിലെത്തിച്ചേർന്ന ഉടൻ അവൻ കൊട്ട് നിർത്തി, പെട്ടെന്ന് തല പൊക്കി.

"എനിക്ക് നിങ്ങളുടെകൂടെ താമസിക്കാൻ സന്തോഷമേയുള്ളൂ, അച്ഛാ. പക്ഷേ ശരിക്കു വേലയെടുക്കാൻ എന്നെക്കൊണ്ടു കഴിയുമെന്നു തോന്നുന്നില്ല. നാശം, എന്റെ വലത്തുകൈ നേരെയാകുന്നില്ല! എങ്കിലും എന്നാൽ ആവതു ഞാൻ ചെയ്യാം. വേനല്ക്കാലം മുഴുവൻ ഞാനിവിടെ താമസിക്കാം. പിന്നത്തെ കാര്യം അന്ന് തീരുമാനിക്കാം."

"അതുകഴിയുമ്പോൾ നീ സ്ഥിരമായി ഇവിടെ താമസിച്ചെന്നും വരാം!" ഗവ്രീല പറഞ്ഞു് അവസാനിപ്പിച്ചു.

വൃദ്ധയുടെ ചവിട്ടിനൊത്ത് ഒരു ആഹ്ലാദഭരിതമായ മൂളിപ്പാട്ടു പാടിക്കൊണ്ട് റാട്ടു തിരിഞ്ഞു. മാർദ്ദവമേറിയ കമ്പിളിരോമം റാട്ടുസൂചിയിൽ ചുറ്റിക്കൊണ്ട് റാട്ട് സന്തോഷത്തോടെ കുറുങ്ങിക്കൊണ്ടിരുന്നു.

ഒരു പക്ഷേ അത് ഒരു താരാട്ട്പാട്ട് പാടുകയായിരുന്നിരിക്കാം.

അല്ലെങ്കിൽ ഉറക്കം തൂങ്ങിയ, താളത്തിനൊത്ത ആ ചെണ്ടകൊട്ടൽ സമൃദ്ധിയുടെ ദിനങ്ങളെ വാഗ്ദാനം ചെയ്യുകയായിരുന്നിരിക്കാം -ആർക്കറിയാം!

* * *

വസന്തം കഴിഞ്ഞ് കൊടുംവെയിലുള്ള ദിവസങ്ങൾ വന്നു ചേർന്നു. സ്റ്റെപ്പിപ്രദേശത്തെ ഫലപുഷ്ടിയുള്ള പൊടി ആ ദിവസങ്ങൾക്ക് ചാരനിറം പകർന്നു. എന്നത്തേയുംപോലെ വാശിയോടെ ഒഴുകുന്ന ദോൻനദി അലയടിക്കുന്ന ഓളങ്ങളുമായി കുതിച്ചുയർന്നു. ഇരു വശങ്ങളിലുമുള്ള പാടശേഖരങ്ങളെ വെള്ളപ്പൊക്കം ജലസേചനംചെയ്തു. പച്ചയോ ചാരനിറം കലർന്ന വെള്ളയോ ആയി കാണപ്പെട്ട മറുകരയിൽനിന്നും പൂത്തുലഞ്ഞ പോപ്ലാർമരങ്ങളുടെ സുഗന്ധം വായുവിൽ കലർന്നു. പുൽത്തകിടിയിൽ ഒരു തടാകം ആപ്പിൾപൂക്കളുടെ ദലങ്ങൾ വീണ് പുലരിപോലെ ഇളംചുവപ്പുനിറത്തിൽ തിളങ്ങി. രാത്രിയിൽ വേനൽക്കാലത്തെ മിന്നൽക്കൊടി ഒരുപെൺകുട്ടിയെപ്പോലെ ആകാശത്തിൽ ഒളികണ്ണിട്ടുനോക്കിക്കൊണ്ടിരുന്നു. രാത്രി മിന്നൽവെളിച്ചം പോലെ ഹ്രസ്വമായിരുന്നു. ദീർഘമായ അദ്ധ്വാനത്തിനുശേഷം ശക്തി വീണ്ടെടുക്കുവാൻ കാളകൾക്ക് സമയം കിട്ടിയില്ല. പൊതു മേച്ചിൽസ്ഥലത്തു മേഞ്ഞുകൊണ്ടിരുന്ന കന്നുകാലികളുടെ രോമം കൊഴിഞ്ഞു. അതിന്റെ പാടുകളുള്ള തൊലിയ്ക്കടിയിൽ അവയുടെ വാരിയെല്ലുകൾ തെളിഞ്ഞു കാണപ്പെട്ടു.

ഗവ്രീലയും പെത്രോയും സ്റ്റെപ്പിയിൽ ഒരാഴ്ച താമസിച്ചു. അവർ നിലമുഴുകയും കട്ട തല്ലുകയും വിത്തുവിതയ്ക്കുകയും ചെയ്തു. അവർ വണ്ടിയുടെ അടിയിലാണ് രാത്രി ഉറങ്ങിയത്. ഒരേ ആട്ടിൻതോലാണ് പുതച്ചത്. എന്നാൽ തന്റെ പുതിയ മകനോട്ട് താൻ അദൃശ്യമായ ഒരു ചങ്ങലയാലെന്നവണ്ണം ഗാഢമായി ബന്ധിക്കപ്പെട്ടുവെന്നുള്ള വസ്തുത ഗവ്രീല പുറത്തു പറഞ്ഞില്ല. വെള്ളത്തലമുടിയുള്ള ഉന്മേഷവാനും കഠിനാധ്വാനിയുമായ പുതിയ പെത്രോ മരിച്ചുപോയ മറ്റേ പെത്രോയുടെ ചിത്രത്തെ മറച്ചു. ഗവ്രീലയ്ക്കു മറ്റേ പെത്രോയെപ്പറ്റി ഉണ്ടായിരുന്ന വിചാരം കുറഞ്ഞു കുറഞ്ഞു വന്നു. ജോലിയിൽ മുഴുകിയ അയാൾക്ക് കഴിഞ്ഞ കാലത്തെക്കുറിച്ച് ഓർമ്മിക്കാൻ സമയമുണ്ടായിരുന്നില്ല.

ദിവസങ്ങൾ ആരുമറിയാതെ കള്ളനെപ്പോലെ കടന്നുപോയി. പുല്ലുവെട്ടേണ്ട സമയമായി.

ഒരു ദിവസം രാവിലെ പെത്രോ പുല്ലരിയുന്ന യന്ത്രം നന്നാക്കുന്നതിൽ വ്യാപൃതനായി. അതിലെ കത്തി മൂർച്ചപ്പെടുത്തുന്നതിലും പൊട്ടിപ്പോയ തിരിക്കൽ യന്ത്രത്തിനു പകരം മറ്റൊന്ന് ഉണ്ടാക്കുന്നതിലും അവൻ പ്രകടിപ്പിച്ച സാമാർത്ഥ്യം ഗവ്രീലയെ അത്ഭുതപ്പെടുത്തി. പകൽ മുഴുവൻ പെത്രോ ജോലി ചെയ്തിട്ട്, സന്ധ്യയാകാറായപ്പോൾ ഒരു യോഗത്തിൽ പങ്കെടുക്കാനായി എക്സിക്യൂട്ടിവ് കമ്മറ്റി ഓഫീസിലേക്കു പോയി. അവൻ വീട്ടിലില്ലായിരുന്ന സമയത്ത്, വെള്ളം കൊണ്ടുവരാൻ പോയിരുന്ന ഗവ്രീലയുടെ ഭാര്യ ഒരു കത്തുമായി തിരിച്ചുവന്നു. മെഴുക്കു പുരണ്ട ഒരു പഴയ കവറായിരുന്നു അത്. കേറോഫ് ഗവ്രീല, സഖാവ് കൊസീഹ് നിക്കൊലായ്, എന്നായിരുന്നു അതിൽ മേൽവിലാസമെഴുതിയിരുന്നത്.

അവ്യക്തമായ ഒരു ഭീതി ഗവ്രീലയെ പിടികൂടി. വൃത്തികെട്ട അക്ഷരത്തിൽ പെൻസിൽകൊണ്ട് കുത്തിക്കുറിച്ചിട്ടുള്ള ആ കവറിലൂടെ അയാൾ വിരലോടിച്ചുകൊണ്ടിരുന്നു.

അയാൾ അത് വെളിച്ചത്തിനു നേരെ പിടിച്ച് അതിലേയ്ക്ക് ഉറ്റുനോക്കി. പക്ഷേ ആ കവർ അതിനുള്ളിലെ രഹസ്യം വിട്ടുകൊടുത്തില്ല. പതിവുള്ള തന്റെ മനശ്ശാന്തിയെ താറുമാറാക്കിയ ആ കത്തിന്റെ നേർക്ക് അറിയാതെതന്നെ അയാളുടെ ഉള്ളിൽ കോപം ഇരമ്പി വന്നു.

അതു പിച്ചിച്ചീന്തിക്കളയണമെന്ന് അയാൾക്കു തോന്നി. എന്നാൽ അല്പനേരത്തെ ആലോചനയ്ക്കുശേഷം അത് പെത്രോയ്ക്കു കൊടുക്കാൻതന്നെ അയാൾ തീരുമാനിച്ചു. ഗയിറ്റിൽവച്ചുതന്നെ ആ വാർത്ത വൃദ്ധൻ പെത്രോയെ അറിയിച്ചു.

"നിനക്ക് ഒരെഴുത്തുണ്ട്, മോനെ."

"എനിക്കോ?"

"അതെ. അകത്തു ചെന്ന്‌വായിച്ചുനോക്ക്."

മുറിയിൽ ചെന്നു ഗവ്രീല വിളക്കു കൊളുത്തി. പെത്രോ കത്തു വായിച്ചുകൊണ്ടിരുന്നപ്പോൾ അവന്റെ സന്തോഷംകൊണ്ടു

വികസിച്ച മുഖത്തേക്ക് വൃദ്ധന്റെ കണ്ണുകൾ ചുഴിഞ്ഞുനോക്കി. ഒടുവിൽ അയാൾക്ക് അക്ഷമ അടക്കാനാവാതായി.

"എവിടുന്നാണ്?"

ഉറാൾപ്രദേശത്തുനിന്ന്."

"എഴുതിയിരിക്കുന്നത് ആരാണ്?"

"വാർപ്പുശാലയിലെ സുഹൃത്തുക്കൾ."

ഗവ്രീല പെട്ടെന്ന് ജാഗരൂകനായി.

"അവർ എന്തിനെപ്പറ്റിയാണ് എഴുതിയിരിക്കുന്നത്?"

പെത്രോയുടെ കണ്ണുകളിലെ പ്രകാശം മങ്ങി. അവൻ വൈമനസ്യത്തോടെ പറഞ്ഞു: "വാർപ്പുശാലയിലേക്ക് എന്നെ ആവശ്യമുണ്ടെന്ന്. 1917 മുതൽ അത് വെറുതെ കിടക്കുകയാണ്."

"പക്ഷേ.... നീ പോകുമോ?" ഗവ്രീല നിരുത്സാഹനായി ചോദിച്ചു.

എനിക്കറിയില്ല...."

* * *

പെത്രോയുടെ ദേഹം ശോഷിക്കുകയും വിളറുകയും ചെയ്തു. രാത്രിയിൽ അവൻ കിടക്കയിൽ തിരിഞ്ഞും മറിഞ്ഞും കിടക്കുകയും നെടുവീർപ്പിടുകയും ചെയ്യുന്നത് ഗവ്രീല കേട്ടു.ഗ്രാമജീവിതം പെത്രോയ്ക്ക് അനുയോജ്യമല്ലെന്നും സ്റ്റെപ്പിയിലെ കറുത്ത മണ്ണ് കലപ്പകൊണ്ട് ഇളക്കിമറിക്കുക എന്നത് അവന്റെ ജോലിയല്ലെന്നും ദീർഘനേരത്തെ ആത്മപരിശോധനയ്ക്കുശേഷം ഗവ്രീലക്കുബോധ്യമായി. അവനെ പോറ്റിവളർത്തിയ വാർപ്പുശാല ഇന്നല്ലെങ്കിൽ നാളെ അവനെ കൈവശപ്പെടുത്തുമെന്നും ആനന്ദമില്ലാത്ത വിരസദിവസങ്ങളുടെ കറുത്ത ഘോഷയാത്ര തുടങ്ങുമെന്നും അയാൾക്കു തോന്നി. ആ വെറുക്കപ്പെട്ട വാർപ്പുശാല ഇടിച്ചുനിരത്തി അവിടെ കാട്ടുചെടികളും ചൊറിയണവും വളരാനനുവദിക്കണമെന്ന് ഗവ്രീല അതിയായി ആഗ്രഹിച്ചു.

പുല്ലുവെട്ടിന്റെ മൂന്നാം ദിവസം അവർ വെള്ളം കുടിക്കാനായി ക്യാമ്പിലേക്ക് തിരിച്ചുവന്നപ്പോൾ പെത്രോയാണ് സംസാരിച്ചത്.

"എനിക്ക് ഇവിടെ നില്ക്കാൻ നിവൃത്തിയില്ല, അച്ഛാ! എനിക്ക് വാർപ്പുശാലയിലേക്കു തിരിച്ചു പോകണം. അത് എന്നെ പിടിച്ചുവലിക്കുകയാണ്, എന്റെ ഹൃദയതന്ത്രികളെ വലിച്ചൊടിക്കുകയാണ്...."

"ഇവിടുത്തെജീവിതംനിനക്കിഷ്ടമാകുന്നില്ലേ?"

"അതുകൊണ്ടല്ല.... ആ വാർപ്പുശാല ഞങ്ങളുടേതാണ്. കൊൽച്ചാക്കിന്റെ ആക്രമണത്തെ ഞങ്ങൾ പത്തു ദിവസം ചെറുത്തുനിന്നു. അവർ അതു പിടിച്ചെടുത്ത ഉടനെ ഞങ്ങളുടെ കൂട്ടത്തിലുള്ള ഒൻപതുപേരെ കൊൽച്ചാക്കിന്റെ അനുയായികൾ കൊന്നു. ഇപ്പോൾ പട്ടാളത്തിൽനിന്നും തിരിച്ചെത്തിയ തൊഴിലാളികൾ ആ വാർപ്പുശാല പ്രവർത്തിപ്പിക്കാനൊരുങ്ങുകയാണ്. അവരുടെ കുടുംബങ്ങളും പട്ടിണിയുടെ വക്കത്താണ്. എന്നിട്ടും ഇവിടെ താമസിക്കും? എന്റെ മനസ്സാക്ഷി അതനുവദിക്കുമോ?"

"നിന്നെക്കൊണ്ട് അവർക്ക് എന്ത് ഉപകാരമാണുണ്ടാകുന്നത്? നിന്റെ വലതുകൈകൊണ്ട് ഒന്നും ചെയ്യാനാവില്ല."

"നിങ്ങളുടെ സംസാരം വളരെ വിചിത്രമായിരിക്കുന്നു, അച്ഛാ. അവർക്ക് കിട്ടുന്നവരെയെല്ലാം ആവശ്യമാണ്."

"ശരി, ഞാൻ തടസ്സം പറയുന്നില്ല. പോകണമെങ്കിൽ പൊയ്ക്കോളൂ!" പ്രസന്നത ഭാവിച്ചുകൊണ്ട് ഗവ്രീല പറഞ്ഞു. "പോയിട്ട് തിരിച്ചുവരുമെന്നു പറഞ്ഞാൽ മതി, വൃദ്ധയോട്. അവിടെ കുറച്ചുനാൾ താമസിച്ചിട്ട് ഞങ്ങളുടെ അടുത്തേക്കു തിരിച്ചുവരുമെന്ന് അവളോടു പറയണം. അല്ലെങ്കിൽ അവൾക്ക് സഹിക്കാൻ കഴിയുകയില്ല, അവളുടെ അവസാനമായിരിക്കും അത്.... ഞങ്ങൾക്ക് നീ മാത്രമേയുള്ളെന്ന് നിനക്കറിയാമല്ലോ...."

അപ്പോഴും ആശ കൈവിടാതെ കിതച്ചുകൊണ്ട് അടഞ്ഞ ശബ്ദത്തിൽ അയാൾ പതുക്കെ പറഞ്ഞു: "ഒരു പക്ഷേ നീ വാസ്തവത്തിൽ തിരിച്ചുവരുമായിരിക്കും, ഇല്ലേ? ഞങ്ങളുടെ വാർദ്ധക്യത്തോട് നിനക്ക് കരുണയില്ലേ? ഇല്ലേ?...."

* * *

വണ്ടി ഞരങ്ങി. വണ്ടി വലിക്കുന്ന കാളകൾ മുമ്പോട്ടു പൊയ്ക്കൊണ്ടിരുന്നു. പൊടിഞ്ഞുപോകുന്ന ചുണ്ണാമ്പുകല്ലുകൾ മൃദുവായ

ശബ്ദത്തോടെ വണ്ടിച്ചക്രത്തിനടിയിൽനിന്നും തെറിച്ചുവീണുകൊണ്ടിരുന്നു. റോഡരികിലുള്ള ഒരു കുരിശിനടുത്തുവച്ച് ദോൻനദിയുടെ കരയിലൂടെ നീണ്ടുകിടന്ന നടപ്പാത ഇടതുവശത്തേക്കു തിരിഞ്ഞു. ആ തിരിവിൽനിന്നു നോക്കിയാൽ ജില്ലാകേന്ദ്രത്തിലെ പള്ളികളും, പഴത്തോട്ടങ്ങളുടേയും മലക്കറിത്തോട്ടങ്ങളുടേയും കൗതുകകരമായ പച്ചനിറവും കാണാം.

വഴിനീളെ ഗവ്രീല സംസാരിച്ചുകൊണ്ടിരുന്നു.മുഖത്ത് ഒരു പുഞ്ചിരി പരത്താൻ അയാൾ ശ്രമിച്ചുകൊണ്ടിരുന്നു.

"മൂന്നുവർഷം മുമ്പ് ഈ സ്ഥലത്ത് കുറെ പെൺകുട്ടികൾ ദോൻനദിയിൽ മുങ്ങിമരിച്ചു. അതുകൊണ്ടാണ് ആ കുരിശ് അവിടെ ഉയർത്തിയിരിക്കുന്നത്." അയാൾ കുരിശിനു മുകളിൽ ഏകാന്തമായി നിൽക്കുന്ന ചെറിയ മേൽക്കൂരയിലേക്ക് ചാട്ടപ്പിടി ചൂണ്ടിക്കാണിച്ചു. "ഇവിടെവച്ചാണ് നമ്മൾ യാത്ര പറഞ്ഞു പിരിയുന്നത്. വണ്ടി ഇവിടം വരെയേ പോകയുള്ളൂ. മലയിൽ ഒരു ഉരുൾ പൊട്ടലുണ്ടായിട്ടുണ്ട്. ഇവിടെ നിന്നും ഗ്രാമത്തിലേക്ക് ഒരു നാഴിക ദൂരമുണ്ട്. നിനക്ക് കാൽനടയായി അവിടെയെത്താം."

പെത്രോ തന്റെ ബെൽറ്റിൽനിന്നും തൂക്കിയിട്ടിരുന്ന ആഹാരസാധനങ്ങൾ നിറച്ച സഞ്ചി ഒതുക്കി വച്ചുകൊണ്ട് വണ്ടിയിൽനിന്നിറങ്ങി. വളരെ പണിപ്പെട്ട് തേങ്ങൽ അടക്കിക്കൊണ്ട് ഗവ്രീല ചാട്ട തഴെയിട്ടിട്ട് വിറയ്ക്കുന്ന കൈകൾ നീട്ടിപ്പിടിച്ചു.

"പോകൂ, കുട്ടി! നീയില്ലാതെ ഞങ്ങൾക്ക് സൂര്യനുദിക്കുകയില്ല.... അയാളുടെ കണ്ണീരിൽ കുതിർന്ന മുഖം വേദനകൊണ്ടു പിടഞ്ഞു. അയാൾ പെട്ടെന്ന് ശബ്ദമുയർത്തി പറഞ്ഞു: "നീ ആ അപ്പം എടുക്കാൻ മറന്നില്ലെന്നു തീർച്ചയാണോ, മകനേ? വൃദ്ധ നിനക്കുവേണ്ടി ഉണ്ടാക്കിയ അപ്പം.... എടുത്തിട്ടുണ്ട്, അല്ലേ? ശരി, പോയി വരൂ! പോയി വരൂ കുട്ടി!..."

പെത്രോ ധൃതിയിൽ ഏതാണ്ട് ഓടുന്നതുപോലെ റോഡിന്റെ അരികിൽക്കൂടി നടന്നു.

"മടങ്ങിവരണേ!" വണ്ടിയുടെ വശത്ത് അള്ളിപ്പിടിച്ചുകൊണ്ട് വൃദ്ധൻ വിളിച്ചുപറഞ്ഞു.

"അവൻ ഒരിക്കലും മടങ്ങിവരില്ല!"ഹൃദയത്തിലിരുന്ന് ഒരു

മൂകശബ്ദം തേങ്ങി.

സ്വർണ്ണമുടിയോടുകൂടിയ ആ പ്രിയപ്പെട്ട ശിരസ്സ് വളവുതിരിഞ്ഞു ഒരിക്കൽക്കൂടി പ്രത്യക്ഷപ്പെട്ടു. അവസാനമായി പെത്രോ തൊപ്പി വീശി. അവന്റെ കാലടികൾ പതിഞ്ഞതെല്ലാം കാറ്റ് പുകപോലെ വെളുത്ത പൊടി പറത്തി.

(വിവർത്തനം: ഓമന)

"ആളുകൾ കൂടുതൽ നല്ലവരാകാനും അവരുടെ മനസ്സ് കൂടുതൽ ശുദ്ധമാകാനും എന്റെ കൃതികൾ സഹായകമാവണമെന്നാണ് എന്റെ ആഗ്രഹം. അവ, അവരിൽ മാനവതയുടേയും മാനവപുരോഗതിയുടേയും ആദർശങ്ങൾക്കുവേണ്ടി സജീവമായി സമരം ചെയ്യാനുള്ള ആവേശവും മനുഷ്യസ്നേഹവും ഉദ്ദീപിപ്പിക്കണമെന്നാണ് ഞാൻ ആശിക്കുന്നത്. ഇക്കാര്യത്തിൽ കുറച്ചെങ്കിലും വിജയിച്ചെങ്കിൽ ഞാൻ കൃതാർത്ഥനാണ്"

(മിഹയിൽ ഷോളൊഹൊവ്)

ഒരു മനുഷ്യന്റെ വിധി

ദോൻ നദിയുടെ മുകൾഭാഗത്ത് യുദ്ധം കഴിഞ്ഞെത്തിയ ആദ്യത്തെ വസന്തത്തിന് അസാധാരണമായ ഊക്കും വേഗതയും ഉണ്ടായിരുന്നു. മാർച്ച് അവസാനത്തിൽ ആസോവ് കടൽക്കരയിൽനിന്ന് ചൂടുകാറ്റ് അടിച്ചു. രണ്ടു ദിവസംകൊണ്ട് നദിയുടെ ഇടത്തെ കരയിലുള്ള മണപ്പുറം മഞ്ഞിൽ നിന്നും വിമുക്തമായി. മഞ്ഞുനിറഞ്ഞ നീർച്ചാലുകളിൽനിന്നും വെള്ളം സ്റ്റെപ്പിയിലേക്ക് കവിഞ്ഞൊഴുകി. അരുവികൾ മഞ്ഞുകട്ടയെ തകർത്ത്, പ്രളയം സൃഷ്ടിച്ചു. റോഡുകൾ ഏതാണ്ട് പൂർണ്ണമായും ഗതാഗതയോഗ്യമല്ലാതായിത്തീർന്നു.

ആ പ്രതികൂലമായ കാലാവസ്ഥയിൽ എനിക്ക് ബുക്കാനൊവ്സ്കയ എന്ന ഗ്രാമത്തിലേക്ക് യാത്രചെയ്യേണ്ടതായിവന്നു. അങ്ങോട്ട് ദൂരം അധികമുണ്ടായിരുന്നില്ല-കഷ്ടിച്ച് അറുപതു കിലോമീറ്റ്റേയുള്ളു -എങ്കിലും വിഷമംപിടിച്ച ഒരു യാത്രയായിരുന്നു അത്. ഞാനും എന്റെ കൂട്ടുകാരനും ഉദയത്തിനുമുമ്പുതന്നെ പുറപ്പെട്ടു. തീറ്റിതിന്നു കൊഴുത്ത കുതിരകൾക്ക് തോൽവാറിൽ മുറുക്കം അനുഭവപ്പെട്ടു. ഭാരിച്ച വണ്ടി വലിക്കുവാൻ അവയ്ക്കു പ്രയാസമായിരുന്നു. മണലും പൊടി മഞ്ഞും ഐസുകഷണങ്ങളും കൂടികുഴഞ്ഞുണ്ടായ ചളിയിൽ വണ്ടിച്ചക്രങ്ങൾ അച്ചുതണ്ടുവരെ പുതഞ്ഞുപോയി. ഒരു മണിക്കൂർ

കഴിഞ്ഞപ്പോഴേക്കും കുതിരകളുടെ പാർശ്വങ്ങളിലും കുതിരക്കോപ്പും ജീനിയും തമ്മിൽ ബന്ധിച്ചിരിക്കുന്ന വീതികുറഞ്ഞ വാറുകളുടെ അടിയിലും പാൽപോലെ വെളുത്ത പത പ്രത്യക്ഷപ്പെട്ടു. പുലർകാലത്തെ ഉന്മേഷദായകമായ വായുവിൽ കുതിരവിയർപ്പിന്റേയും താറ് നിർലോഭം പുരട്ടിയിട്ടുള്ള ചൂടുപിടിച്ച കുതിരക്കോപ്പിന്റേയും മത്തുപിടിപ്പിക്കുന്ന രൂക്ഷമായ ഗന്ധം പരന്നു.

കുതിരകൾ ഏറ്റവും ദുഷ്കരമായ വഴിയിലെത്തുമ്പോൾ ഞങ്ങൾ ഇറങ്ങി നടക്കും. ചെളികെട്ടിയ മഞ്ഞ് ഞങ്ങളുടെ ബൂട്ട്സിനടിയിൽ ഞെരിഞ്ഞുകൊണ്ടിരുന്നു. ഞങ്ങൾക്ക് നടക്കാൻ വളരെ ക്ലേശിക്കേണ്ടിവന്നു. റോഡുവക്കിൽ തിളങ്ങുന്ന ഐസ് അപ്പോഴും പറ്റിപ്പിടിച്ചിരുന്നതിനാൽ അവിടെക്കൂടി നടക്കുന്നത് അതിലും ക്ലേശകരമായിരുന്നു. യെലാൻകനദിയിലെ ആഴംകുറഞ്ഞ കടവിലെത്തുവാനുള്ള മുപ്പതു കിലോമീറ്റർ ദൂരം സഞ്ചരിക്കുവാൻ ഞങ്ങൾ ഏതാണ്ട് ആറുമണിക്കൂർ എടുത്തു.

വേനൽക്കാലത്ത് മിക്കവാറും വറ്റിവരണ്ടുകിടക്കാറുള്ള ആ ചെറിയ പുഴ ഇപ്പോൾ കര കവിഞ്ഞ് മൊഹൊവ്സ്കോയ് എന്ന ചെറിയ ഗ്രാമത്തിനിക്കരെ ആൾഡർമരങ്ങൾ വളരുന്ന ഒരു കിലോമീറ്റർ ചതുപ്പുനിലം മുഴുവൻ വെള്ളത്തിനടിയിലാക്കിയിരുന്നു. അതിനാൽ ഞങ്ങൾക്ക് വഞ്ചിയിൽ അക്കര കടക്കേണ്ടതായിവന്നു. കഷ്ടിച്ച് മൂന്നു പേർക്കുമാത്രം സഞ്ചരിക്കാവുന്ന ഒരു കൊതുമ്പുവള്ളമാണ് ഞങ്ങൾക്കു കിട്ടിയത്. ഞങ്ങൾകുതിരകളെ മടക്കി അയച്ചു. പുഴയ്ക്കക്കരെയുള്ള ഒരു കൂട്ടുകൃഷിക്കളത്തിലെ ഷെഡ്ഡിൽ,ശൈത്യകാലം മുഴുവൻ നിശ്ചലമായിക്കിടന്നിരുന്നു. ഒരു പൊളിഞ്ഞ ജീപ്പ് ഞങ്ങളെ കാത്തു കിടന്നിരുന്നു. ഡ്രൈവറും ഞാനും ആശങ്കയോടെ ആ പഴയ വഞ്ചിയിൽ കയറി. എന്റെ സ്നേഹിതൻ ഞങ്ങളുടെ സാധനങ്ങൾ സൂക്ഷിച്ചുകൊണ്ട് കരയിൽ നിന്നു. ഞങ്ങൾ തുഴഞ്ഞുതുടങ്ങിയ ഉടൻതന്നെ ജീർണ്ണിച്ച തടികൾക്കിടയിൽക്കൂടി വെള്ളം മുക്കിക്കളഞ്ഞുകൊണ്ടിരുന്നു. ഒരു മണിക്കൂറുകൊണ്ട് ഞങ്ങൾ മറുകരയിലെത്തി. ഡ്രൈവർ പോയി ഗ്രാമത്തിൽ നിന്ന് ജീപ്പു കൊണ്ടുവന്നിട്ട് വീണ്ടുംവഞ്ചിയിൽ കയറി.

"ജീർണ്ണിച്ച ഈ പേടകം വെള്ളത്തിൽവച്ച് പൊളിഞ്ഞു പോയില്ലെങ്കിൽ ഞാൻ നിങ്ങളുടെ സ്നേഹിതനേയുംകൊണ്ട് ചുരുങ്ങിയത് രണ്ടുമണിക്കൂറുകഴിഞ്ഞു തിരിച്ചുവരും," തുഴ കൈയിലെടുത്തുകൊണ്ട്

അയാൾ പറഞ്ഞു.

ഗ്രാമം പുഴയിൽനിന്ന് കുറെ അകലെയായിരുന്നു. വിജനപ്രദേശത്ത് ശരല്ക്കാലത്തിന്റെ ഒത്തനടുവിലും വസന്തത്തിന്റെ ആരംഭത്തിലും മാത്രം കാണാറുള്ള നിശ്ചലത പുഴവക്കിൽ അനുഭവപ്പെട്ടു. അഴുകിയ ആൾഡർ മരത്തടിയുടെ രൂക്ഷമായ കമർപ്പ് കൂടിക്കലർന്ന ഒരു ഈറൻ ഗന്ധം പുഴയിൽനിന്ന് ഉയരുന്നുണ്ടായിരുന്നു. പൊടിമഞ്ഞിൽനിന്ന് വിമുക്തമായിട്ട് അധികകാലമായിട്ടില്ലാത്ത മണ്ണിന്റെ ഒരിക്കലും പുതുമമാറാത്ത നേരിയ പരിമളവും പേറിക്കൊണ്ട് അങ്ങുദൂരെ ഊതനിറത്തിലുള്ള മൂടൽമഞ്ഞിൽ മുങ്ങിനില്ക്കുന്ന സ്റ്റെപ്പിയിൽ നിന്ന് ഒരു ഇളം കാറ്റ് വീശി.

അകലെയല്ലാതെ മണപ്പുറത്തൊരിടത്ത് വെള്ളത്തിനടുത്തായി ഒരു ഒടിഞ്ഞ മെട കിടക്കുന്നുണ്ടായിരുന്നു. പുകവലിക്കാനായി ഞാൻ അതിൽ ചെന്നിരുന്നു. എന്നാൽ ജാക്കറ്റിന്റെ കീശയിൽ കൈയിട്ടു നോക്കിയപ്പോൾ അതിനുള്ളിൽ വച്ചിരുന്ന സിഗററ്റ് നനഞ്ഞിരിക്കുകയാണെന്നുമനസ്സിലായി. എനിക്ക് കടുത്ത നിരാശ തോന്നി. പുഴ കടക്കുന്നതിനിടയിൽ ചാഞ്ചാടിക്കൊണ്ടിരിക്കുന്ന വഞ്ചിയിലേക്ക് ഒരോളം അടിച്ചുകയറി എന്നെ അരവരെ ചെളിവെള്ളത്തിൽ കുളിപ്പിച്ചു. വഞ്ചി മുങ്ങാതിരിക്കുവാൻ തുഴകൾ താഴെ വച്ചിട്ട് ഞാൻ കഴിയുന്നതും വേഗത്തിൽ വെള്ളം മുക്കിക്കളഞ്ഞുകൊണ്ടിരുന്നതിനാൽ സിഗററ്റുകൾ നനയാതെ സൂക്ഷിക്കണമെന്ന കാര്യം ആലോചിച്ചില്ല. എന്നാൽ ഇപ്പോൾ എനിക്ക് എന്റെ ആ അശ്രദ്ധയിൽ കുണ്ഠിതം തോന്നി. നനഞ്ഞ സിഗററ്റു പാക്കറ്റ് സൂക്ഷിച്ചു പുറത്തെടുത്തിട്ട് നിലത്തു പടിഞ്ഞിരുന്നുകൊണ്ട് ഞാൻ നനഞ്ഞു് നേരം ഉച്ചയായിരുന്നു. വെയിലിന് മേയ് മാസത്തിലെ ചൂടുണ്ടായിരുന്നു. സിഗററ്റുകൾ വേഗം ഉണങ്ങുമെന്ന് ഞാൻ പ്രതീക്ഷിച്ചു. പഞ്ഞിനിറച്ച പട്ടാള ട്രൗസറും ജാക്കറ്റുമാണ് ഞാൻ ധരിച്ചിരുന്നതു്. നല്ല ചൂടുണ്ടായിരുന്നതിനാൽ അതു ധരിക്കേണ്ടിയിരുന്നില്ല എന്ന് എനിക്കു തോന്നി. ആ വർഷത്തെ ചൂടുള്ള ആദ്യത്തെ ദിവസമായിരുന്നു അതു്. എങ്കിലും, വഞ്ചി തുഴഞ്ഞു ക്ഷീണിച്ച എനിക്ക് പഴയ കമ്പിളിത്തൊപ്പി തലയിൽനിന്നു മാറ്റി കാറ്റിൽ മുടി ഉണക്കിക്കൊണ്ടും മങ്ങിയ നീലാകാശത്തിൽ നീന്തി നടക്കുന്ന കൊഴുത്തുരുണ്ട മേഘങ്ങളെ നോക്കിക്കൊണ്ടും ആ നിശ്ചലതയിലും ഏകാന്തതയിലും സ്വയം അലിഞ്ഞു ചേർന്ന് ഒറ്റയ്ക്കിരിക്കുന്നതു് സുഖകരമായിരുന്നു.

ഗ്രാമത്തിലെ അവസാനത്തെ കുടിലിന്റെ പിന്നിൽ നിന്നും റോഡിലേക്ക് !ഒരാൾ കയറുന്നത് ഞാൻ ശ്രദ്ധിച്ചു. അയാളുടെ പിന്നാലെ ഒരു ചെറിയ ബാലൻ നടന്നിരുന്നു. അവന് അഞ്ചോ ആറോ വയസ്സിൽ കൂടുതൽ ഇല്ലെന്നു തോന്നി. അവർ നിരുന്മേഷരായി കടവിലേക്കു നടക്കുകയായിരുന്നു. എന്നാൽ ജീപ്പിനടുത്തെത്തിയപ്പോൾ തിരിഞ്ഞു് അവർ എന്റെയടുത്തേക്കു വന്നു. നല്ല ഉയരവും ചെറിയൊരു കൂനുമുള്ള അയാൾ നേരെ എന്റെയടുത്തെത്തി കനത്ത പരുക്കൻ ശബ്ദത്തിൽ പറഞ്ഞു

"സൗഖ്യമാണോ, ചങ്ങാതി,"

അയാൾ നീട്ടിയ പരുപരുത്ത വലിയ കരം ഗ്രഹിച്ചുകൊണ്ട് ഞാൻ കുശലാന്വേഷണത്തിനു മറുപടി പറഞ്ഞു.

അയാൾ കുനിഞ്ഞു് കുട്ടിയോടു പറഞ്ഞു:

"അമ്മാവനെ അഭിവാദ്യം ചെയ്യ്, മോനെ. നിന്റെ അച്ഛനെപ്പോലെ ഇങ്ങേരും ഒരു ഡ്രൈവറാണെന്നു തോന്നുന്നു. പക്ഷേ നീയും ഞാനും ഓടിച്ചിരുന്നത് ഒരു ലോറിയാണ്, ഇങ്ങേര് ആ കാണുന്ന ചെറിയ വണ്ടിയാണ് ഓടിക്കുന്നതെന്നു മാത്രം."

ആകാശംപോലെ തെളിഞ്ഞതും ചൈതന്യമുള്ളതുമായ കണ്ണുകളാൽ എന്നെ ഉറ്റുനോക്കി പുഞ്ചിരിച്ചുകൊണ്ട് കുട്ടി ഇളം ചുവപ്പുനിറത്തിലുള്ള തണുത്ത ഒരു കൈ എന്റെ നേരെ നീട്ടി. ഞാൻ മൃദുവായി ആ കൈ പിടിച്ചുകുലുക്കിയിട്ട് ചോദിച്ചു: "തണുക്കുന്നുണ്ടോ, കിഴവാ? ഇത്ര ചൂടുള്ള ഒരുദിവസം നിന്റെ കൈ ഇങ്ങിനെ തണുത്തിരിക്കുന്നതെന്താണ്?"

ബാലസഹജമായ പരിചയഭാവത്തോടെ അവൻ എന്റെ മുട്ടുകളിൽ ചാരിനിന്നുകൊണ്ട് അത്ഭുതത്തോടെ അവന്റെ മഞ്ഞനിറത്തിലിള്ള ചെറിയ പുരികങ്ങൾ ഉയർത്തി.

"പക്ഷേ ഞാനൊരു കിഴവനല്ലല്ലോ, അമ്മാവാ? ഞാൻ വെറുമൊരു കുട്ടിയാണ്. എനിക്കു തണുക്കില്ലതാനും. ഞാൻ മഞ്ഞുരുട്ടി കളിക്കുകയായിരുന്നു. അതാണ് എന്റെ കൈ തണുത്തിരിക്കുന്നത്."

പകുതി കാലിയായ സഞ്ചി പുറത്തുനിന്നെടുത്തു മാറ്റിക്കൊണ്ട് അവന്റെ പിതാവ് എന്റെ അടുത്ത് ഇരുന്നു. അയാൾ പറഞ്ഞു:

"എന്റെ ഈ യാത്രക്കാരൻ വലിയ ശല്യക്കരനാണ്. അവൻ സ്വയം ഓടി നടന്നു തളർന്നുവെന്നു മാത്രമല്ല എന്നേയും തളർത്തി.

ഞാൻ വേഗം നടക്കുമ്പോൾ അവൻ ഓടിത്തുടങ്ങും. ഇങ്ങിനെത്തെ ഒരു പിരുപിരുപ്പന്റെക്കൂടെ ഒന്നുനടന്നുനോക്കണം. ഒരു ചുവടുവയ്ക്കുന്ന സമയംകൊണ്ടു് എനിക്ക് മൂന്നു ചുവടു വയ്ക്കേണ്ടിവരുന്നു. അങ്ങിനെ ഞങ്ങൾ ഒരു കുതിരയേയും ആമയേയും പോലെ മുമ്പോട്ടു പോകുന്നു. അവൻ ചെയ്യുന്നതെന്താണെന്നു നോക്കാൻ പുറകിൽ ഒരു കണ്ണു ണ്ടായിരിക്കണം. തലതിരിച്ചാലുടൻ അവൻ ഏതെങ്കിലുമൊരു ചേറ്റുകുഴിയിൽ തുടിച്ചു കളിക്കുകയോ ഒരു മഞ്ഞുകട്ട അടർത്തിയെ ടുത്തു മിഠായിപോലെ ചപ്പിത്തുടങ്ങുകയോ ചെയ്യും. ഇതുപോലൊരു കുട്ടിയേയും കൊണ്ടു് യാത്ര ചെയ്യുന്നതു് ആണുങ്ങൾക്ക് പ്രയാസ കരമായ ജോലിയാണ്. ഏതായാലും കാൽനടയായിപ്പോകുന്നതു് പ്രയാസമാണെന്നു് എനിക്കു മനസ്സലായി." അയാൾ കുറച്ചുനേരം മിണ്ടാതിരുന്നിട്ടു് എന്നോട്ടു് ചോദിച്ചു: "നിങ്ങളോ, ചങ്ങാതി? മേലാവിയെ കാത്തിരിക്കുകയാണോ?:

ഇത്രയുമായപ്പോൾ ഞാനൊരു ഡ്രൈവറല്ലെന്നു വെളിപ്പെട്ടുത്തേ ണ്ടെന്നു ഞാൻ തീരുമാനിച്ചു. ഞാൻ പറഞ്ഞു:

"കാത്തിരിക്കേണ്ടിവരുമെന്നാണു തോന്നുന്നതു്."

"കാത്തിരിക്കേണ്ടിവരുമെന്നാണു തോന്നുന്നതു്."

"അക്കരനിന്നു വരണോ?"

"അതെ."

"വഞ്ചി ഇപ്പോഴെങ്ങാനും ഇവിടെ എത്തുമോ?"

രണ്ടുമണിക്കൂറിനകം എത്തും."

"ഒരുപാടുനേരം കാത്തിരിക്കേണ്ടിവരുമല്ലോ. സാരമില്ല, നമുക്കല്പം വിശ്രമിക്കാം. എനിക്കാണെങ്കിൽ തിരക്കിട്ടുപോകേണ്ട കാര്യമൊന്നു മില്ല. നടന്നു പോകുമ്പോൾ ഞാൻ നിങ്ങളെ കണ്ടു. നമ്മുടെ കൂട്ടത്തിൽ ഒരാൾ- അതായതു് ഡ്രൈവറന്മാരിലൊരാൾ-ഇരുന്നു് വെയിൽ കായുകയാണെന്നു് ഞാൻ സ്വയം പറഞ്ഞു. അടുത്തു് വന്നിരുന്നു് ഒന്നു പുകവലിക്കാമെന്നു് വിചാരിച്ചു. ഒറ്റയ്ക്കിരുന്നു് പുകവലിക്കാൻ ഒരു രസവുമില്ല. ഒറ്റയ്ക്കു കിടന്നു ചാവുന്നത്രതന്നെ സങ്കടകരമാണ് അതും. നിങ്ങൾ സാമാന്യം ഭേദമായിട്ടാണു കഴിയുന്നതു് എന്നു തോന്നുന്നല്ലോ. സിഗററ്റാണ് വലിക്കുന്നതു് അല്ലേ? അതു നനഞ്ഞ പുകയിലയും. രണ്ടുകൊണ്ടും ഒരു ഗുണവുമില്ല. എന്റെ നാടൻ പുകയില നമുക്കു വലിക്കാം."

നിറം മങ്ങിയ ഒരു പട്ടു പുകയിലസഞ്ചി അയാൾ തന്റെ കനം കുറഞ്ഞ കാക്കി ട്രൗസറിന്റെ പോക്കറ്റിൽ നിന്നും പുറത്തെടുത്തു. അയാളതു് നിവർത്തിക്കൊണ്ടിരിക്കുമ്പോൾ അതിന്റെ മൂലയിൽ തുന്നിപ്പിടിച്ചിരുന്ന വാക്കുകൾ എന്റെ ദൃഷ്ടിയിൽപ്പെട്ടു: " നമ്മുടെ പ്രിയപ്പെട്ട പട്ടാളക്കാരിലൊരാൾക്ക് ലിബിദ്യാൻസ്കയ സെക്കണ്ടറിസ്കൂളിലെ ഒരു വിദ്യാർത്ഥി സമ്മാനിക്കുന്നതു്."

ഞങ്ങൾ വീര്യമുള്ള നാടൻ പുകയില വലിച്ചുകൊണ്ടിരുന്നു. ദീർഘനേരം ഞങ്ങൾ അങ്ങിനെയായിരുന്നു. കുട്ടിയേയും കൊണ്ട് അയാൾ എങ്ങോട്ടു പോവുകയാണെന്നും റോഡുകൾ ഇത്ര മോശമായിരിക്കുന്ന സമയത്തു് യാത്ര ചെയ്യാൻ കാരണമെന്താണെന്നും ചോദിക്കുവാൻ ഞാൻ ഒരുങ്ങിയപ്പോഴേക്കും അയാൾ എന്നോട്ട് ചോദിച്ചു:

"യുദ്ധകാലം മുഴുവൻ ഇതുതന്നെയായിരുന്നോ ജോലി?"

"മിക്കവാറും ആയിരുന്നെന്ന് പറയാം."

"മുന്നണിയിലായിരുന്നോ?"

"അതെ."

"കൊള്ളാം, ഞാനും അതു് കുറെ അനുഭവിച്ചതാണ്, ചങ്ങാതി, വേണ്ടതിലേറെ."

അയാൾ തന്റെ വലിയ ഇരുണ്ട കൈപ്പത്തികൾ മുട്ടുകളിൽ വച്ചുകൊണ്ട് ചുമലുകൾ താഴ്ത്തി ഇരുന്നു. അയാളെ ഒളിഞ്ഞുനോക്കിയപ്പോൾ എനിക്ക് വല്ലാത്ത വിഷമം തോന്നി. ഉള്ളിൽ തട്ടുന്ന ഉൽക്കണ്ഠയും ദുഃഖവും തളം കെട്ടിനിൽക്കുന്ന കണ്ണുകൾ-ആരോ ചാരം വാരിവിതറിയതുപോലെയിരിക്കുന്ന കണ്ണുകൾ-നോക്കാൻ വിഷമംതോന്നുന്ന കണ്ണുകൾ നിങ്ങൾ കണ്ടിട്ടുണ്ടോ? ഞാൻ യാദൃച്ഛികമായി പരിചയപ്പെട്ട ആ മനുഷ്യന്റെ കണ്ണുകൾ അങ്ങിനെയുള്ളവയായിരുന്നു.

മെടയിൽനിന്നും അയാൾ ഉണങ്ങിയ ഒരു വളഞ്ഞ കമ്പ് ഒടിച്ചെടുത്തു് മണലിൽ വിചിത്രമായ രൂപങ്ങൾ വരച്ചുകൊണ്ട് ഒരു നിമിഷം ഇരുന്നിട്ട് ഇങ്ങിനെ പറഞ്ഞു:

"ചിലപ്പോൾ രാത്രി എനിക്ക് ഉറക്കം വരികയില്ല. ഞാൻ ഇരുട്ടിലേക്ക് തുറിച്ചുനോക്കിക്കിടന്ന് ആലോചിക്കും: ജീവിതമേ, നീ എന്തിനിതു ചെയ്തു, നീ എന്തിന് എന്നെ അംഗഭംഗപ്പെടുത്തി? നീ എന്തിന് എന്റെ കുടൽമാല വലിച്ചെടുത്തു? എനിക്ക് അതിന്

ഉത്തരം കിട്ടാറില്ല, അന്ധകാരത്തിലോ ഉജ്ജ്വലമായ സൂര്യപ്രകാശത്തിലോ എനിക്ക് മറുപടി കിട്ടുന്നില്ല... ഇല്ല, എനിക്കു മറുപടി കിട്ടുന്നില്ല, ഒരിക്കലും കിട്ടുകയുമില്ല!" പെട്ടെന്ന് പരിസരബോധം വന്ന അയാൾ പുത്രനെ തോണ്ടിക്കൊണ്ടു പറഞ്ഞു: "പോയി ആ വെള്ളത്തിനടുത്തു കളിക്ക്, മോനെ. ഒരു വലിയ പുഴയുടെ വക്കത്ത് ചെറിയ ആൺകുട്ടികൾക്ക് കളിക്കാൻ എന്തെങ്കിലും കാണും. കാലു നനയ്ക്കാതെ സൂക്ഷിക്കണമെന്നു മാത്രം."

ഞങ്ങൾ പുകവലിച്ചുകൊണ്ട് മൗനമായിരിക്കുമ്പോൾ ഞാൻ അച്ഛനേയും മകനേയും ഓടിച്ചെന്നു പരിശോധിച്ചു. കുട്ടിയുടെ വസ്ത്രങ്ങൾ അനാഡംബരമായിരുന്നെങ്കിലും നല്ല ഈടുള്ള തുണികൊണ്ട് ഉണ്ടാക്കിയവയായിരുന്നു.മൃദുവായ ആട്ടിൻരോമം അകത്തു വച്ചുപിടിപ്പിച്ചിട്ടുള്ള അവന്റെ കൊച്ചുകോട്ടിന്റെ തയ്യും, കമ്പിളി കാലുറകൾക്കുമീതെ ഇടുന്നതരം നീളൻ ബൂട്ട്സും, കോട്ടിന്റെ കൈയിൽ ഉണ്ടായിരുന്ന ഒരു കീറിൽ തുന്നിക്കുട്ടിയതിൽ കണ്ട പാടവം ഒരു സ്ത്രീയുടെ കൈകളെ, ഒരു അമ്മയുടെ വിദഗ്ധമായ കൈകളെയാണ് അനുസ്മരിപ്പിച്ചത്. എന്നാൽ അച്ഛന്റെ വേഷം അങ്ങിനെ ആയിരുന്നില്ല. അയാളുടെ പഞ്ഞിനിറച്ച ജാക്കറ്റ് പലയിടത്തും പിഞ്ചിയിരുന്നു. അതിലെ കീറലുകൾ എങ്ങിനെയൊക്കെയോ ആണ് തുന്നിക്കൂട്ടിയിരുന്നത്. അയാളുടെ പഴയ കാക്കി ട്രൗസറിൽ കണ്ടം വച്ചുപിടിപ്പിച്ചിരിക്കുന്നത് വേണ്ടതുപോലെയായിരുന്നില്ല. ഒരു പുരുഷനാണതു ചെയ്തതെന്ന് വ്യക്തമായിരുന്നു. മിക്കവാറും പുതിയതാണെന്നു തോന്നിച്ച പട്ടാളബൂട്ട്സാണ് ധരിച്ചിരുന്നത്. പക്ഷേ അയാളുടെ തടിച്ച കമ്പിളി കാലുറകൾ നിറയെ ദ്വാരങ്ങളായിരുന്നു. അവ ഒരിക്കലെങ്കിലും ഒരു സ്ത്രീയുടെ കരസ്പർശമേറ്റിട്ടില്ല....ഒന്നുകിൽ അയാളുടെ ഭാര്യ മരിച്ചുപോയിരിക്കണം. അല്ലെങ്കിൽ അവർ തമ്മിലുള്ള ബന്ധത്തിന് എന്തോ തകരാറു പറ്റിയിട്ടുണ്ട് എന്ന് ഞാൻ വിചാരിച്ചു.

അയാൾ പുത്രൻ വെള്ളത്തിനടുത്തേക്ക് ഓടിപ്പോകുന്നതും നോക്കിയിരുന്നു.പിന്നീട് ഒന്നു ചുമച്ചിട്ട് അയാൾ സംസാരിച്ചുതുടങ്ങി. ഞാൻ അതു കേൾക്കാൻ ബദ്ധശ്രദ്ധനായിരുന്നു"തുടക്കത്തിൽ എന്റെ ജീവിതം വളരെ സാധാരണമായിരുന്നു. ഞാൻ വൊറോനിഷ് പ്രവിശ്യയിൽ നിന്നാണ്. 1900-ലാണ് ജനിച്ചത്. ആഭ്യന്തരയുദ്ധകാലത്ത് ഞാൻ ചുവപ്പുസേനയിൽ, കികവീദ്സെയുടെ ഡിവിഷനിൽ സേവനം അനുഷ്ഠിച്ചു. ഇരുപത്തിരണ്ടിലെ ക്ഷാമകാലത്ത് കബാൻ

പ്രദേശത്തേക്കു പോയി. കലാക്കുകൾക്കുവേണ്ടി ഒരു കാളയെപ്പോലെ പണിയെടുത്തു. അല്ലായെങ്കിൽ ഞാനിപ്പോൾ കാണുകയില്ലായിരുന്നു. എന്നാൽ എന്റെ കുടുംബം മുഴുവൻ, അച്ഛനും അമ്മയും സഹോദരിയും പട്ടിണി കിടന്ന് മരിച്ചു. അങ്ങിനെ ഞാൻ ഏകനായിത്തീർന്നു. ബന്ധുക്കളായിട്ട് എനിക്ക് ആരും ഉണ്ടായിരുന്നില്ല. ഒരു ജീവിപോലും. ഒരു വർഷം കഴിഞ്ഞു് ഞാൻ കുബാനിൽ നിന്നും തിരിച്ചു വന്ന് എന്റെ കുടിൽ വിറ്റിട്ട് വൊറോനിഷിലേക്കു പോയി. ആദ്യം ഞാനൊരു മര ആശാരിയായി പണിയെടുത്തു. പിന്നീട് ഒരു ഫാക്ടറിയിൽ ചേർന്ന് മെക്കാനിക്കാകുവാൻ പഠിച്ചു. താമസിയാതെ ഞാൻ വിവാഹിതനായി. എന്റെ ഭാര്യ ഒരു അനാഥമന്ദിരത്തിൽ വളർന്നവളായിരുന്നു. അവൾ നല്ലൊരുത്തി ആയിരുന്നു! സൽസ്വഭാവിയും, ഉന്മേഷവതിയും വിനീതയും ബുദ്ധിമതിയായിരുന്നു അവൾ. എന്നെപ്പോലെയായിരുന്നില്ല. യഥാർത്ഥക്ലേശം എന്താണെന്ന് നന്നേ ചെറുപ്പം മുതലേ അവൾ അറിഞ്ഞിട്ടുണ്ട്. അതു് അവളുടെ സ്വഭാവത്തിന് പാകത വരുത്തിയതായിരിക്കാം. വശത്തുനിന്നു നോക്കിയാൽ, അവൾക്ക് പറയത്തക്ക സൗന്ദര്യമൊന്നുമുണ്ടായിരുന്നില്ല. പക്ഷേ ഞാനവളെ നോക്കിയതു് വശത്തുനിന്നായിരുന്നില്ല, നേരെ നിന്നായിരുന്നു.

"ചിലപ്പോൾ ഞാൻ ജോലി കഴിഞ്ഞു വീട്ടിലേക്കു മടങ്ങുന്നതു് അങ്ങേയറ്റം ക്ഷീണിച്ചും ക്രുദ്ധനായും ആയിരിക്കും. പക്ഷെ അവൾ ഒരിക്കലും എന്നോട്ട് തറുതല പറയുകയില്ല. അവൾ എപ്പോഴും ശാന്തയും നിശ്ശബ്ദയും ആയിരിക്കും. എനിക്കുവേണ്ടി ചെയ്യുന്നതൊന്നും പോരെന്നാണ് അവളുടെ ഭാവം. എപ്പോഴും സ്വാദുള്ള എന്തെങ്കിലും ഒരുക്കിവയ്ക്കും, എല്ലാവർക്കും വേണ്ടത്ര ഇല്ലാത്തപ്പോൾ പോലും. അവളെ അങ്ങിനെ നോക്കിനിൽക്കുമ്പോൾതന്നെ ഹൃദയത്തിനു ലാഘവം തോന്നും. കുറച്ചു കഴിഞ്ഞു് അവളുടെ കഴുത്തിൽ കൈചുറ്റിക്കൊണ്ട് ഞാൻ പറയും: 'ഞാൻ നിന്നോട്ട് കോപിച്ചതു് ക്ഷമിക്കണം. ഇറീന, ജോലിസ്ഥലത്തു് എനിക്കിന്നൊരു ചീത്ത ദിവസമായിരുന്നു.' പിന്നെയും ഞങ്ങൾ തമ്മിൽ രഞ്ജിപ്പാകും. എന്റെ മനസ്സ് സ്വസ്ഥമാകുകയും ചെയ്യും. ചങ്ങാതി. അതു ജോലിയെ എങ്ങിനെ സഹായിക്കുമെന്ന് അറിയാമോ? രാവിലെ ഞാൻ ഒരു വെടിയുണ്ടപോലെ ചാടിയെഴുന്നറ്റ് ഫാക്ടറിയിലേക്കു പോകും. ഞാൻ ചെയ്യുന്ന ഓരോ പണിയും അന്ന് ഘടികാരത്തിന്റെ സൂചിപോലെ

നീങ്ങിക്കൊണ്ടിരിക്കും. സമർത്ഥയായ ഒരു കൂട്ടുകാരിയാണ നിങ്ങളുടെ ഭാര്യ എങ്കിൽ അതാണ ഗുണം.

"ചിലപ്പോൾ ശമ്പളം കിട്ടുന്ന ദിവസം ഞാൻ കൂട്ടുകാരുമൊത്തു കുറച്ചു കുടിച്ചെന്നു വരും. അന്ന് ഞാൻ ആടിയാടി നടക്കുന്നത് ഒരു ഭയങ്കര കാഴ്ചയായിരിക്കും. ഇടവഴികൾക്കു മാത്രമല്ല പെരുവഴികൾക്കു പോലും വീതി പോരാ. അന്നൊക്കെ ഞാൻ എന്തിനും പോന്ന ഒരു കരുത്തനായിരുന്നു. എനിക്ക് കുറെ അധികം കുടിക്കാൻ കഴിയുമായിരുന്നു. എത്ര കുടിച്ചാലും പരസഹായം കൂടാതെതന്നെ വീട്ടലെത്തുമായിരുന്നു: ചിലപ്പോൾ അത് ബോട്ടം ഗിയറിലായിരിക്കുമെന്നേ ഉള്ളൂ. മുട്ടുകുത്തി ഇഴഞ്ഞായിരിക്കും വീട്ടിലെത്തുക. എന്നാൽ അപ്പോഴും അവൾ എന്നോട്ട് കോപിച്ച് ഒരു വാക്കു പോലും പറയുകയില്ല. ശകാരമോ, അട്ടഹാസമോ ഒന്നുമില്ല. അവൾ എന്നെ കണ്ടു് ചിരിക്കും, എന്നാൽ കുടിച്ച ബോധമില്ലാതിരിക്കാൻ അവൾ ശ്രദ്ധിക്കും. എന്റെ ബൂട്ട്സ് മാറ്റിക്കൊണ്ടു് അവൾ പതുക്കെ പറയും: 'അന്ദ്രേയ്'' ഇന്നു നിങ്ങൾ ഭിത്തിയോടു ചേർന്നു കിടന്നാൽ മതി. അല്ലെങ്കിൽ ഉറക്കത്തിൽ കട്ടിലിൽനിന്നും താഴെ വീഴും. ഞാൻ ഓട്ട്സു നിറച്ച ഒരു ചാക്കുപോലെ കട്ടിലിലേക്കുവീഴും. എന്റെ കൺമുമ്പിൽ എല്ലാം നീന്തിനടക്കും. ഞാൻ ഉറങ്ങിത്തുടങ്ങുമ്പോൾ അവൾ എന്റെ തല മെല്ലെ തലോടുന്നതും സ്നേഹവചനങ്ങൾ മന്ത്രിക്കുന്നതും എനിക്ക് അനുഭവപ്പെടും. അവൾക്ക് എന്നോട്ട് സഹതാപമാണെന്ന് എനിക്കു മനസ്സിലാവും.

"രാവിലെ ജോലിക്കു പോകേണ്ടതിനു രണ്ടുമണിക്കൂർനേരത്തെ അവൾ എന്നെ ഉണർത്തും. ഞാൻ ശരിക്കും ഉണരാൻ വേണ്ടിയാണ് അവൾ അങ്ങിനെ ചെയ്യുന്നത്. ആ അവസ്ഥയിൽ ഞാൻ ഒന്നും തിന്നുകയില്ലെന്ന് അവൾക്ക് അറിയാം. അതുകൊണ്ടു് എനിക്ക് ഒരു ഉപ്പിലിട്ട വെള്ളരിക്കയോ മറ്റോ തരും, മത്തു വിടാനായി ഒരു ഗ്ലാസ് വോഡ്ക്കയും. 'അന്ദ്രേയ്, എല്ലാം ശരിയായി. പക്ഷേ ഇനി നിങ്ങളിതു ചെയ്യരുത്, കേട്ടോ,' നിങ്ങളെ അത്രയേറെ വിശ്വസിക്കുന്ന ഒരാളെ നിങ്ങൾ എങ്ങിനെ നിരാശപ്പെടുത്തും? ഞാനതു കുടിച്ചിട്ട് മൗനമായി കൃതജ്ഞത പ്രകടിപ്പിക്കും- ഒരു നോട്ടം കൊണ്ടും ഒരു ചുംബനംകൊണ്ടും. എന്നിട്ട് ജോലിക്കു പോവുകയും ചെയ്യും. കുടിച്ചു ലക്കില്ലാതെ വരുമ്പോൾ കയർത്ത് അവൾ എന്തെങ്കിലും പറഞ്ഞിരുന്നെങ്കിൽ, ശപിക്കുകയോ ശകാരിക്കുകയോ ചെയ്തിരുന്നെങ്കിൽ,

ഞാൻ പിന്നേയും കുടിച്ചുലക്കില്ലാതെ വീട്ടിൽ ചെല്ലുമായിരുന്നു. അതു് സത്യമാണ്. ഭാര്യ ഒരു വിഡ്ഢിയായിട്ടുള്ള പല കുടുംബങ്ങളിലും അതാണു സംഭവിക്കുന്നതു്. ഞാൻ അതു ധാരാളം കണ്ടിട്ടുള്ളതുകൊണ്ടു് എനിക്കറിയാം.

"അധികകാലം കഴിയുന്നതിനുമുമ്പ് ഞങ്ങൾക്ക് കുട്ടികൾ ഉണ്ടായി. ആദ്യം എന്റെ കുഞ്ഞുമോൻ. പിന്നെ രണ്ടു പെൺകുട്ടികൾ. അപ്പോഴാണ് ഞാൻകൂട്ടുകാരിൽനിന്നും അകന്നതു്. ഞാൻ എന്റെ ശമ്പളം മുഴുവൻ വീട്ടിൽ കൊണ്ടുചെന്ന് ഭാര്യയെ ഏല്പിച്ചു തുടങ്ങി. സാമാന്യം വലിയ ഒരു കുടുംബമാണ് ഞങ്ങളുടേതു്.പിന്നെങ്ങിനെ മദ്യപാനം ചെയ്യാനാണ്? അവധിദിവസങ്ങളിൽ ഞാൻ ഒരു കോപ്പ ബിയർ കുടിക്കും, ഒരിക്കലും അതിനപ്പുറം പോവുകയില്ല.

"ഇരുപത്തൊാൻപതിൽ ഞാൻ വണ്ടികളുമായി പരിചയപ്പെട്ടു. ഞാൻ വണ്ടിയോടിക്കുവാൻ പഠിക്കുകയും ഒരു ലോറി ഡ്രൈവറായി പണിയെടുത്തുതുടങ്ങുകയും ചെയ്തു. ആ ജോലി ചെയ്തുതുടങ്ങിയതിൽപ്പിന്നെ ഫാക്ടറിയിലേക്കു മടങ്ങിപ്പോകണമെന്ന് എനിക്കു തോന്നിയിട്ടില്ല. ലോറി ഓടിക്കുന്ന ജോലിയാണ് എനിക്കു കൂടുതൽ ഇഷ്ടമെന്ന് ഞാൻ കണ്ടുപിടിച്ചു. അങ്ങിനെ സമയം കടന്നുപോകുന്നതറിയാതെ പത്തുവർഷം കഴിഞ്ഞു. അതൊരു സ്വപ്നം പോലെയായിരുന്നു. അല്ലെങ്കിൽ പത്തുവർഷം എന്നു പറയുന്നതു് എന്താണ്? നാല്പതു വയസ്സു കഴിഞ്ഞ ആരോടെങ്കിലും നിങ്ങൾ ചോദിച്ചുനോക്കു, അവർ ജീവിതം ചെലവഴിച്ചതു് എങ്ങിനെയാണെന്ന് ഓർമ്മയുണ്ടോ എന്ന്. അവർ ഒന്നും ഓർക്കുന്നില്ലെന്ന് നിങ്ങൾക്ക് മനസ്സിലാകും! ഭൂതകാലം മൂടൽമഞ്ഞിലകപ്പെട്ട അകലെ അക്കാണുന്ന സ്റ്റെപ്പി പോലെയാണ്. ഇന്നു രാവിലെ ഞാനവിടെക്കൂടികടന്നുവന്നപ്പോൾ ചുറ്റുപാടുമുള്ളതൊക്കെ തെളിഞ്ഞുകണ്ടു, പക്ഷേ ഇരുപതു കിലോമീറ്റർ നടന്നുകഴിഞ്ഞപ്പോൾ അവിടം മൂടൽമഞ്ഞിലായിക്കഴിഞ്ഞു. മരങ്ങളും പുല്ലുകളും വേർതിരിച്ചറിയാൻ നിവൃത്തിയില്ല.

"ആ പത്തു വർഷക്കാലം ഞാൻ രാപകൽ ജോലി ചെയ്തു. എനിക്ക് നല്ല വരുമാനമുണ്ടായിരുന്നു. മറ്റുള്ളവരേക്കാൾ ഒട്ടും മോശമല്ലാതെ ഞങ്ങൾ ജീവിച്ചു. കുട്ടികൾ ഞങ്ങൾക്ക് ഒരാനന്ദമായിരുന്നു. മൂന്നുപേരും സ്കൂളിൽ മിടുക്കരായിരുന്നു. അവന്റെ പേരു് ഒരു മോസ്കോ ദിനപ്പത്രത്തിൽ വരികപോലുമുണ്ടായി. ചങ്ങാതി, അവന് ആ സാമർത്ഥ്യം ആരിൽ നിന്ന് കിട്ടിയെന്ന് എനിക്കറിയില്ല. പക്ഷേ

എന്നെ സംബന്ധിച്ചിടത്തോളം അതൊരു വലിയ കാര്യമായിരുന്നു. എനിക്ക് അവനെപ്പറ്റി അഭിമാനം തോന്നി. പത്തുവർഷം കൊണ്ടു് ഞങ്ങൾ കുറെ പണം മിച്ചമുണ്ടാക്കി. യുദ്ധത്തിനുമുമ്പായി ഞങ്ങൾ സ്വന്തമായി ഒരു പാർപ്പിടം ഉണ്ടാക്കി. രണ്ടു മുറിയും ഒരു ചാർത്തും ചെറിയൊരു പൂമുഖവുമുള്ള ഒരു കൊച്ചുവീട്ട്. ഇറീന രണ്ടു് ആടുകളെ വാങ്ങിച്ചു. ഞങ്ങൾ ക്കതിൽ കൂടുതൽ എന്തു വേണം? കുട്ടികൾക്കു കൊടുക്കാൻ പാലുണ്ടു്. തല ചായ്ക്കാൻ ഒരിടമുണ്ടു്. ഉടുക്കാൻ തുണിയുണ്ടു്. കാലുകളിൽ ചെരിപ്പുണ്ടു്. അങ്ങിനെ എല്ലാം മംഗളമായിരുന്നു. ഞാൻ വീട്ടുവച്ച സ്ഥലം അത്ര നന്നായിരുന്നില്ലെന്നു മാത്രം. വിമാനനിർമ്മാണഫാക്ടറിക്ക് അടുത്തുള്ള ഒരു സ്ഥലമാണ് എനിക്ക് അനുവദിച്ചുകിട്ടിയതു്. എന്റെ ആ കൊച്ചു വീട്ട് വേറെ എവിടെയെങ്കിലുമായിരുന്നെങ്കിൽ ഒരു പക്ഷേ എന്റെ ജീവിതം ഇങ്ങിനെ ആവുകയില്ലായിരുന്നു....

"യുദ്ധം തുടങ്ങി. അടുത്ത ദിവസംതന്നെ ഞാൻ സൈനികസേവത്തിന് ചെല്ലുവാൻ ആവശ്യപ്പെടുന്ന കത്തു കിട്ടി. അതിന്റെ പിറ്റേ ദിവസം പുറപ്പെടാനുള്ള കല്പനയും. എനിക്ക് സ്വന്തമായിട്ടുള്ള നാലുപേരും എന്നെ യാത്രയാക്കാൻ സ്റ്റേഷനിൽ വന്നു; ഇറീനയും, ആനത്തോലിയും, എന്റെ പുത്രിമാരായ നാസ്തിൻകയും ഓലുഷ്കയും. കുട്ടികൾ ബഹളമൊന്നും ഉണ്ടാക്കിയില്ല. എങ്കിലും പെൺകുട്ടികൾക്ക് ഒന്നുരണ്ടു തുള്ളികണ്ണുനീർപിടിച്ചുനിർത്താൻ കഴിഞ്ഞില്ല. അനത്തോലി തണുപ്പടിച്ചിട്ടെന്നപോലെ നിന്ന് വിറയ്ക്കുകമാത്രം ചെയ്തു. അവന് അന്ന് പതിനേഴുവയസ്സ് ആകാറായിരുന്നു. എന്നാൽ എന്റെ ഇറീനയുടെ കഥ... ഞങ്ങൾ ഒരുമിച്ചു താമസിച്ചിട്ടുള്ള പതിനേഴു വർഷത്തിനിടയ്ക്ക് അവളെ അതുപോലെ ഞാൻ കണ്ടിട്ടില്ല. ആ രാത്രിയിൽ എന്റെ ഷർട്ടും നെഞ്ചും അവളുടെ കണ്ണുനീരിൽ കുതിർന്നു. രാവിലെയും കഥ അതുതന്നെ. ഞങ്ങൾ സ്റ്റേഷനിലെത്തി. എനിക്ക് അവളോട്ട് അതിയായ അനുകമ്പ തോന്നി. എനിക്ക് ആ മുഖത്തേക്ക് നോക്കാൻ കഴിഞ്ഞില്ല. കരഞ്ഞു കരഞ്ഞു് അവളുടെ ചുണ്ടുകൾ വീങ്ങി. തലയിൽ കെട്ടിയിരുന്ന ഷാളിനടിയിൽനിന്നും തലമുടി പുറത്തേക്ക് ഊർന്നു വീണിരുന്നു. കണ്ണുകൾ ഒരു ഭ്രാന്തിയുടേതുപോലെ നിർജ്ജീവമായി തുറിച്ചിരുന്നു. വണ്ടിയിലേക്കു കയറുവാനുള്ള ഉത്തരവുണ്ടായി. എങ്കിലും അവൾ എന്റെ മാറിലേക്കു വീണ് കഴുത്തിൽ കെട്ടിപ്പിടിച്ചു. വെട്ടിവീഴ്ത്തിക്കൊണ്ടിരിക്കുന്ന ഒരു മരംപോലെ അവൾ

ആടിക്കൊണ്ടിരുന്നു... കുട്ടികളെ അവൾ പറഞ്ഞു സമാധാനിപ്പിക്കു വാൻ ശ്രമിച്ചു. ഞാനും ശ്രമിച്ചു. പക്ഷേ ഒരു ഫലവുമുണ്ടായില്ല. മറ്റു സ്ത്രീകൾ അവരുടെ ഭർത്താക്കന്മാരോടും സംസാരിച്ചുകൊണ്ട് നിന്നു. പക്ഷേ എന്റെ ഭാര്യ മരക്കൊമ്പിൽ ഒരു ഇല നിൽക്കുന്നതുപോലെ എന്നോട്ട് ഒട്ടിച്ചേർന്നുനിന്ന് വിറയ്ക്കുക മാത്രമാണു ചെയ്തത്. ഒരക്ഷരം ഉരിയാടുവാൻ അവൾ അശക്തയായിരുന്നു.' ഞാൻ പറഞ്ഞു.'ഞാൻ പോകുന്നതിനുമുമ്പ് എന്നോട്ട് എന്തെങ്കിലും പറയൂ.' തേങ്ങലുകൾക്കി ടയിൽ അവൾ പറഞ്ഞത് ഇതാണ്: 'അന്ദ്രേയ്... എന്റെ പൊന്നേ... ഈ ലോകത്തിൽ... നമ്മൾ ഇനി ഒരിക്കലും... ഒരിക്കലും തമ്മിൽ കാണുകയില്ല....

"അവളോടുള്ള അനുകമ്പകൊണ്ട് എന്റെ ഹൃദയം തകർന്നുകൊ ണ്ടിരിക്കുമ്പോൾ അവൾ എന്നോടു പറയാൻ കണ്ടത് ഇതാണ്. അവളെ പിരിഞ്ഞു പോകുന്നത് എനിക്കും എളുപ്പമായിരുന്നില്ലെന്നും ഞാനൊരു വിരുന്നുസൽക്കാരത്തിൽ പങ്കെടുക്കുവാൻ പോവുകയായി രുന്നില്ലെന്നും അവൾ എന്തുകൊണ്ടു മനസ്സിലാക്കിയില്ല? അതെന്നെ അരിശം കൊള്ളിച്ചു. ഞാനവളുടെ കൈകൾ പിടിച്ചു മാറ്റിയിട്ട് ഒരു തള്ളു കൊടുത്തു. ഞാൻ പതുക്കെയാണ് തള്ളിയതെന്നാണ് എനിക്കു തോന്നിയത്. പക്ഷേ എനിക്ക് ഒരു കാളയുടെ ശക്തിയുണ്ടായിരു ന്നു. അവൾ ഒരു മൂന്ന് ചുവട്ട് പിന്നിലേക്ക് തെന്നിപ്പോയി, എന്നിട്ട് അടിവച്ച് എന്റെ അടുത്തേക്ക് വീണ്ടും വന്നു. ഞാൻ അലറി: 'ഇങ്ങി നെയാണോ യാത്ര പറയുന്നത്? ആയുസ്സെത്തുന്നതിനുമുമ്പ് എന്നെ കുഴിച്ചുമൂടണമെന്നാണോ നിന്റെ വിചാരം?'പക്ഷേ അതു പറഞ്ഞുക ഴിഞ്ഞയുടൻതന്നെ ഞാനവളെ ആശ്ലേഷിച്ചു. അവൾ അത്രയേറെ മനോവേദന അനുഭവിക്കുന്നുണ്ടെന്ന് എനിക്കു മനസ്സിലായി...."

അയാൾ പെട്ടെന്ന് സംസാരം നിർത്തി. തുടർന്നുണ്ടായ നിശ്ശ ബ്ദതയിൽ ശ്വാസംമുട്ടുന്നതുപോലെയുള്ള ശബ്ദം അയാളുടെ തൊണ്ട യിൽനിന്നും ഉയരുന്നത് ഞാൻ കേട്ടു. ഞാൻ ഒളികണ്ണിട്ട് അയാളെ നോക്കി. എന്നാൽ അയാളുടെ ചാരനിറമാർന്ന നിർജ്ജീവമായ കണ്ണുകളിൽ ഒരു തുള്ളി കണ്ണുനീർപോലും ഉണ്ടായിരുന്നില്ല. അയാൾ വിഷാദത്തോടെ തലകുനിച്ച് ഇരുന്നു. ഇരുവശങ്ങളിലും തൂങ്ങിക്കി ടന്ന അയാളുടെ വലിയ കൈപ്പത്തികൾ വിറയ്ക്കുന്നുണ്ടായിരുന്നു; അയാളുടെ താടിയും ഉറപ്പുള്ള ചുണ്ടുകളും വിറയ്ക്കുന്നുണ്ടായിരുന്നു.

"നിങ്ങൾ അതോർത്തു വിഷമിക്കരുത്, സുഹൃത്തേ, അക്കാര്യം

ആലോചിക്കാതിരിക്കു," ഞാൻ ധൃതിയിൽ പറഞ്ഞു. പക്ഷേ അയാൾ അതു കേട്ടതായി തോന്നിയില്ല. വളരെ പണിപ്പെട്ട് വികാരങ്ങൾ അടക്കിക്കൊണ്ട് പരുക്കനും തികച്ചും വ്യത്യസ്തവുമായ ഒരു ശബ്ദത്തിൽ അയാൾ പെട്ടെന്ന് പറഞ്ഞു:

"അവളെ അങ്ങിനെ തള്ളിമാറ്റിയതിന് എന്റെ ജീവാവസാനം വരെ, എന്റെ അവസാനമണിക്കൂർ വരെ, ഞാൻ സ്വയം മാപ്പുകൊടുക്കുകയില്ല!"

"അയാൾ വീണ്ടും മൗനം അവലംബിച്ചു. ദീർഘനേരം അങ്ങിനെ ഇരുന്നു. അയാൾ ഒരു സിഗററ്റ് ചുരുട്ടാൻ ശ്രമിച്ചു. പക്ഷേ അതിനായെടുത്ത വർത്തമാനപ്പത്രത്തിന്റെ തുണ്ടുകടലാസ്സ് വിരലുകൾക്കിടയിലിരുന്നു കീറിപ്പോകുകയും പുകയില അയാളുടെ മുട്ടുകളിലേക്ക് ചിതറിവീഴുകയും ചെയ്തു. ഒടുവിൽ അയാൾക്ക് പുകയില നിറച്ച ഒരു കടലാസ്സുചുരുൾ ഉണ്ടാക്കുവാൻ കഴിഞ്ഞു. ആർത്തിയോടെ അതു കുറേ വലിച്ചിട്ട് കണ്ഠശുദ്ധി വരുത്തിക്കൊണ്ട് അയാൾ തുടർന്നു:

"ഞാൻ ഇറീനയുടെ പിടി വിടുവിച്ചുകൊണ്ട് അവളുടെ മുഖം പിടിച്ചുയർത്തി ചുംബിച്ചു. അവളുടെ ചുണ്ടുകൾ ഐസുപോലെ തണുത്തിരുന്നു. ഞാൻ കുട്ടികളോട്ട് യാത്രപറഞ്ഞിട്ട് വണ്ടിയുടെ അടുക്കലേക്ക് ഓടി. നീങ്ങിത്തുടങ്ങിയ വണ്ടിയുടെ പടിയിലേക്ക് ഞാൻ ഒരു വിധത്തിൽ ചാടിക്കയറി. ട്രെയിൻ ആരംഭത്തിൽ വളരെ സാവധാനത്തിലാണ് മുമ്പോട്ടു നീങ്ങിയതു്. അതു് എന്റെ കുടുംബത്തെ കടന്നുപോയപ്പോൾ ഞാൻ ഒരിക്കൽക്കൂടി അവരെ കണ്ടു. അനാഥരായിത്തീർന്ന പാവപ്പെട്ട എന്റെ കുട്ടികൾ പരസ്പരം ചേർന്നുനിന്നുകൊണ്ട് കൈ വീശുകയും, പുഞ്ചിരിക്കുവാൻ വിഫലശ്രമം നടത്തുകയും ചെയ്യുന്നതു് ഞാൻ കണ്ടു. ഇറീന കൈകൾ നെഞ്ചിൽ അമർത്തിപ്പിടിച്ചുകൊണ്ട് നിന്നിരുന്നു.അവളുടെ ചുണ്ടുകൾ ചോക്കുപോലെ വെളുത്തിരുന്നു. അവൾ എന്തോ മന്ത്രിക്കുകയും തുറിച്ചുനോക്കുകയും ചെയ്തുകൊണ്ടിരുന്നു. കൊടുങ്കാറ്റിനെതിരെ നടക്കാൻ ശ്രമിക്കുന്നതുപോലെ അവളുടെ ദേഹം മുമ്പോട്ട് വളഞ്ഞിരുന്നു. എന്റെ ജീവിതകാലം മുഴുവൻ ഞാനവളെ ഓർമ്മിക്കുന്നതു് അങ്ങിനെ ആയിരിക്കും-നെഞ്ചിൽ കൈകൾ ചേർത്തുവച്ച്, വിളറിയ ചുണ്ടുകളും കണ്ണുനീർ നിറഞ്ഞ വിടർന്ന കണ്ണുകളുമായി അവൾ നിൽക്കുന്നതു്... സ്വപ്നത്തിലും ഞാൻ അവളെ മിക്കവാറും അങ്ങിനെയാണു തള്ളിമാറ്റിയതു്? ഇപ്പോൾ പോലും അതോർക്കുമ്പോൾ മൂർച്ചയുള്ള ഒരു കത്തി

ഹൃദയത്തിൽ കത്തിക്കയറുന്നതുപോലെ തോന്നുന്നു.

"ഉക്രൈനിലുള്ള ബേലയ ത്സേർക്കൊവ് എന്ന സ്ഥലത്തുള്ള സൈനികവിഭാഗത്തിലേക്കാണ് ഞങ്ങളെ കൊണ്ടുപോയത്. മൂന്നു ടൺ ഭാരം വഹിക്കുന്ന ഒരു ലോറി എനിക്ക് കിട്ടി. അതിനാലാണ് ഞാൻ മുന്നണിയിലേക്കു പോയതു്. നിങ്ങളോട്ട് യുദ്ധത്തെപ്പറ്റി പറയേണ്ട ആവശ്യമില്ലെന്ന് എനിക്കറിയാം. നിങ്ങൾ അതു നേരിട്ടുകണ്ടിട്ടുള്ളതാണ്. തുടക്കത്തിൽ അതു് എങ്ങിനെ ആയിരുന്നെന്നും നിങ്ങൾക്ക് അറിയാം. വീട്ടിൽനിന്ന് ധാരാളം കത്തുകൾ ലഭിക്കും. പക്ഷേ അങ്ങോട്ട് അധികം എഴുതാറില്ല ഭദ്രമാണെന്നും യുദ്ധം ചെയ്തു കൊണ്ടിരിക്കുകയാണെന്നും വല്ലപ്പോഴുമൊക്കെ വീട്ടിലേക്കെഴുതും. ഇപ്പോൾ പിൻവാങ്ങിക്കൊണ്ടിരിക്കുകയാണെങ്കിലും, അധികം താമസിയാതെ ശക്തി സംഭരിച്ച് ജർമ്മൻകാരെ ഒരു പാഠം പഠിപ്പിക്കുമെന്നും എഴുതും. മറ്റെന്താണ് എഴുതാനുണ്ടായിരുന്നതു്? ഭയാനകമായ സമയമായിരുന്നു അതു്. ഒന്നും എഴുതുവാൻ തോന്നുകയില്ല. വിലാപഗാനം ആലപിക്കുന്നതു് എനിക്ക് ഇഷ്ടമല്ലായിരുന്നു. ഓ എനിക്ക് വലിയ പ്രയാസമാണ്, അയ്യോ, ഞാൻ കൊല്ലപ്പെട്ടേയ്ക്കും! എന്നൊക്കെ എഴുതാൻവേണ്ടിമാത്രം ദിവസവും ഭാര്യമാർക്കും കൂട്ടുകാരികൾക്കും കത്തെഴുതുന്ന നരവായന്മാരെ എനിക്ക് കണ്ടുകൂടാ. സഹതാപം അർഹിക്കുവാൻ വേണ്ടി ആ കൊള്ളരുതാത്തവന്മാർ പരാതിപറയുകയും കണ്ണീരൊഴുക്കുകയും ചെയ്യും. ദുഃഖിതരായ ആ പാവപ്പെട്ട സ്ത്രീകളും കുട്ടികളും പിന്നണിയിൽ തങ്ങളെപ്പോലെതന്നെ കഷ്ടപ്പെടുകയാണെന്ന് അവർക്കു മനസ്സിലാവുകയില്ല. രാജ്യം മുഴുവൻ താങ്ങുന്നതു് അവരുടെ തോളുകളാണ്. ആ ഭാരംകൊണ്ട് തകർന്നു പോകാതിരിക്കണമെങ്കിൽ നമ്മുടെ സ്ത്രീകളുടേയും തോളുകൾ എത്ര ശക്തങ്ങളായിരിക്കണം! പക്ഷേ അവർ ഞെരിഞ്ഞുപോയില്ല, പിടിച്ചുനിന്നു. അപ്പോഴാണ് ഈ ചിണുങ്ങുന്ന കോന്തന്മാരിൽ ഒരാൾ അയാളുടെ പരിതാപകരമായ കത്തയയ്ക്കുന്നതു്. ആ കത്ത് പണിയെടുക്കുന്ന ഒരു സ്ത്രീയെ പരവശയാക്കുന്നു. അങ്ങിനെ ഒരു കത്തുകിട്ടുന്ന പാവപ്പെട്ട സ്ത്രീ എന്തു ചെയ്യണമെന്നോ ജോലിയെ എങ്ങിനെ നേരിടണമെന്നോ അറിയാതെ കുഴങ്ങുന്നു. അതു പാടില്ല. വേണ്ടിവന്നാൽ എന്തും സഹിക്കുക-അതിനാണ് ഒരുവൻ ഒരു പുരുഷനാവുന്നതു്, ഒരു പടയാളി ആകുന്നതു്. എന്നാൽ ഒരാൾ ഒരു പുരുഷനേക്കാളേറെ ഒരു സ്ത്രീയാണെങ്കിൽ അയാൾ പോയി ഒരു ഞൊറിയുള്ള പാവാട ധരിച്ച്

അയാളുടെ തേമ്പിയ പൃഷ്ഠം തള്ളിച്ച് നടന്നുകൊള്ളട്ടെ. അങ്ങിനെ പിന്നിൽനിന്നെങ്കിലും അയാൾ ഒരു സ്ത്രീയാണെന്നു തോന്നട്ടെ. എന്നിട്ട് പോയി കള പറിക്കുകയോ പശുവിനെ കറക്കുകയോ ചെയ്യട്ടെ. കാരണം അത്തരക്കാരെ യുദ്ധമുന്നണിയിൽ ആവശ്യമില്ല. അവിടെ അവരെക്കൂടാതെത്തന്നെ വേണ്ടത്ര ദുർഗന്ധമുണ്ട്.

“എന്നാൽ എനിക്ക് ഒരു വർഷം തികച്ചു യുദ്ധം ചെയ്യാൻ കഴിഞ്ഞില്ല... എനിക്ക് രണ്ടു പ്രാവശ്യം പരുക്കേറ്റു. പക്ഷേ രണ്ടു പ്രാവശ്യവും ഗുരുതരമായിട്ടല്ല. ആദ്യത്തെ തവണ കയ്യിലും പിന്നെ കാലിലുമാണ് പരുക്കേറ്റത്. ആദ്യത്തേത് വിമാനത്തിൽനിന്നു വന്ന ഒരു വെടിയുണ്ടയും മറ്റേത് ഷെല്ലിന്റെ ഒരു ചില്ലുമായിരുന്നു. ജർമ്മൻ കാർ എന്റെ ലോറിയുടെ മുകളിലും വശങ്ങളിലും ദ്വാരങ്ങളുണ്ടാക്കി. എങ്കിലും തുടക്കത്തിൽ ഭാഗ്യം എന്റെ ഭാഗത്തായിരുന്നു. ഞാൻ എപ്പോഴും ഭാഗ്യവാനായിരുന്നു. എന്നിട്ട് കുറച്ചു കഴിഞ്ഞപ്പോൾ നിർഭാഗ്യവാനായി....

“നാല്പത്തിരണ്ട് മേയിൽ ഞാൻ ലൊഹൊവേൻ കി എന്ന സ്ഥലത്തുവച്ച് തടവുകാരനായി പിടിക്കപ്പെട്ടു. വിഷമകരമായ ഒരു ചുറ്റുപാടിലായിരുന്നു ഞങ്ങൾ. ജർമ്മൻകാർ ശക്തിയായി ആക്രമിച്ചുകൊണ്ടിരുന്നു. ഞങ്ങളുടെ ഹൊവിറ്റ്സറുകളുടെ വെടിക്കോപ്പ് മിക്കവാറും തീർന്നു. ഞങ്ങൾ എന്റെ ലോറിയിൽ ആകാവുന്നത്ര ഷെല്ലുകൾ നിറച്ചു. ഞാനും അതിൽ പങ്കെടുത്തു. ഷർട്ട് വിയർപ്പിൽ കുതിർന്ന് പുറത്ത് ഒട്ടിപ്പിടിക്കുന്നതുവരെ ഞാനും ആ ജോലിയിൽ സഹായിച്ചു. ശത്രുക്കൾ സമീപിക്കാറായിരുന്നതിനാൽ ഞങ്ങൾക്ക് പെട്ടെന്ന് അവിടെനിന്നു പോകേണ്ടിവന്നു. ഇടതുവശത്തു ടാങ്കുകൾ ഉരുണ്ടുവരുന്ന ശബ്ദവും വലതുവശത്തും മുമ്പിലും വെടിയുടെ ശബ്ദവും കേട്ടുകൊണ്ടിരുന്നു. അവിടെ നില്ക്കുന്നത് അപകടകരമായിരുന്നു.

‘നിങ്ങൾക്ക് ഇതിനിടയിൽക്കൂടി കടന്നുപോകാൻ കഴിയുമോ, സൊക്കൊലോവ്?’ ഞങ്ങളുടെ കമാൻഡർ ചോദിച്ചു. അങ്ങിനെ ഒരു ചോദ്യം ചോദിക്കേണ്ട ആവശ്യമില്ലായിരുന്നു. എന്റെ ചങ്ങാതിമാർ മരിച്ചു വീണുകൊണ്ടിരിക്കുമ്പോൾ ഞാൻ ഞൊട്ടയൊടിച്ചുകൊണ്ടിരിക്കുമോ? എന്താണിങ്ങനെ ചോദിക്കുന്നത്? ഞാൻ പറഞ്ഞു. എനിക്ക് കടന്നുപോയേ തീരൂ, അതു തീർച്ചയാണ്. ‘ശരി’, കമാൻഡർ പറഞ്ഞു. ‘വായു വേഗത്തിൽ ഓടിച്ചോളൂ.’

“ഞാൻ വായുവേഗത്തിൽ ഓടിക്കതന്നെചെയ്തു. അതിനുമുമ്പ്

ഒരിക്കലും അങ്ങിനെ ഞാൻ വണ്ടി ഓടിച്ചിട്ടില്ല! ഞാൻ ഒരു ചുമട്ട് വിറക് കൊണ്ടുപോകയല്ലെന്നും, ലോറിയിൽ കയറ്റിയിരിക്കുന്ന സാധനങ്ങൾ സൂക്ഷ്മതയോടെ കൈകാര്യം ചെയ്യേണ്ടവയാണെന്നും എനിക്ക് അറിയാമായിരുന്നു. പക്ഷേ എന്തു ചെയ്യാനാണ്? സ്വന്തം പട്ടാളക്കാർ വെടിക്കോപ്പില്ലാതെ യുദ്ധം ചെയ്തുകൊണ്ടിരിക്കുകയാണ്, റോഡിൽ ഉടനീളം വെടിപൊട്ടിക്കൊണ്ടിരിക്കുകയാണ്. ഞാൻ ഏതാണ്ട് ആറു കിലോമീറ്റർ ദൂരം സഞ്ചരിച്ചു. ഉദ്ദിഷ്ടസ്ഥലത്തിനു വളരെ അടുത്ത് എത്തിക്കഴിഞ്ഞു. റോഡിൽനിന്നും തിരിഞ്ഞ് പീരങ്കികൾ സ്ഥാപിച്ചിരുന്ന ഒരു ഇടുക്കിലേക്ക് തിരിയണം. എന്നാൽ അപ്പോൾ കണ്ടതെന്താണ്? റോഡിന്റെ ഇരുവശങ്ങളിലുമുള്ള വയലുകളിൽക്കൂടി നമ്മുടെ പട്ടാളക്കാർ പുറകോട്ട് ഓടുന്നു. അവരുടെ ചുറ്റിനും ഷെല്ലുകൾ പൊട്ടിത്തെറിക്കുന്നുണ്ട്. ഞാൻ എന്താണു ചെയ്യേണ്ടത്? എനിക്ക് തിരിച്ചുപോകാൻ പറ്റില്ല, ഉവ്വോ? അതുകൊണ്ട് ഞാൻ മുഴുവൻ വേഗതയോടെ ലോറി ഓടിച്ചു. ഇടുക്കിലേക്ക് ഒരു കിലോമീറ്റർ പോയാൽ മതി. ഞാൻ റോഡിൽനിന്നു തിരിഞ്ഞു കഴിഞ്ഞു. പക്ഷേ, ചങ്ങാതി, ഞാനവിടെ എത്തിയില്ല... ദൂരെ വെടിവയ്ക്കുന്ന ഒരു പീരങ്കിയിൽനിന്നാണെന്നു തോന്നുന്നു, ഒരു കനത്ത ഷെൽ ലോറിയുടെ സമീപം വന്നുവീണു. ഞാൻ ഷെൽ പൊട്ടുന്ന ശബ്ദം കേൾക്കുകയോ മറ്റെന്തിങ്കിലും അറിയുകയോ ചെയ്തില്ല. എന്റെ തലയ്ക്കുള്ളിൽ എന്തോ പൊട്ടിത്തെറിച്ചു. മറ്റൊന്നും എനിക്ക് ഓർമ്മയില്ല. ഞാൻ മരിക്കാതിരുന്നത് എന്തുകൊണ്ടാണെന്നോ, എത്ര നേരം റോഡുവക്കിലുള്ള ഓടയുടെ അടുത്തു കിടന്നെന്നോ എനിക്ക് അറിയില്ല. ഞാൻ കണ്ണുതുറന്നു. പക്ഷേ എണീക്കാൻ കഴിഞ്ഞില്ല. എന്റെ തലവേദനിച്ചുകൊണ്ടിരുന്നു, പനിയുള്ളതുപോലെ ദേഹം മുഴുവൻ വിറച്ചു. കണ്ണുകളിൽ ഇരുട്ടു കയറി. ഇടത്തെ തോളിൽ എന്തോ ഉരയുകയും ചെയ്തുകൊണ്ടിരുന്നു. കയ്യിൽ കിട്ടിയതെല്ലാം എടുത്ത് ആരോ രണ്ടു ദിവസം തുടർച്ചയായി എന്നെ ഇടിച്ചതു പോലെയുള്ള വേദന എന്റെ ദേഹമാസകലം അനുഭവപ്പെട്ടു. ഞാൻ കമഴ്ന്നു കിടന്ന് ദീർഘനേരം ഞെളിഞ്ഞുപിരിഞ്ഞു, അവസാനം ഒരു വിധത്തിൽ എഴുന്നേറ്റുനിന്നു. എന്നാൽ ഞാൻ എവിടെയാണെന്നോ എന്താണു സംഭവിച്ചതെന്നോ അപ്പോഴും എനിക്ക് ഓർമ്മിക്കാൻ കഴിഞ്ഞില്ല. എന്റെ ഓർമ്മശക്തി നഷ്ടപ്പെട്ടിരുന്നു. എങ്കിലും വീണ്ടും നിലത്തു കിടക്കാൻ എനിക്ക് ഭയം തോന്നി. കിടന്നാൽ പിന്നെ ഒരിക്കലും

എണീക്കാൻ സാധിച്ചില്ലെങ്കിലോ എന്നായിരുന്നു എന്റെ ഭയം അതുകൊണ്ട് കൊടുങ്കാറ്റിൽ പെട്ട ഒരു പോപ്ലാർ മരത്തെപ്പോലെ അങ്ങോട്ടും ഇങ്ങോട്ടും ആടിക്കൊണ്ട് ഞാൻ അവിടെ നിന്നു.

“ശരിക്കു ബോധം വന്നപ്പോൾ ഞാൻ ചുറ്റും നോക്കി. ഹൃദയം പിഴുതുമാറ്റപ്പെടുന്നതുപോലെ എനിക്കു തോന്നി. ഞാൻ കൊണ്ടുവന്ന ഷെല്ലുകൾ ചുറ്റും ചിതറി കിടക്കുന്നു. അടുത്തുതന്നെ ലോറി കിടപ്പുണ്ട്. അതു മുഴുവൻ പൊളിഞ്ഞുപോയിരുന്നു. ചക്രങ്ങൾ മുകളിലായിട്ടാണ് അതു കിടന്നിരുന്നത്. എന്റെ പിന്നിലായി പോരാട്ടം തുടർന്നുകൊണ്ടിരുന്നു... അതെ, എന്റെ പിന്നിൽ!

“അതു മനസ്സിലായപ്പോൾ എന്റെ കാലുകളുടെ ശക്തി ചോർന്നു പോവുകയും വെട്ടിയിട്ടതുപോലെ ഞാൻ നിലത്തേക്കു വീഴുകയും ചെയ്തു എന്നു പറയാൻ എനിക്ക് ലജ്ജതോന്നിയില്ല. ശത്രുനിരയുടെ പിന്നിൽ ഞാൻ അകപ്പെട്ടിരിക്കുകയാണെന്നും കുറെക്കൂടി കൃത്യമായി പറഞ്ഞാൽ ഞാൻ ഫാസിസ്റ്റുകളുടെ ഒരു തടവുകാരനായിക്കഴിഞ്ഞെന്നും എനിക്കു മനസ്സിലായതാണ് അതിനു കാരണം. അതാണ് യുദ്ധം....

“അല്ല, അതു മനസ്സിലാക്കാൻ അത്ര എളുപ്പമല്ല, ചങ്ങാതീ. സ്വയം ഇച്ഛിക്കാതെ ഒരു തടവുകാരനായി പിടിക്കപ്പെടുക എന്നുള്ളത് മനസ്സിലാക്കാൻ പ്രയാസമാണ്. അത് സ്വയം അനുഭവിച്ചിട്ടില്ലാത്ത ഒരുവനോട്ട് അതിന്റെ അർത്ഥമെന്താണെന്നു പറഞ്ഞുമനസ്സിലാക്കാൻ വളരെ സമയമെടുക്കും.

“ഞാൻ അങ്ങിനെ അവിടെ കിടക്കുമ്പോൾ ടാങ്കുകൾ ഉരുണ്ടുവരുന്ന ശബ്ദം കേട്ടു. നാല് ഇടത്തരം ടാങ്കുകൾ എന്നെ കടന്ന് ഞാൻ ഷെല്ലുകൾ കൊണ്ടുവന്ന ഭാഗത്തേക്ക് അതിവേഗം പാഞ്ഞുപോയി. എനിക്കെന്തു തോന്നിയെന്ന് നിങ്ങൾക്ക് അറിയാമോ? പിന്നെ പീരങ്കികൾ കൊണ്ടുവരുന്ന ട്രാക്ടറുകളും ചക്രങ്ങൾ ഘടിപ്പിച്ച ഒരു പാചകശാലയും ഒരു കൂട്ടം പട്ടാളക്കാരും കടന്നുപോയി. അവർ അധികം പേരുണ്ടായിരുന്നില്ല. ഒരു കമ്പനി കാണും, അത്രേയുള്ളു. ഞാൻ അവരെ കൺകോണുകളിൽക്കൂടി നോക്കിയിട്ട് വീണ്ടും മുഖം മണ്ണിലമർത്തി കിടന്നു; അവരെ നോക്കിയപ്പോൾ എനിക്ക് മനം പുരട്ടി...”

“എല്ലാവരും പൊയ്ക്കഴിഞ്ഞെന്നു വിചാരിച്ച് ഞാൻ തല

ഉയർത്തി നോക്കിയപ്പോൾ ഉദ്ദേശം നൂറുചുവട്ട് അകലെ ആറ് യന്ത്രത്തോക്കുകാർ മാർച്ചുചെയ്തുവരുന്നതു് ഞാൻ കണ്ടു. ഞാൻ നോക്കിക്കൊണ്ടിരിക്കെ അവർ ആറുപേരും ഒരക്ഷരം മിണ്ടാതെ റോഡിൽനിന്നും തിരിഞ്ഞു് എന്റെ നേരെ നടന്നു വന്നു. ശരി, ഇതോടെ കഴിഞ്ഞു എന്നു ഞാൻ വിചാരിച്ചു. അതുകൊണ്ട് ഞാൻ എണീറ്റിരുന്നു__കിടന്നുകൊണ്ട് ചാവാൻ എനിക്ക് ഇഷ്ടമില്ലായിരുന്നു. പിന്നീട് ഞാൻ എഴുന്നേറ്റുനിന്നു. അവരിലൊരാൾ ഏതാനും ചുവടകലെ നിന്നിട്ട് തോളിൽനിന്ന് തോക്ക് വലിച്ചെടുത്തു. എനിക്ക് ആ നിമിഷത്തിൽ ഭയം തോന്നുകയോ എന്റെ ഹൃദയം പിടയുകയോ ചെയ്തില്ല__മനുഷ്യൻ ഒരു വിചിത്രസൃഷ്ടിയാണ്. ഞാൻ അയാളെ നോക്കിക്കൊണ്ട് ആലോചിച്ചു: 'ചെറിയൊരു പൊട്ടിത്തെറി ആയിരിക്കും.... പക്ഷേ എവിടെയായിരിക്കും അതു കൊള്ളുന്നതു? എന്റെ തലയ്ക്കായിരിക്കുമോ, അതോ നെഞ്ചിലോ?' അയാൾ എന്റെ ദേഹത്തിൽ ദ്വാരങ്ങളുണ്ടാക്കുന്നതു് എവിടെയാണെന്നുള്ളതു് എനിക്ക് ഒരു പ്രശ്നമായിരുന്നെന്നു തോന്നും.

"ചെറുപ്പക്കാരനായിരുന്നു അയാൾ; ദൃഢഗാത്രനും ഇരുണ്ട തലമുടിയുള്ളവനുമായ ഒരു സുമുഖൻ.... പക്ഷേ അയാളുടെ ചുണ്ടുകൾ നൂലുപോലെ നേർത്തിരുന്നു. കണ്ണുകളിൽ ക്രൂരമായ ഒരു തിളക്കമുണ്ടായിരുന്നു. അയാൾ എന്നെ വെടിവച്ചു വീഴ്ത്തുന്നതിനെപ്പറ്റി രണ്ടാമതു ചിന്തിക്കയില്ല, ഞാൻവിചാരിച്ചു. ഞാൻ വിചാരിച്ചതുപോലെതന്നെ അയാളുടെ തോക്ക് ഉയർന്നു. ഞാൻ അയാളുടെ കണ്ണുകളിലേക്ക് ഉറ്റു നോക്കിക്കൊണ്ട് മിണ്ടാതെ നിന്നു. പക്ഷേ അയാളേക്കാൾ കുറേക്കൂടി പ്രായക്കൂടുതലുള്ള, ഏതാണ്ട് മദ്ധ്യവയസ്കനാണെന്നുതോന്നിച്ച, ഒരാൾ- -ഒരു കോർപ്പറലോ മറ്റോ ആണെന്നു തോന്നുന്നു-- എന്തോ ഉറക്കെ പറഞ്ഞിട്ട് അയാളെ തട്ടിമാറ്റിക്കൊണ്ട് എന്റെ അടുത്തേക്കു വന്നു. അയാൾ അവരുടെ ഭാഷയിൽ എന്തോ പുലമ്പിക്കൊണ്ട് എന്റെ വലതുകൈമുട്ട് മടക്കി.എന്റെ മാംസപേശി പരിശോധിക്കാനായിരുന്നു അയാളതു ചെയ്തതു് . 'ഓ-ഓ-' അയാൾ അതു തൊട്ടു നോക്കിക്കൊണ്ടു പറഞ്ഞു. 'കഴുതേ, നീ പോയി ഞങ്ങൾക്കുവേണ്ടി പണിയെടുക്കണം' എന്നു സൂചിപ്പിക്കുവാൻ അയാൾ സൂര്യൻ അസ്തമിക്കുന്നിടത്തേക്ക് കൈ ചൂണ്ടിക്കാട്ടി. പിടിപ്പുള്ളവനാണ് അയാൾ."

"ഇരുണ്ട മുടിക്കാരൻ എന്റെ ബൂട്ട്സിൽ നോട്ടമിട്ടു. അതു് ഈടുള്ള ഒരു നല്ല ജോടി ബൂട്ട്സായിരുന്ന്. അയാൾ കൈകൊണ്ട് ആംഗ്യം

കാണിച്ചു: 'അവ അഴിച്ചുമാറ്റൂ!' ഞാൻ നിലത്തിരുന്ന് ബൂട്ടസ് ഊരി അയാളുടെ നേരെ നീട്ടി. അയാൾ അത് എന്റെ കൈയിൽനിന്ന് തട്ടിപ്പറിച്ചു. അതുകൊണ്ട് ഞാൻ എന്റെ കാലിൽ ചുറ്റിയിരുന്ന തുണികളും അഴിച്ച് അയാളുടെ നേർക്കു നീട്ടി. പക്ഷേ അയാൾ ചീത്ത വിളിച്ചുകൊണ്ട് തോക്ക് ഉയർത്തുകയാണ്ചെയ്തത്. മറ്റുള്ള വർ ആർത്തുചിരിച്ചു. ഇരുണ്ട മുടിക്കാരൻ മാത്രം റോഡിലെത്തുന്ന തിനുമുമ്പ് എന്നെ മൂന്നു പ്രാവശ്യമെങ്കിലും തിരിഞ്ഞുനോക്കി. ഒരു ചെന്നായ്ക്കുട്ടിയുടേതുപോലെ അയാളുടെ കണ്ണുകൾരോഷം കൊണ്ട് തിളങ്ങി. എന്റെ ബൂട്ട്സ് എടുക്കുകയല്ല ഞാൻ അയാളുടേത് എടുക്കു കയാണുണ്ടായതെന്നു തോന്നും അയാളുടെ ഭാവം കണ്ടാൽ.

"ചങ്ങാതി, അതേപ്പറ്റി എന്തു പറയാനാണ്. ഞാൻ റോഡിലേക്കു നടന്നു. എനിക്ക് ഓർമ്മവന്ന ഏറ്റവും വലിയ തെറി വിളിച്ചുപറഞ്ഞു കൊണ്ട് ഞാൻ പശ്ചിമദിക്കിലേക്ക് നടന്നുതുടങ്ങി-- ഒരു തടവുകാ രനായിട്ട്! പക്ഷേ എനിക്ക് നടക്കാൻ തീരെ പാടില്ലായിരുന്നു. ഒരു മണിക്കൂറുകൊണ്ട് ഒരു കിലോമീറ്ററിൽ കൂടുതൽ നടക്കാൻ എനിക്കു കഴിഞ്ഞില്ല. മദ്യപിച്ച് ലക്കുകെട്ടതുപോലുള്ള അവസ്ഥയായിരുന്നു എന്റേത്. ഞാൻ മുമ്പോട്ട് നടക്കാൻ ശ്രമിച്ചു. പക്ഷേ എന്തോ ഒന്ന് എന്നെ റോഡിന്റെ ഒരു വശത്തുനിന്ന് മറുവശത്തേക്ക് തള്ളിവിട്ടു കൊണ്ടിരുന്നു. കുറച്ചു ദൂരം പോയിക്കഴിഞ്ഞപ്പോൾ ഒരു സംഘം തടവുകാർ എന്നോടൊപ്പമെത്തി. അവർ എന്റെ ഡിവിഷനിൽ പെട്ടവരായിരുന്നു.

"ഏകദേശം പത്ത് ജർമ്മൻ യന്ത്രത്തോക്കുകാർ അവരെ സൂക്ഷി ക്കാനുണ്ടായിരുന്നു. മുമ്പിൽ നടന്ന ജർമ്മൻകാരൻ എന്നെ കണ്ടയു ടനെ അടുത്ത്വന്ന് ഒന്നും മിണ്ടാതെ തോക്കുകൊണ്ട് എന്റെ തലയ്ക്കു ടിച്ചു. ഞാൻ താഴെ വീണിരുന്നെങ്കിൽ അയാൾ ഒരു വെടികൊണ്ട് എന്റെ കഥ കഴിച്ചേനെ. എന്നാൽ ഞാൻ വീഴുന്നതിനുമുമ്പ് നമ്മുടെ കൂട്ടർ എന്നെ താങ്ങുകയും എന്നെ അവരുടെ മദ്ധ്യത്തിലാക്കുകയും കുറേ ദൂരം എടുത്തുകൊണ്ടുപോവുകയും ചെയ്തു. എനിക്ക് ബോധം വീണപ്പോൾ അവരിലൊരാൾ മന്ത്രിച്ചു: 'ദൈവത്തെ ഓർത്ത് താഴെ വീഴരുത്! അല്പമെങ്കിലും ശക്തി അവശേഷിക്കുന്നുണ്ടെങ്കിൽ നടന്നുകൊണ്ടേ ഇരിക്കുക. അല്ലെങ്കിൽ അവർ കൊല്ലും.' എന്നിൽ അല്പംപോലും ശക്തി അവശേഷിച്ചിരുന്നില്ലെങ്കിലും, ഞാൻ എങ്ങിനെയോ നടന്നു കൊണ്ടിരുന്നു.

“സൂര്യൻ അസ്തമിച്ച ഉടനെ ജർമ്മകാർ പാറാവ്യ് ശക്തിപ്പെടുത്തി. ഒരു ലോറിയിൽ ഇരുപത്ത് യന്ത്രത്തോക്കുകാരെക്കൂടി കൊണ്ടുവരികയും ഞങ്ങളെ കുറേക്കൂടി വേഗം മുമ്പോട്ട് തള്ളിവിടുകയും ചെയ്തു. ഗുരുതരമായി മുറിവേറ്റവർക്ക് മറ്റുള്ളവരുടെ ഒപ്പമെത്താൻ കഴിഞ്ഞില്ല. അവരെ ജർമ്മൻകാർ വെടിവച്ചുകൊന്നു. രണ്ടുതടവുകാർ ഓടി രക്ഷപ്പെടാൻ ശ്രമിച്ചു, പക്ഷേ നല്ല നിലാവുള്ള രാത്രിയിൽ തുറസ്സായ സ്ഥലത്ത് തങ്ങളെ ഒരു മൈൽ അപ്പുറത്തുനിന്നുതന്നെ കാണാൻ കഴിയുമെന്നുള്ള കാര്യം അവർ മറന്നുപോയി; അവരേയും വെടിവച്ചുകൊന്നു. പാതിരാ ആയപ്പോൾ പകുതി കത്തിചാമ്പലായിത്തീർന്ന ഒരു ഗ്രാമത്തിൽ ഞങ്ങളെ എത്തിച്ചു. താഴികക്കുടം തകർന്നുപോയ ഒരു പള്ളിയിലേക്ക് അവർ ഞങ്ങളെ തള്ളിവിട്ടു. വൈക്കോലുപോലും വിരിച്ചിട്ടില്ലാത്ത തണുത്ത കൽത്തറയിൽ ഞങ്ങൾക്ക് രാത്രി കഴിക്കേണ്ടിവന്നു. ആർക്കും ഓവർക്കോട്ട് ഉണ്ടായിരുന്നില്ല. ഞങ്ങൾ ഷർട്ടുമാത്രമാണ് ധരിച്ചിരുന്നത് അതുകൊണ്ട് നിലത്തു വിരിച്ചു കിടക്കാൻ ഒന്നുമുണ്ടായിരുന്നില്ല. ചീട്ടിത്തുണികൊണ്ടുണ്ടാക്കിയ അടിക്കുപ്പായം മാത്രമാണ് അവർ ധരിച്ചിരുന്നത്. അവരിലധികം പേരും ഓഫീസർമാരായിരുന്നു. സാധാരണ പട്ടാളക്കാരിൽനിന്നും തിരിച്ചറിയതിരിക്കാൻവേണ്ടി അവർ ഷർട്ടുകൾ അഴിച്ചുമാറ്റിയിരുന്നു.പീരങ്കിവിഭാഗത്തിലെ പട്ടാളക്കാർക്കും ഷർട്ടുണ്ടായിരുന്നില്ല. അർദ്ധനഗ്നരായിരുന്ന് ജോലി ചെയ്യുന്നതിനിടയിലാണ് അവർ തടവുകാരായി പിടിക്കപ്പെട്ടത്.

“അന്നു രാത്രി മഴ പെയ്തു. ഞങ്ങൾ നനഞ്ഞുകുതിർന്നു. മേൽക്കൂരയുടെ ഒരു ഭാഗം കനത്ത ഷെല്ലോ ബോംബോ വീണ് തകർന്നുപോയിരുന്നു. ബാക്കിയുണ്ടായിരുന്ന ഇടത്ത് പൊട്ടിത്തെറിക്കുന്ന വെടിയുണ്ട പതിച്ച ദ്വാരങ്ങളുണ്ടായിരുന്നു; അൾത്താരയിൽപ്പോലും നനയാത്ത ഇടമുണ്ടായിരുന്നില്ല. അങ്ങിനെ ആ രാത്രി മുഴുവൻ ഞങ്ങൾ ഒരു പറ്റം ആട്ടുകളെപ്പോലെ ആ പള്ളിക്കുള്ളിൽ കഴിച്ചുകൂട്ടി. രാത്രിയിൽ ആരോ എന്റെ കൈയിൽ സ്പർശിച്ചുകൊണ്ട് ഇങ്ങിനെ ചോദിച്ചു: ‘നിങ്ങൾക്കു പരിക്കേറ്റിട്ടുണ്ടോ,സഖാവേ?’ ‘ ഉണ്ടെന്നു തോന്നുന്നു, എന്തിനാണതു് അറിയുന്നത്?’ ഞാൻ പറഞ്ഞു. ‘ഞാൻ ഒരു ഡോക്ടറാണ്, ഒരുപക്ഷേ എനിക്ക് നിങ്ങളെ സഹായിക്കാൻ കഴിയുമായിരിക്കും. ’ എന്റെ ഇടത്തു തോളിൽ എന്തോ കിരുകിരുക്കുന്നുണ്ടെന്നും അവിടം വീങ്ങിയിട്ടുണ്ടെന്നും ഭയങ്കരമായി

വേദനിക്കുന്നുണ്ടെന്നും ഞാൻ പറഞ്ഞു അയാൾ ദൃഢസ്വരത്തിൽ പറഞ്ഞു: 'ഷർട്ടും അടിക്കുപ്പായവും ഊരി മാറ്റൂ.' ഞാൻ അവ മാറ്റി. അയാൾ മെല്ലെ വിരലുകൾകൊണ്ട് എന്റെ തോൾ തടവിനോക്കി. എനിക്ക് വേദനിച്ചു. ഞാൻ പല്ലുകടിച്ചുകൊണ്ട് അയാളോട്ട് പറഞ്ഞു: 'നിങ്ങൾ ഒരു മൃഗചികിത്സക്കാരനായിരിക്കണം, ഒരു ഡോക്ടറല്ല. എനിക്ക് വേദന ഉള്ളിടത്തുതന്നെ നിങ്ങൾ എന്തിനാണ് ഞെക്കുന്നത്? ഹൃദയമില്ലാത്ത ചെകുത്താൻ.' പക്ഷേ അയാൾ പിന്നേയും തോളിൽ തപ്പിക്കൊണ്ടിരുന്നു. കോപത്തോടെ അയാൾ എന്നോടു പറഞ്ഞു: 'മിണ്ടാതിരിക്കുന്നതാണ് നല്ലത്! എന്നോടിങ്ങിനെയാണ് സംസാരിക്കുന്നത്! നോക്കിക്കോളൂ ഒരു നിമിഷത്തിനകം ഞാൻ നിങ്ങളെ കൂടുതൽ വേദനിപ്പിക്കുവാൻ പോകുകയാണ്!'എന്നിട്ട് അയാൾ എന്റെ കൈ പിടിച്ച് ഒറ്റ വലി; എന്റെ കണ്ണുകളിൽനിന്നും പൊന്നീച്ച പറന്നു.

"എനിക്ക് പ്രജ്ഞ വീണ്ടുകിട്ടിയപ്പോൾ ഞാൻ ചോദിച്ചു: 'നിങ്ങളെന്താണീ ചെയ്യുന്നത്, ഫാസിസ്റ്റ് പിശാചേ? എന്റെ കൈ ഒടിഞ്ഞു നുറുങ്ങിയിരിക്കുകയാണ്, എന്നിട്ടാണ് നിങ്ങൾ ഇങ്ങിനെ പിടിച്ചുവലിച്ചത്.' അയാൾ കുലുങ്ങി ചിരിക്കുന്നതു ഞാൻ കേട്ടു. പിന്നീടയാൾ പറഞ്ഞു: 'ഞാൻ വിചാരിച്ചു നിങ്ങൾ മറ്റേ കൈകൊണ്ട് എനിക്കൊരു താങ്ങു വച്ചുതരുമെന്ന്. പക്ഷേ നിങ്ങൾ ഒരു സൗമ്യശീലനാണെന്നു തോന്നുന്നു നിങ്ങളുടെ കൈ ഒടിഞ്ഞിരുന്നില്ല, അത് കുഴതെറ്റി കിടക്കുകയായിരുന്നു. ഞാൻ അത് പിടിച്ച് യഥാസ്ഥാനത്തു വച്ചു. ഇപ്പോൾ കുറച്ചു ഭേദം തോന്നുന്നുണ്ടോ?' വാസ്തവം, എന്റെ വേദന മാറിത്തുടങ്ങിയിരുന്നു. ഞാൻ അയാളോട്ട് എന്റെ ആത്മാർത്ഥമായ കൃതജ്ഞത പറഞ്ഞു. ഇരുട്ടിൽ ശാന്തമായി ഇങ്ങിനെ ചോദിച്ചുകൊണ്ട് അയാൾ എന്നെ കടന്നു പോയി: 'മുറിവേറ്റവരുണ്ടോ?' അദ്ദേഹമാണ് ഒരു യഥാർത്ഥ ഡോക്ടർ. ആ ഇരുട്ടറയ്ക്കുള്ളിലും അദ്ദേഹം തന്റെ മഹത്തായ സേവനം തുടർന്നു.

"അതൊരു അസ്വസ്ഥമായ രാത്രി ആയിരുന്നു. മലമൂത്രവിസർജ്ജനത്തിനുപോലും അവർ ഞങ്ങളെ പുറത്തു വിടുകയില്ല. പ്രധാനകാവൽക്കാരൻ ഞങ്ങളെ ഈരണ്ടുപേരെ വീതം പള്ളിക്കുള്ളിലേക്കു തള്ളി വിട്ടപ്പോൾത്തന്നെ അക്കാര്യം ഞങ്ങളോട്ടു പറഞ്ഞിരുന്നു. എന്നാൽ ഭാഗ്യദോഷത്തിന് ഞങ്ങളുടെ കൂട്ടത്തിലുണ്ടായിരുന്ന ക്രിസ്ത്യാനികളിലൊരാൾക്ക് വെളിക്കു പോകാൻ ധൃതിയായി. അയാൾ

വളരെ നേരം പിടിച്ചുനിർത്തി. ഒടുവിൽ പൊട്ടിക്കരഞ്ഞു.'എനിക്ക് ഒരു വിശുദ്ധസ്ഥലം മലിനമാക്കാൻ വയ്യ!' അയാൾ പറഞ്ഞു. 'ഞാനൊരു വിശ്വാസിയാണ് . ഞാനെന്താണു ചെയ്യേണ്ടതു്, കൂട്ടരേ?' നമ്മുടെ ആളുകൾ എന്തു തരക്കാരാണെന്ന് നിങ്ങൾക്ക് അറിയാമല്ലോ. ചിലർ ചിരിച്ചു. മറ്റു ചിലർ പ്രാകി. വേറൊരു കൂട്ടർ പല നിർദ്ദേശങ്ങളും മുന്നോട്ടു കൊണ്ടുവന്നു്,അയാളെ കളിയാക്കി ക്കൊണ്ടിരുന്നു. അയാൾ ഞങ്ങൾക്കൊക്കെ ഒരു ഉണർവുണ്ടാക്കി എന്നുള്ളതു ശരിയാണ്. പക്ഷേ ഒടുവിൽ അതു് വിന ആയിട്ടാണ് കലാശിച്ചതു്. അയാൾ വാതിലിൽ മുട്ടിക്കൊണ്ടു് പുറത്തു വിടണമെന്ന് അപേക്ഷിച്ചുകൊണ്ടിരുന്നു. ഒരു ഫാസിസ്റ്റ് തന്റെ യന്ത്രത്തോക്കി ൽനിന്ന് വാതിലിൽക്കൂടിവച്ച വെടികളേറ്റ് ആ ക്രിസ്ത്യാനിയും മറ്റു മൂന്നു പേരും മരിച്ചുവീണു. മറ്റൊരാൾക്ക് ഗുരുതരമായ പരുക്കേൽക്കു കയും അയാൾ നേരം വെളുക്കുന്നതിനുമുമ്പ് മരിക്കുകയും ചെയ്തു.

"ഞങ്ങൾ മരിച്ചവരെ ഒരു മൂലയിൽ കൊണ്ടു് കിടത്തിയിട്ടു് നിശ്ശബ്ദരായിരുന്ന് സ്വന്തം ചിന്തകളിൽ മുഴുകി. തുടക്കം അത്ര സുഖപ്രദമായിരുന്നില്ല. കുറേക്കഴിഞ്ഞപ്പോൾ തങ്ങൾ എവിടുത്തുകാ രാണെന്നും ഞങ്ങൾ തമ്മിൽ തമ്മിൽ സ്വകാര്യമായി ചോദിച്ചറിഞ്ഞു. ഒരേ പ്ലാറ്റൂണിൽനിന്നോ ഒരേ കമ്പനിയിൽനിന്നോ വന്നവർ ആ ഇരുട്ടിൽ അടക്കിയ സ്വരത്തിൽ പരസ്പരം പേരു വിളിച്ചുകൊണ്ടി രുന്നു. എന്റെ തൊട്ടടുത്തായി രണ്ടു ശബ്ദങ്ങൾ സംസാരിക്കുന്നതു ഞാൻ കേട്ടു: 'നാളെ അവർ നമ്മളെ വരിയായി നിർത്തിയിട്ടു് കമ്മ്യൂ ണിസ്റ്റുകാരും കമ്മിസാറന്മാരും ജൂതന്മാരും ആരെല്ലാമാണെന്ന് ചോദിക്കുകയാണെങ്കിൽ നിങ്ങൾ ഒളിക്കാൻ ശ്രമിക്കേണ്ട, കേട്ടോ, പ്ലാറ്റൂൺ കമ്ൻഡർ? നിങ്ങൾ ഷർട്ടു് അഴിച്ചുകളഞ്ഞിരിക്കുന്നതുകൊ ണ്ടു് നിങ്ങളെ വെറുമൊരു പട്ടാളക്കാരനായി മറ്റുള്ളവർ കരുതുമെ ന്നാണോ വിചാരിക്കുന്നതു്? നിങ്ങൾക്ക് അങ്ങിനെ പറ്റിക്കാമെന്നു കരുതേണ്ട! നിങ്ങൾ കാരണം കഷ്ടത അനുഭവിക്കാൻ ഞാനില്ല. ഞാനായിരിക്കും നിങ്ങളെ ആദ്യം ചൂണ്ടിക്കാണിക്കുന്നതു്. നിങ്ങൾ ഒരു കമ്മ്യൂണിസ്റ്റാണെന്നും എന്നെ പാർട്ടിയിൽ ചേർക്കാൻ ശ്രമിച്ച വനാണെന്നും എനിക്കറിയാം. ഇപ്പോൾ നിങ്ങൾ അതിന് ഉത്തരം പറയാൻ പോവുകയാണ്.' എന്റെ ഇടതുവശത്തിരുന്ന ആളാണ് അപ്പ റഞ്ഞതു് അയാളുടെ അപ്പുറത്തുനിന്ന് ഒരു യുവശബ്ദം പ്രതിവചിച്ചു: 'ക്രിഷ്ന്യോവ്, നിങ്ങൾ ഒരു കൊള്ളരുതാത്തവനാണെന്ന് എനിക്കു

നേരത്തേതന്നെ സംശയമുണ്ടായിരുന്നു. അക്ഷരാഭ്യാസമില്ലാത്തവ നാണെന്ന കാരണം പറഞ്ഞു് നിങ്ങൾ പാർട്ടിയിൽ ചേരാതിരുന്ന പ്പോൾ പ്രത്യേകിച്ച് എനിക്കങ്ങിനെ തോന്നിയിട്ടുണ്ട്. പക്ഷേ നിങ്ങൾ ഒരു രാജ്യദ്രോഹി ആയിത്തീരുമെന്ന് ഞാൻ സംശയിച്ചിരുന്നില്ല. നിങ്ങൾ ഏഴുവരെ പഠിച്ചിട്ടുണ്ട്, ഇല്ലേ?'മറ്റെയാൾ ഉദാസീനനായി പറഞ്ഞു: 'ഉണ്ട്. അതുകൊണ്ടെന്താ?' അവർ ദീർഘനേരം നിശ്ശബ്ദരാ യിരുന്നു. ഒടുവിൽ പ്ലറ്റൂൺ കമാൻഡർ-- ഒച്ചകൊണ്ട് എനിക്കയാളെ തിരിച്ചറിയാമായിരുന്നു--മൃദുസ്വരത്തിൽ ഇങ്ങിനെ പറഞ്ഞു: 'എന്നെ ഒറ്റിക്കൊടുക്കരുതേ, സഖാവ് ക്രിഷ്നേവ്.' മറ്റെയാൾ ശബ്ദം കേൾപ്പിക്കാതെ ചിരിച്ചു. 'നിങ്ങളുടെ സഖാക്കൾ യുദ്ധമുന്നണിയുടെ മറുവശത്താണ്.' അയാൾ പറഞ്ഞു.'ഞാൻ നിങ്ങളുടെ സഖാവല്ല. എന്നോട്ട് കെഞ്ചുകയും വേണ്ട. ഞാൻ എന്തായാലും നിങ്ങളെ നാളെ ചൂണ്ടിക്കാട്ടും. ആദ്യം എന്റെ സ്വന്തം തടി രക്ഷിക്കുകയാണു വേണ്ട തെന്ന് ഞാൻ വിശ്വസിക്കുന്നു.'

അവരുടെ സംസാരം നിലച്ചു. ആ നിന്ദ്യവും നീചവുമായ പ്രവൃത്തി യെപ്പറ്റി ഓർത്തു് എന്റെ ദേഹം മുഴുവൻ കലികൊണ്ടു വിറച്ചു. 'ഇല്ല,' ഞാൻ അനുവദികയില്ലെടാ, പട്ടീ. ഈ പള്ളിയിൽനിന്ന് നീ സ്വന്തം കാലുകളിൽ നടന്ന് പുറത്തു പോവുകയില്ല. അവർ നിന്റെ കാലിൽ പിടിച്ച് വലിച്ചിഴച്ചുകൊണ്ടു പോകും!' കുറേശ്ശെ വെട്ടം വീണുതുടങ്ങി. മാംസം മുറ്റിയ മുഖമുള്ള ഒരുവൻ കൈകൾ തലക്കു പിന്നിൽ പിണച്ചു വച്ച് മലർന്നു കിടക്കുന്നതും അയാളുടെ ഒരു വശത്തായി ഇരിക്കുന്നതും ഞാൻ കണ്ടു. ആ കുട്ടിക്ക് ഈ തടിമാടനെ വകവരുത്താൻ കഴിയുക യില്ല, ഞാൻ വിചാരിച്ചു ഞാൻ തന്നെ അതു ചേയ്യേണ്ടിയിരിക്കുന്നു.

"ഞാൻ ആ പയ്യന്റെ കൈയിൽ തൊട്ടുകൊണ്ട് ചെവിയിൽ ചോദിച്ചു: 'നിങ്ങൾ ഒരു പ്ലറ്റൂൺ കമാൻഡറാണോ?' അയാൾ ഒന്നും പറഞ്ഞില്ല,തലകുലുക്കുകമാത്രം ചെയ്തു.'ആ കിടക്കുന്ന ആൾ നിങ്ങളെ ഒറ്റിക്കൊടുക്കാൻ പോകുകയാണോ?' മലർന്നുകിടക്കുന്ന ആളെ ചൂണ്ടിക്കാണിച്ചുകൊണ്ട് ഞാൻ പിന്നേയും ചോദിച്ചു.'അതെ'എന്ന് അയാൾ ആംഗ്യം കാണിച്ചു.'ശരി, അയാൾ തൊഴിക്കാതെ അയാളുടെ കാലുകൾ പിടിച്ച് വച്ചോളൂ! വേഗം വേണം!, ഞാൻ ആ മനുഷ്യന്റെ മുകളിലേക്കു ചാടിക്കയറി ഇരുന്നുകൊണ്ട് അയാളുടെ കഴുത്തിനു പിടിച്ച്ഞെക്കി. അയാൾക്ക് നിലവിളിക്കാൻ സമയം കിട്ടിയില്ല. ഞാനയാളെ കുറേനേരം അങ്ങിനെ പിടിച്ചുകൊണ്ടിരുന്നു. പിന്നീട്

കൈകൾ അയച്ചു.ഒരു രാജ്യദ്രോഹി നാക്കു വെളിയിലേക്കു തള്ളി അവിടെ കിടന്നു!

“പിന്നീട്ട് എനിക്കു തോന്നിയതു് അറപ്പാണ്. ഒരു മനുഷ്യനെ കൊന്നുവെന്നല്ല, ഒരു ഇഴജന്തുവിനെകൊന്നതുപോലെയാണ് എനിക്ക് തോന്നിയതു്... എനിക്ക് എന്റെ കൈകൾ കഴുകണമെന്നു തോന്നി. ഞാൻ ആദ്യമായിട്ടാണ് ഒരാളെ കൊന്നതു്, അതും നമ്മുടെ കൂട്ടത്തിലുള്ള ഒരാളെ . കൊന്നതു്, അതും നമ്മുടെ കൂട്ടത്തിലുള്ളതോ?. അയാൾ അങ്ങിനെയുള്ളവനായിരുന്നില്ല. അയാൾ ശത്രുവിനേക്കാൾ നീചനാണ്, അയാൾ ഒരു രാജ്യദ്രോഹിയാണ്. ഞാൻ എഴുന്നേറ്റു് പ്ലറ്റൂൺ കമാൻഡറോടു പറഞ്ഞു; ‘നമുക്ക് ഇവിടെ നിന്നു പോകാം. ഈ പള്ളിയിൽ വേറെ ധാരാളം സ്ഥലമുണ്ട്.’

“ക്രിഷ്ന്യോവ് പറഞ്ഞതുപോലെ, രാവിലെ ഞങ്ങളെ പള്ളിയുടെ പുറത്തു വരിവരിയായി നിർത്തി. യന്ത്രത്തോക്കുകാരുടെ ഒരു വലയം ഞങ്ങൾക്കു ചുറ്റും കാവൽനിന്നു. മൂന്ന് എസ്സ്.എസ്സ്.ഓഫീസറന്മാർ അപകടകാരികളാണെന്ന് അവർക്കു തോന്നിയവരെയെല്ലാം ഞങ്ങളുടെ ഇയടിൽനിന്ന് മാറ്റിനിർത്താൻ തുടങ്ങി. ആരൊക്കയാണ് ജൂതന്മാർ, എന്ന് അവർ ചോദിച്ചു. പക്ഷേ അവർക്ക് ആരെയും കണ്ടുപിടിക്കാൻ കഴിഞ്ഞില്ല. ഒറ്റിക്കൊടുക്കുവാൻ മാത്രം അധഃപതിച്ച ഒരുവനും അവിടെ ഉണ്ടായിരുന്നില്ല. ഞങ്ങളിൽ പകുതി പേരോളം കമ്മ്യൂണിസ്റ്റുകാരായിരുന്നു, ഞങ്ങളുടെ കൂട്ടത്തിൽ ഓഫീസറന്മാരും കമ്മിസാർമാരും ധാരാളമുണ്ടായിരുന്നു. ഇരുനൂറുപേരുടെ കൂട്ടത്തിൽനിന്ന് അവർ നാലുപേരെ മാത്രമേ മാറ്റിനിർത്തിയുള്ളൂ. ഒരു ജൂതനും മൂന്ന് സാധാരണ റഷ്യൻ പട്ടാളക്കാരുമായിരുന്നു അവർ. റഷ്യാക്കാരെ പിടിക്കാൻ കാരണം അവർ മൂന്നുപേരും ഇരുണ്ട നിറമുള്ളവരും ചുരുണ്ട മുടിയുള്ളവരും ആയിരുന്നു എന്നുള്ളതാണ്. ഓഫീസറന്മാർ അവരുടെ അടുത്തു ചെന്ന് ചോദിക്കും:’യൂഡെ?’ ആ ചോദ്യം ആരെ ഉദ്ദേശിച്ചാണോ അയാൾ താൻ റഷ്യാക്കാരനാണെന്ന് പറയും. പക്ഷേ അവർ അതു് കേൾക്കുകപോലും ഇല്ല. ‘മുമ്പോട്ടു നീങ്ങി നിൽക്കു!’ എന്നവർ പറയും. പിന്നെ രക്ഷയില്ല.

“ജർമ്മൻകാർ ആ പാവങ്ങളെ വെടിവച്ചു കൊന്നിട്ട് ഞങ്ങളെ വീണ്ടും മുമ്പോട്ട് തെളിച്ചുകൊണ്ടുപോയി. ആ രാജ്യദ്രോഹിയെ ഞെക്കി കൊല്ലാൻ എന്നെ സഹായിച്ച പ്ലറ്റൂൺ കമാൻഡർ പോസ്നൻ വരെ എന്നോടൊപ്പം ഉണ്ടായിരുന്നു. ആ യാത്ര തുടങ്ങിയ ആദ്യത്തെ

ദിവസം അയാൾ ഇടയ്ക്കിടെ എന്റെ അടുത്തു വന്ന് എന്റെ കൈ പിടിച്ച് അമർത്തിക്കൊണ്ടിരുന്നു. പോസ്നതിൽവച്ച് ഞങ്ങൾ വേർപിരിഞ്ഞു. അതിങ്ങിനെയാണ് സംഭവിച്ചത്.

"എന്നെ തടവുകാരനായി പിടിച്ച ആദ്യദിവസം മുതൽതന്നെ രക്ഷപ്പെടുന്നതിനെപ്പറ്റി ഞാൻ ആലോചിച്ചു തുടങ്ങി, സഹോദരാ. പക്ഷേ അതു വിജയകരമായിരിക്കണമെന്ന് എനിക്ക് നിർബ്ബന്ധമുണ്ടായിരുന്നു. പോസ്നനിൽ എത്തുന്നതുവരെ എനിക്ക് തക്ക അവസരം കിട്ടിയില്ല. പോസ്നനിൽവച്ചാണ് അവർ ഞങ്ങളെ ഒരു ശരിയായ പാളയത്തിൽ ഇട്ടത്. പോസ്നൻ പാളയത്തിൽ ഞാൻ കാത്തിരുന്ന അവസരം കൈവന്നുവെന്ന് എനിക്കു തോന്നി. മേയ് അവസാനം പാളയത്തിനടുത്തുള്ള ഒരു ചെറിയ വനത്തിലേക്ക് ഞങ്ങളെ കൊണ്ടുപോയി. മരിച്ചുപോയ തടവുകാർക്ക് ശവക്കുഴിതോണ്ടാനായിരുന്നു ഞങ്ങളെ കൊണ്ടുപോയത്. ആസമയത്ത് നമ്മുടെ കൂട്ടരിൽ അനേകം പേർ വയറുകടി പിടിച്ച് മരിച്ചു. പോസ്നനിലെ കളിമണ്ണ് കുഴിച്ചു കൊണ്ടിരിക്കുന്നതിനിടയിൽ ഞാൻ ചുറ്റുപാടും ഒന്നു കണ്ണോടിച്ചപ്പോൾ കാവൽക്കാരിൽ രണ്ടുപേർ നിലത്തിരുന്ന് ആഹാരം കഴിച്ചുകൊണ്ടിരിക്കുന്നതും മൂന്നാമൻ വെയിലത്തിരുന്ന് ഉറക്കം തൂങ്ങുന്നതുമാണ് കണ്ടത്. ഞാൻ തൂമ്പ താഴെ വച്ചിട്ട് ശബ്ദം കേൾപ്പിക്കാതെ ഒരു കുറ്റിച്ചെടിയുടെ പിന്നിലേക്കു മാറി നിന്നു. പിന്നെ ഞാൻ ജീവനുംകൊണ്ട് സൂര്യോദയത്തിനുനേരെ ഓടിത്തുടങ്ങി.

"അവർ, ആ കാവൽക്കാരൻ, ഞാൻ ഓടിപ്പോയ കാര്യം അത്ര പെട്ടെന്നൊന്നും അറിഞ്ഞുകാണാനിടയില്ല. എല്ലും തോലും മാത്രമായിക്കഴിഞ്ഞിരുന്ന എനിക്ക് ഒരു ദിവസംകൊണ്ട് നാല്പതു കിലോമീറ്റർ ദൂരം പിന്നിടാനുള്ള ശക്തി എങ്ങിനെ ഉണ്ടായെന്ന് എനിക്കറിയില്ല. പക്ഷേ അതുകൊണ്ടൊന്നും ഒരു ഫലവും ഉണ്ടായില്ല. നാലാമത്തെ ദിവസം, ആ ശപിക്കപ്പെട്ട തടങ്കൽപ്പാളയത്തിൽനിന്നും വളരെ ദൂരം ഞാൻ എത്തിക്കഴിഞ്ഞപ്പോൾ, അവർ എന്നെ പിടിച്ചു. എന്നെ പിടിക്കുവാൻ വേട്ടപ്പട്ടികളെ അയച്ചിരുന്നു. കൊയ്തെടുത്തിട്ടില്ലാത്ത ഒരു ഓട്ട്സ് വയലിൽവച്ച് അവ എന്നെ പിടികൂടി.

"വെളുപ്പാൻകാലത്ത് ഞാൻ ഒരു തുറസ്സായ വയലിലെത്തി. പകൽ വെളിച്ചത്തിൽ ആ വയലിൽക്കൂടി കടന്നുപോകാൻ ഞാൻ ഭയപ്പെട്ടു. അവിടെനിന്നും വനത്തിലേക്ക് കുറഞ്ഞത് മൂന്നു കിലോമീറ്ററെങ്കിലും

ദൂരമുണ്ടായിരുന്നു. അതുകൊണ്ടു് പകൽ മുഴുവൻ ഓട്ട്സിനിടയിൽ മറഞ്ഞിരിക്കാമെന്ന് ഞാൻ തീരുമാനിച്ചു. ഓട്ട്സ്മണികൾ കയ്യിലിട്ടു തിരുമ്മി പൊട്ടിച്ച് കുറച്ചെണ്ണം കൊറിക്കുകയും ബാക്കിയുള്ളത് പോക്കറ്റിൽ ഇടുകയും ചെയ്തുകൊണ്ടിരുന്നപ്പോൾ പട്ടികളുടെ കുരയും മോട്ടോർ സൈക്കിളുകളുടെ ഇരമ്പവും കേട്ടുതുടങ്ങി. ഒരു നിമിഷനേരത്തേക്ക് എന്റെ ഹൃദയം നിന്നുപോയി. കാരണം പട്ടികൾ അടുത്തടുത്തുവരികയായിരുന്നു ഞാൻ നിലത്തുപറ്റി കിടന്ന് എന്റെ മുഖം പട്ടികൾ കടിച്ചുപറിക്കാതിരിക്കാൻവേണ്ടി കൈത്തണ്ടകൾകൊണ്ടു് തല മറച്ചു അവ അടുത്തെത്തി ഒരു നിമിഷത്തിനകം എന്റെ വസ്ത്രങ്ങൾ ചീന്തിമാറ്റി. ഞാൻ പിറന്നപടി ആയിത്തീർന്നു. പട്ടികൾ എന്നെ ഓട്ട്സിനിടയിൽക്കൂടി അങ്ങോട്ടുമിങ്ങോട്ടും വലിച്ചിഴച്ചു. അവ തോന്നിയതുപോലെയെല്ലാം എന്നെ ചെയ്തു. ഒടുവിൽ ഒരു വലിയ പട്ടി എന്റെ നെഞ്ചിൽ മുൻകാലുകൾ ചവിട്ടി നിന്നുകൊണ്ടു എന്റെ കഴുത്തിൽ കടിക്കാൻ തലനീട്ടി. പക്ഷേ അതു് എന്നെ കടിച്ചില്ല.

“രണ്ടു മോട്ടോർ സൈക്കിളുകളിൽ ജർമ്മൻകാർ വന്നു. അവർ എന്നെ പൊതിരെ തല്ലി. പിന്നെ അവർ എന്നെ പട്ടികളുടെ മുമ്പിൽ ഇട്ടുകൊടുത്തു. അവ എന്റെ ദേഹം മുഴുവൻ കടിച്ചു പറിച്ചു, മാംസം കഷ്ണങ്ങളായി എന്റെ ദേഹത്തുനിന്നും ചീന്തിമാറ്റി. ചോരയൊലിച്ച്, നഗ്നനായ നിലയിൽ അവരെന്നെ പാളയത്തിലേക്കു കൊണ്ടുപോയി. ഒളിച്ചോടാൻ ശ്രമിച്ചതിന് അവർ എന്നെ ഒരു മാസം മുഴുവൻ ഏകാന്തതടവിൽ പാർപ്പിച്ചു. എന്നിട്ടും ഞാൻ ജീവിച്ചു.... എങ്ങിനെയോ ജീവൻ പിടിച്ചുനിർത്താൻ എനിക്കു സാധിച്ചു!

“ഒരു തടവുകാരനായിരുന്നപ്പോൾ ഞാൻ അനുഭവിച്ചതൊക്കെ ഓർക്കാൻതന്നെ ഞാനിഷ്ടപ്പെടുന്നില്ല. പിന്നെ ഞാനതു നിങ്ങളോട്ട് എങ്ങിനെ പറയാനാണ്, ചങ്ങാതി. ഞങ്ങൾക്കു സഹിക്കേണ്ടിവന്ന പൈശാചികമായ മർദ്ദനത്തെപ്പറ്റി ഓർക്കുമ്പോൾ , ആ തടങ്കൽപ്പാളയത്തിനുള്ളിൽ മർദ്ദനമേറ്റു മരിച്ച സ്നേഹിതരെപ്പറ്റി ഓർക്കുമ്പോൾ, ഹൃദയം തൊണ്ടയിൽ വന്നു തടഞ്ഞു് ശ്വാസം മുട്ടിക്കുന്നു.

“ഞാൻ ഒരു തടവുകാരനായിരുന്ന ആ രണ്ടുവർഷം അവർ ഞങ്ങളെ വെറും കന്നുകാലികളെപ്പോലെ എവിടെയെല്ലാമാണ് തെളിച്ചുകൊണ്ടുപോയതു് ! ഒരു തടങ്കൽപ്പാളത്തിൽനിന്നും മറ്റൊന്നിലേക്ക് മാറി മാറി ഞാൻ ഏതാണ്ടു് ജർമ്മനിയുടെ പകുതി വിസ്തീർണ്ണം സഞ്ചരിച്ചെന്നു തോന്നുന്നു. ഞാൻ സാക്സനിയിൽ ഒരു

ദേശത്ത് കൽക്കരി ഖനിയിൽ പണിയെടുത്തു. ബവാരിയയിൽ ഒരു കുന്താലിയുമായി നിന്ന ഞാൻവിയർപ്പൊഴുക്കിയിട്ടുണ്ട്. ത്യറിൻഗെനിൽ കുറേനാൾ കഠിനാദ്ധ്വാനം ചെയ്തിട്ടുണ്ട്. എവിടമെങ്കിലും ഉണ്ടോയെന്ന് സംശയമാണ്. അവിടെ രംഗവൈവിധ്യം ധാരാളമുണ്ടായിരുന്നു, പക്ഷേ അവർ നമ്മുടെ ആൾക്കാരെ വെടിവച്ചുകൊല്ലുകയും തല്ലിച്ചതയ്ക്കുകയും ചെയ്യുന്നതിനുമാത്രം യാതൊരു വ്യത്യാസവുണ്ടായിരുന്നില്ല. ആ നശിച്ച ഇഴജന്തുക്കളും ഇത്തിക്കണ്ണികളും ഞങ്ങളെ കശക്കി പിഴിഞ്ഞു. ഈ നാട്ടിൽ ഒരു മൃഗത്തിനോടുപോലും ആരും അത്രനിന്ദ്യമായി പൊരുമാറുകയില്ല. അവർ ഞങ്ങളെ ഇടിച്ചു. തൊഴിച്ചു, റബ്ബറുകൊണ്ടുള്ള കുറുവടികൾകൊണ്ടും കൈയിൽ കിട്ടുന്ന ഇരുമ്പുദണ്ഡുകൾകൊണ്ടും പ്രഹരിച്ചു. തോക്കിന്റെ പാത്തികൊണ്ടും ലാത്തികൊണ്ടും ഉള്ള അടികൾക്ക് കണക്കില്ലായിരുന്നു.

“നിങ്ങൾ ഒരു റഷ്യാക്കാരനാണ് എന്നുള്ളതുകൊണ്ടുമാത്രം അവർ നിങ്ങളെ അടിക്കുന്നു. നിങ്ങൾ ഈ ഭൂമിയിൽ ജീവിച്ചിരിക്കുകയും അവർക്കുവേണ്ടി പണിയെടുക്കുകയും ചെയ്യുന്നതിന് അവർ നിങ്ങളെ അടിക്കുന്നു. നിങ്ങൾ നോക്കുന്നത് അവർക്കിഷ്ടപ്പെട്ടില്ലെങ്കിൽ, നിങ്ങൾ നടക്കുന്നത് അവർക്കും ഇഷ്ടപ്പെട്ടില്ലെങ്കിൽ, അടിക്കുകയായി. അവർ മനസ്സിൽ വിചാരിക്കുന്നത് നിങ്ങൾ ചെയ്തില്ലെങ്കിൽ അത് അടിക്കാനൊരുകാരണമാകും.... അവർ അടിക്കുന്നത് ഞങ്ങളെ കൊല്ലാൻവേണ്ടിയായിരുന്നു, അടികൊണ്ട് ഞങ്ങൾ സ്വന്തം രക്തത്തിൽ മുങ്ങിച്ചാവാൻവേണ്ടിയായിരുന്നു. ഞങ്ങളെ എല്ലാവരേയും ജീവനോടെ ചുട്ടുകരിക്കുവാൻ ജർമ്മനിയിലെ മുഴുവൻ അടുപ്പുകളും മതിയാകയില്ല എന്നതുകൊണ്ടായിരിക്കാം അവർ ആ മാർഗ്ഗം സ്വീകരിക്കാതിരുന്നത്.

“കൊണ്ടുപോയ ദിക്കിലെല്ലാം തിന്നാൻ കിട്ടിയതും ഒന്നുതന്നെഃ പകുതി അറക്കപ്പൊടിയും ബാക്കിമാവും ചേർത്തുണ്ടാക്കിയ നൂറ്റിഅൻപതു ഗ്രാം ഉണക്ക റൊട്ടിയും തക്കാരിക്കിഴങ്ങുകൊണ്ടുള്ള നേർത്ത സൂപ്പും. ചിലപ്പോൾ കുടിക്കാൻ ചൂടുവെള്ളം തരും, ചിലപ്പോൾ അതുമില്ല.അക്കാര്യം പറയേണ്ട ആവശ്യമില്ല. യുദ്ധത്തിനുമുമ്പ് എന്റെ തൂക്കം എൺപത്താറു കിലോഗ്രാം ആയിരുന്നു, ശരല്ക്കാലമായപ്പോഴേക്കും അത് വെറും അൻപതു കിലോഗ്രാമായി കുറഞ്ഞു എന്നു പറഞ്ഞാൽ കഴിഞ്ഞല്ലോ. ഞാൻ വെറും എല്ലും തോലും ആയിത്തീർന്നു. എല്ലുകളെ നേരെ നിർത്താനുള്ള ശക്തിപോലും

കഷ്ടിയായിരുന്നു. എന്നിട്ടും ഒരക്ഷരം മിണ്ടാതെ ഞങ്ങൾക്ക് പണിയെടുക്കേണ്ടിവന്നു. ചിലപ്പോൾ വണ്ടിക്കുതിരകൾക്കുപോലും താങ്ങാൻ കഴിയാത്തത്ര ഭാരിച്ച ജോലി ഞങ്ങളെക്കൊണ്ട് ചെയ്യിച്ചു.

"സെപ്റ്റംബർ ആദ്യം സോവിയറ്റ് യുദ്ധത്തടവുകാരായ ഞങ്ങളിൽ നൂറ്റിനാല്പത്തിരണ്ടുപേരെ ക്യൂസ്ട്രിനടുത്തുള്ള പാളയത്തിൽനിന്ന്, ഡ്രെസ്ഡണിൽ നിന്നു വളരെ അകലെയല്ലാത്ത ബി--14 എന്ന പാളയത്തിലേക്കു മാറ്റി. ആ തടങ്കൽപാളയത്തിൽ അന്ന് ഏകദേശം രണ്ടായിരം തടവുകാർ ഉണ്ടായിരുന്നു. ഞങ്ങളെ എല്ലാവരേയുംക്കൊണ്ട് ഒരു കല്ലു വെട്ടാം കുഴിയിൽ പണിയെടുപ്പിച്ചു. ജർമ്മൻ കല്ലു വെട്ടുകയും പൊട്ടിക്കണമെന്നുമായിരുന്നു നിയമം-- അസ്ഥിക്കൂട്ടിനുള്ളിൽ ജീവൻ പിടിച്ചുനിർത്താൻ വിഷമിക്കുന്ന ഒരാൾ ചെയ്യേണ്ട ജോലിയായിരുന്നു അത്. വാസ്തവത്തിൽ അത് തുടങ്ങി രണ്ടുമാസം കഴിഞ്ഞപ്പോൾ നൂറ്റിനാല്പത്തിരണ്ടു പേരുണ്ടായിരുന്ന ഞങ്ങളുടെ സംഘത്തിൽ അൻപത്തേഴുപേരാണ് ബാക്കി ഉണ്ടായിരുന്നത്. അതേപ്പറ്റി എന്തു പറയുന്നു, ചാങ്ങാതീ? ഭയങ്കരം, അല്ലേ? ഞങ്ങളുടെ കൂട്ടരെ കുഴിച്ചിടാൻ തന്നെ ഞങ്ങൾക്ക് സമയം ഉണ്ടായിരുന്നില്ല. അങ്ങിനെ ഇരിക്കുമ്പോഴാണ് ജർമ്മൻകാർ സ്റ്റാലിൻഗ്രാഡ് പിടിച്ചെന്നും, സൈബീരിയയിലേക്ക് തള്ളിക്കയറിക്കൊണ്ടിരിക്കുകയാണെന്നുമുള്ള കിംവദന്തി പ്രചരിച്ചത്. ദുഃഖത്തിന്റെ മീതെ ദുഃഖം അവർ ഞങ്ങളെ കൂടുതൽ നിന്ദിച്ചു. ആ ജർമ്മൻ മണ്ണിലേക്ക് ഞങ്ങളെ തള്ളിയിട്ടേക്കാൻ യാചിക്കുന്നതുപോലെ ഞങ്ങൾ നിലത്ത് നോക്കി നടന്നു. കണ്ണുകൾ ഉയർത്താൻ ഞങ്ങൾക്കു കഴിഞ്ഞില്ല.എല്ലാ രാത്രികളിലും തടങ്കൽപ്പാളയത്തിലെ പാറാവുകാർ കുടിക്കുകയും പാട്ടുപാടുകയും ചെയ്തുകൊണ്ട് സന്തോഷപ്രകടനം നടത്തി.

"ഒരു ദിവസം വൈകുന്നേരം ഞങ്ങൾ ജോലികഴിഞ്ഞ് തിരിച്ചെത്തി. അന്നു പകൽ മുഴുവൻ മഴയായിരുന്നു. ഞങ്ങൾ ധരിച്ചിരുന്ന പഴന്തുണികൾ മുഴുവൻ നനഞ്ഞുകുതിർന്നു. തണുത്ത കാറ്റടിച്ചപ്പോൾ ഞങ്ങൾ വിറച്ചു. പല്ലുകൾ കൂട്ടിയിടിച്ചുകൊണ്ടിരുന്നു. തുണികൾ ഉണക്കാനോ ചൂടുകായാനോ യാതൊരു മാർഗ്ഗവുമുണ്ടായിരുന്നില്ല. കലശലായ വിശപ്പും ഞങ്ങൾക്കുണ്ടായിരുന്നു. പക്ഷേ വൈകുന്നേരം ഞങ്ങൾക്ക് ആഹാരം തരിക പതിവില്ലായിരുന്നു.

"പാളയത്തിലെ കമാൻഡാൻറ്-- ജർമ്മൻകാർ അയാളെ വിളിക്കുന്നത് ലാഗെർഫ്യൂറെർ എന്നാണ്-- മ്യൂല്ലെർ എന്നു പേരുള്ള ഒരു

ജർമ്മൻകാരനായിരുന്നു.അധികം പൊക്കമില്ലാത്ത ഒരു തടിയനായിരുന്നു അയാൾ .തലമുടി ചണനാരുപോലെയാണ്.അയാൾക്ക് ആകപ്പാടെ നിറം പോയി വിളറിയ മട്ടായിരുന്നു. തലമുടിയും, കൺപീലികളും കണ്ണുകൾപോലും മങ്ങിയിരുന്നു. തുറിച്ച വട്ടക്കണ്ണുകളായിരുന്നു അയാളുടേത്. നമ്മളൊക്കെ പറയുന്നതുപോലെ റഷ്യൻ പറയും. വോൾഗ പ്രദേശത്തു ജനിച്ചുവളർന്നവനാണെന്നേ അയാളുടെ സംസാരം കേട്ടാൽ തോന്നുകയുള്ളൂ. അയാളുടെ തെറിപറച്ചിലോ? അതായിരുന്നു ഏറ്റവും ഭയങ്കരം. അയാളത് എവിടുന്ന് പഠിച്ചു എന്നാണ് എന്റെ സംശയം. ബ്ലോക്കിന്റെ-- ഞങ്ങളെ താമസിപ്പിച്ചിരുന്നബാരക്കിന് അവർ പറയുന്നതു ബ്ലോക്ക് എന്നായിരുന്നു-- മുമ്പിൽ ഞങ്ങളെ വരിയായി നിർത്തിയിട്ട് അയാൾ എസ്സ് എസ്സ് ഗാർഡുകളുടെ അകമ്പടിയോടെ ഒരറ്റത്തുനിന്ന് മറ്റേ അറ്റംവരെ നടക്കും. വലത്തുകൈ പിന്നിൽ പിടിച്ചുകൊണ്ടാണ് നടക്കുന്നത്.ആ കൈയിൽ അയാൾ തുകൽകൊണ്ടുള്ള ഉറ ധരിച്ചിരിക്കും. വിരലുകൾക്ക് കേടു പറ്റാതിരിക്കാൻ തുകലിനടിയിൽ ഈയത്തകിട് പിടിപ്പിച്ചിരുന്നു. നടക്കുന്നതിനിടയിൽ അയാൾ വരിയിൽ ഒന്നിടവിട്ട് നിൽക്കുന്നവരുടെ മൂക്കിന് ഇടിച്ച് ചോരയൊലിപ്പിക്കും. ഫ്ളൂ പിടിക്കാതിരിക്കുവാനുള്ള കുത്തിവയ്പ്പ് എന്നാണ് അയാൾ അതിനു പേരിട്ടിരുന്നത്. ദിവസവും ഇത് ആവർത്തിച്ചുകൊണ്ടിരുന്നു. പാളയത്തിൽ ആകെ നാലു ബ്ലോക്കുകളായിരുന്നു. ഒന്നാമത്തെ ദിവസം അയാൾ ഒന്നാമത്തെ ബ്ലോക്കുകാരെ 'കുത്തിവയ്ക്കും,' പിറ്റേ ദിവസം രണ്ടാമത്തെ ബ്ലോക്കുകാരെ 'കുത്തിവയ്ക്കും' അങ്ങിനെ നാലു ദിവസം കൊണ്ട് നാലു ബ്ലോക്കുകാരെയും ഒരു വട്ടം 'കുത്തിവയ്ക്കും.' അടുത്ത ദിവസം വീണ്ടും ആദ്യത്തെ ബ്ലോക്കിന്റെ ഊഴം വരും. ആ തെണ്ടി ഒരു ദിവസം പോലും അതു മുടക്കിയിട്ടില്ല. ആ വിഡ്ഢിക്ക് ഒരു കാര്യം മാത്രം മനസ്സിലായിരുന്നില്ല; അയാൾ പ്രവർത്തനം തുടങ്ങുന്നതിനുമുമ്പ് അതിനുള്ള ഒരു തയ്യാറെടുപ്പെന്ന നിലയ്ക്ക് ഞങ്ങളുടെ മുമ്പിൽനിന്ന് ഒരു തെറിപ്രയോഗമുണ്ട്. അയാൾ അറിയാവുന്ന ചീത്തമുഴുവൻ വിളിച്ചുപറഞ്ഞുകൊണ്ട് അങ്ങിനെ നില്ക്കുമ്പോൾ ഞങ്ങൾക്ക് അല്പമൊരു ആശ്വാസമാണു തോന്നുക. കാരണം ആ വാക്കുകളൊക്കെ നമ്മുടെ ഭാഷയിലാണല്ലോ. അങ്ങകലെ സ്വന്തം നാട്ടിൽനിന്ന് ഒരു കാറ്റ് വീശുന്നതു് പോലെ അയാളുടെ പ് രാക്കും തെറിപറച്ചിലും ഞങ്ങളെ സന്തോഷിപ്പിക്കുന്നുവെന്ന് അയാൾക്ക് മനസ്സിലായിരുന്നെങ്കിൽ

അയാൾ അതും അയാളുടെ ഭാഷയിലായിരുന്നു പറയുക എന്നുള്ള തിന് സംശയമില്ല.ഞങ്ങളുടെ കൂട്ടത്തിലുള്ള ഒരാൾക്കു മാത്രം അതു കേൾക്കുമ്പോൾ കോപം വരുമായിരുന്നു. മോസ് കോക്കാരനായ എന്റെ ഒരു കൂട്ടുകാരനായിരുന്നു അയാൾ. 'അയാൾ അങ്ങിനെ പ്രാകിക്കൊണ്ടിരിക്കുമ്പോൾ ഞാൻ കണ്ണടച്ച് മോസ്കോയിലുള്ള ഒരു മദ്യശാലയിലാണ് ഇരിക്കുന്നതെന്ന് വിചാരിക്കും. അപ്പോൾ ഒരു കോപ്പ ബിയറു കുടിക്കാനുള്ള ആഗ്രഹംകൊണ്ട് എന്റെ തല മന്ദിയ്ക്കും,' മോസ്കോക്കാരൻ പറയും.

"ക്യൂബിക്ക് മീറ്ററിന്റെ കാര്യം പറഞ്ഞതിന്റെ പിറ്റേ ദിവസം കമാൻഡാൻറ് എന്നെ വിളിപ്പിച്ചു. അന്നു വൈകുന്നേരം ഒരു ദ്വിഭാഷിയും രണ്ടു പാറാവുകാരും ഞങ്ങളുടെ ബാരക്കിൽ വന്നു.'സൊക്കൊലോവ് അന്ദ്രേയ്!' അവർ വിളിച്ചുപറഞ്ഞു. ഞാൻ എണീറ്റു നിന്നു.'ഞങ്ങളുടെ കൂടെ വരണം. ഹെർ ലാഗെർഫ്യുറെർ നിങ്ങളെ കാണാൻ ആഗ്രഹിക്കുന്നു.' അയാളെന്നെ വിളിച്ചതു് എന്തിനായിരിക്കുമെന്ന് ഞാൻ ഊഹിച്ചു.എന്റെ കഥ കഴിക്കാൻ. അല്ലാതെന്തിനാണ്? എന്റെ കൂട്ടുകാരോട്ട് യാത്രപറഞ്ഞു.എന്നെ കൂട്ടിക്കൊണ്ടുപോകുന്നതു് മരണത്തിന്റെ അടുത്തക്കാണെന്ന് അവർക്ക് അറിയാമായിരുന്നു. ഞാൻ ദീർഘമായി ശ്വസിച്ചുകൊണ്ട് പാറാവുകാരുടെ കൂടെ നടന്നു. തടങ്കൽപാളയത്തിന്റെ മുറ്റത്തുകൂടി കടന്നുപോയപ്പോൾ ആകാശത്തിലേക്കു നോക്കി നക്ഷത്രങ്ങളോട്ട് വിടവാങ്ങി. ഞാൻ സ്വയം വിചാരിച്ചു; 'നിന്റെ മേലുള്ള ഭീകരമായ മർദ്ദനം അവസാനിക്കാൻ പോവുകയാണ്, അന്ദ്രേയ് സോക്കൊലോവ്, നമ്പർ 331.' എന്നാൽ എനിക്ക് ഇറീനയുടേയും കുട്ടികളുടേയും കാര്യത്തിൽ വ്യസനം തോന്നി. എങ്കിലും ഞാൻ അതടക്കിക്കൊണ്ട്, കൈത്തോക്കിന്റെ മുമ്പിൽ പതറാതെ നില്ക്കാൻ വേണ്ട ധൈര്യം സംഭരിച്ചു. ഒരു പട്ടാളക്കാരൻ അങ്ങിനെ ആയിരിക്കണം. അവസാനനിമിഷത്തിൽ ജീവിതത്തോട്ട് യാത്രപറയുവാൻ എനിക്കെത്ര വിഷമമുണ്ടെന്ന് ശത്രുവിന് മനസ്സിലാകരുതു്....

"കമാൻഡാൻറിന്റെ മുറി നമ്മുടെ ക്ലബ്ബുകൾപോലെ വെടിപ്പും ഭംഗിയും ഉള്ളതായിരുന്നു. ജന്നൽപ്പടിയിൽ പൂക്കൾ ഉണ്ട്. തടങ്കൽ പാളയത്തിലെ എല്ലാ ഓഫീസറന്മാരും ഒരു മേശയ്ക്കു ചുറ്റും ഇരുന്നിരുന്നു. ഷ്താപ്പ്സ് കുടിക്കുകയും പന്നിക്കൊഴുപ്പ് ചവയ്ക്കുകയും ചെയ്തുകൊണ്ട് അഞ്ചു പേർ അവിടെ ഇരിപ്പുണ്ട്. തുറന്ന ഒരു വലിയ കുപ്പിയും,

റൊട്ടി,പന്നിക്കൊഴുപ്പ്, കുറെ ആപ്പിളുകൾ,തുറന്ന പലതരം ടിന്നുകൾ എന്നിവയും മേശപ്പുറത്ത് ഉണ്ടായിരുന്നു. ആ തീറ്റസാധനങ്ങളിലേക്ക് മനം പുരട്ടി. ഛർദ്ദിക്കുമെന്നു തോന്നി. ഞാൻ ഒരു ചെന്നായെപ്പോലെ വിശന്നിരിക്കുകയായിരുന്നു. മനുഷ്യർ തിന്നുന്ന ആഹാരം കണ്ട കാലം ഞാൻ മറന്നുകഴിഞ്ഞിരുന്നു. എന്റെ കൺമുമ്പിൽ ആ വിഭവങ്ങൾ നിരന്നിരിക്കുന്നത് അപ്പോഴാണ്. ഒരു വിധത്തിൽ ഞാൻ മനം മറിച്ചിൽ അടക്കി.പക്ഷേ ആ മേശമേൽ നിന്ന് കണ്ണെടുക്കാൻ വളരെ പണിപ്പെടേണ്ടി വന്നു.

"എന്റെ നേരെ മുമ്പിൽ കുടിച്ച് പകുതി ലക്കുകെട്ട മ്യൂല്ലെർ ഇരിക്കുന്നുണ്ട്. അയാൾ ഒരു കൈത്തോക്ക് ഒരു കയ്യിൽനിന്നും മറ്റെ കയ്യിലേക്കിട്ട് കളിച്ചു കൊണ്ടിരുന്നു. ഒരു സർപ്പത്തെപ്പോലെ അയാൾ ദൃഷ്ടികൾ എന്റെ മേൽ തറപ്പിച്ചു. ഞാൻ അറ്റെൻഷനായി നിന്ന്, എന്റെ പൊളിഞ്ഞ ഷൂസിന്റെ ഉപ്പൂറ്റികൾ കൂട്ടിമുട്ടിച്ച് ഉറക്കെ ഇങ്ങിനെ റിപ്പോർട്ടുചെയ്തു: 'യുദ്ധത്തടവുകാരനായ അന്ദ്രേയ് സൊക്കൊലോവ് അങ്ങയുടെ സന്നിധിയിൽ ഹാജരായിരിക്കുന്നു, ഹെർ കമാൻഡാൻറ്.' അയാൾ എന്നോട്ട് പറഞ്ഞു: 'ശരി, റഷ്യൻഇവാൻ, നിനക്ക് നാലു ക്യൂബിക്ക് മീറ്റർ കല്ലു വെട്ടുന്നത് കൂടുതലാണെന്നാണ് അഭിപ്രായം , അല്ലേ?' 'അതെ, ഹെർകമാൻഡാൻറ്,' ഞാൻ പറഞ്ഞു. 'അതു കൂടുതലാണ്. ' 'നിന്നെ കുഴിച്ചുമൂടാൻ ഒരു ക്യൂബിക്ക് മീറ്റർ മതിയോ?' 'മതി, ഹെർ കമാൻഡാൻറ്,കുറച്ചു മിച്ചവും കാണും.'

"അയാൾ എണീറ്റുനിന്നുകൊണ്ട് പറഞ്ഞു: 'ഞാൻ നിന്നെ ബഹുമാനിക്കാൻ പോകയാണ്. നീ പറഞ്ഞ വാക്കുകളനുസരിച്ച് ഞാൻ നിന്നെ വെടിവെച്ചു കൊല്ലാൻ പോവുകയാണ്. ഇവിടം വൃത്തികേടാക്കണ്ട. മുറ്റത്തേക്കു പോകാം. അവിടെവച്ച് നിന്റെ കഥ അവസാനിപ്പിക്കാം.' 'അങ്ങയുടെ ഇഷ്ടംപോലെ ,' ഞാൻ പറഞ്ഞു. അയാൾ കുറച്ചുനേരം എന്തോ ആലോചിച്ചുകൊണ്ടു നിന്നിട്ട് തോക്ക് മേശപ്പുറത്തിട്ടു. ഒരു ഗ്ലാസിൽ അയാൾ ഷ്നാപ്സ് നിറച്ചു, ഒരു കഷണം റൊട്ടിയെടുത്ത് അതിൽ കുറച്ചു പന്നിക്കൊഴുപ്പു വച്ചു. അയാൾ ഗ്ലാസും റൊട്ടിയും എന്റെ നേർക്കു നീട്ടിക്കൊണ്ട് ഇങ്ങിനെ പറഞ്ഞു: 'റഷ്യൻ ഇവാൻ, നീ മരിക്കുന്നതിനുമുമ്പ് ജർമ്മൻ ആയുധങ്ങളുടെ വിജയത്തിനുവേണ്ടി കുടിക്ക്.'

"ഞാൻ ഗ്ലാസും റൊട്ടിയും വാങ്ങാൻ കൈനീട്ടിയതാണ്, പക്ഷേ അയാളുടെ വാക്കുകൾ കേട്ടപ്പോൾ എന്റെ ഉള്ളിൽ എന്തോ

കത്തിയെരിയുന്നതുപോലെ തോന്നി. ഞാൻ, ഒരു റഷ്യൻ പട്ടാളക്കാരനായ ഞാൻ, ജർമ്മൻ ആയുധങ്ങളുടെ വിജയത്തിനുവേണ്ടി കുടിക്കുകയോ? നിങ്ങൾ ഇനി എന്താണ് ആവശ്യപ്പെടാൻ പോകുന്നത്, ഹെർ കമാൻഡാൻറ്? നിങ്ങളുടെ ഷ്നാപ്സും കൊണ്ടു നിങ്ങൾ പോയി തുലയൂ!

'ഞാൻ ഗ്ലാസും റൊട്ടിയും മേശപ്പുറത്തു വച്ചുകൊണ്ട് പറഞ്ഞു: 'അങ്ങയുടെ ഔദാര്യത്തിന് നന്ദി. പക്ഷേ ഞാൻ കുടിക്കുകയില്ല.' അയാൾ ചിരിച്ചു. 'നീ ഞങ്ങളുടെ വിജയത്തിനുവേണ്ടി കുടിക്കുകയില്ല, അല്ലേ? അങ്ങിനെയാണെങ്കിൽ നിന്റെ മരണത്തിനുവേണ്ടി കുടിച്ചോ!' എനിക്ക് നഷ്ടപ്പെടാൻ എന്താണുള്ളത്? 'എന്റെ മരണത്തിനും മർദ്ദനത്തിൽനിന്നുള്ള മുക്തിക്കുംവേണ്ടി' എന്നു പറഞ്ഞുകൊണ്ട് ഗ്ലാസ് കൈയിലെടുത്ത് അതുമുഴുവൻ രണ്ടിറക്കിന് കുടിച്ചുതീർത്തു. പക്ഷേ ഞാൻ റൊട്ടി തൊട്ടില്ല. കൈകൊണ്ട് വിനയത്തോടെ ചുണ്ടു തുടച്ചുകൊണ്ടു ഞാൻ പറഞ്ഞു: 'അങ്ങയുടെ ഔദാര്യത്തിനു നന്ദി. ഞാൻ തയ്യാറായിക്കഴിഞ്ഞു, ഹെർ കമാൻഡാൻറ്. അങ്ങേക്ക് ഇപ്പോൾ എന്റെ കഥ അവസാനിപ്പിക്കാം.'

"പക്ഷേ അയാൾ എന്നെ സൂക്ഷിച്ചു നോക്കിക്കൊണ്ട് ഇങ്ങിനെ പറഞ്ഞു: 'നീ ചാകുന്നതിനുമുമ്പ് ഇതു കുറച്ചു തിന്നോ.' ഞാൻ മറുപടി പറഞ്ഞു: 'ആദ്യത്തെ ഗ്ലാസു മദ്യം കഴിച്ചിട്ട് ഞാൻ ഒന്നും തിന്നാറില്ല.' അയാൾ ഒരു ഗ്ലാസു കൂടി പകർന്ന്എനിക്ക് തന്നു. ഞാൻ അതും കുടിച്ചുതീർത്തു, പക്ഷേ റൊട്ടി തൊട്ടില്ല. ഞാൻ എല്ലാം ധൈര്യത്തിന്റെ പുറത്താണ് കണക്കുകൂട്ടിയത്. ഞാൻ വിചാരിച്ചു, ഏതായാലുംചാകുന്നതിനുമുമ്പ് ഞാൻ കുടിച്ച് ബോധം കെട്ടും . കമാൻഡാൻറിന്റെ വെളുത്ത പുരികങ്ങൾ ഉയർന്നു. 'നീ തിന്നാത്തതെന്താണ്, റഷ്യൻ ഇവാൻ? മടിക്കണ്ട!' എന്നിട്ടും ഞാൻ വിട്ടുകൊടുത്തില്ല. 'ക്ഷമിക്കണം, ഹെർ കമാൻഡാൻറ്, ഞാൻ രണ്ടാമത്തെ ഗ്ലാസിനുശേഷവും ഒന്നും തിന്നാറില്ല.' അയാൾ കവിളുകൾ വീർപ്പിച്ചുകൊണ്ട് ഒന്നു മുക്രയിട്ടു. പിന്നീട് അയാൾ ആർത്തു ചിരിച്ചുതുടങ്ങി. അതിനടിയിൽ അയാൾ എന്തോ ജർമ്മൻ ഭാഷയിൽ പറഞ്ഞുകൊണ്ടിരുന്നു. ഞാൻ പറഞ്ഞത് പരിഭാഷപ്പെടുത്തിയതാവാം. മറ്റുള്ളവരും പൊട്ടിച്ചിരിച്ചു. അവർ കസേരകൾ പിന്നിലേക്കു മാറ്റിയിട്ട് എന്റെ നേരെ അവരുടെ വലിയ മോന്തകൾ തിരിച്ചു. അവരുടെ നോട്ടത്തിൽ ഒരു വ്യത്യാസം വന്നിട്ടുള്ളതായി എനിക്കു തോന്നി,അല്പമൊരു മയം വന്നതുപോലെ.

“കമാൻഡാൻറ് മൂന്നാമത്തും ഗ്ലാസ്സു നിറച്ച് എനിക്കു നീട്ടി. അയാൾ അപ്പോഴും ചിരിച്ചുകൊണ്ടിരുന്നതിനാൽ അയാളുടെ കൈകൾ വിറയ്ക്കുന്നുണ്ടായിരുന്നു. ഞാൻ അത് സാവധാനത്തിലാണ് കടിച്ചു തീർത്തത്. ഞാൻ റൊട്ടിയിൽനിന്നും ഒരു കഷ്ണം കടിച്ചു തിന്നിട്ട് ബാക്കി മേശപ്പുറത്തു വച്ചു. വിശപ്പുകൊണ്ട് ഞാൻ പകുതി മരിച്ചിരിക്കുകയായിരുന്നെങ്കിലും അവർ എറിഞ്ഞുതരുന്ന കഷ്ണങ്ങൾ ഞാൻ ആർത്തിയോടെ വിഴുങ്ങുകയില്ലെന്നും എനിക്ക് എന്റെ സ്വന്തമായി റഷ്യാക്കാരന്റെ അന്തസ്സും അഭിമാനവും ഉണ്ടെന്നും അവരെ ആഗ്രഹിച്ചതുപോലെ ഞാൻ ഒരു മൃഗമായി തീർന്നിട്ടില്ലെന്ന് അവർ മനസ്സിലാക്കട്ടെ.

“പിന്നീട് കമാൻഡാൻറിന്റെ മുഖം ഗൗരവം പൂണ്ടു. അയാൾ നെഞ്ചിൽ കുത്തിയിരുന്ന രണ്ട് ഇരുമ്പു കുരിശുകൾ ശരിക്കു പിടിച്ചുവച്ചുകൊണ്ട് നിരായുധനായി മേശക്കു പിന്നിൽനിന്ന് എന്റെ അടുത്തേക്കു വന്നു. അയാൾ പറഞ്ഞു: ‘നോക്കു, സൊക്കൊലോവ്, നിങ്ങൾ ഒരു യഥാർത്ഥ റഷ്യൻ പോരാളിയാണ്. ധീരനായ പോരാളിയാണ്. ഞാനും ഒരു പോരാളിയാണ്. ഞാൻ അർഹനായ ഒരു ശത്രുവിനെ ആദരിക്കുന്നു ഞാൻ നിങ്ങളെ വെടിവച്ചു കൊല്ലുന്നില്ല. പോരെങ്കിൽ ഇന്നു ഞങ്ങളുടെ ധീരസേനകൾ വോൾഗവരെ എത്തുകയും സ്റ്റാലിൻഗ്രാഡ് മുഴുവനും കൈവശപ്പെടുത്തുകയും ചെയ്ത ദിവസമാണ്. അതുകൊണ്ട് ഞാൻ ഇന്ന് നിങ്ങളുടെ ജീവൻ നിങ്ങൾക്കു ദാനം ചെയ്യുന്നു. ബ്ലോക്കിലേക്ക് തിരിച്ചുപൊയ്ക്കോളു. നിങ്ങളുടെ ധൈര്യത്തിനുള്ള സമ്മാനമായി ഒരു ചെറിയ റൊട്ടിയും ഒരു കഷണം പന്നിക്കൊഴുപ്പും എടുത്ത് എനിക്കു തന്നു.

“ഞാൻ ആ റൊട്ടി എടുത്ത് മാറോടു ചേർത്തുപിടിച്ചു. കൊഴുപ്പ് ഇടത്തു കൈയിൽ വച്ചു. സംഗതികൾ അവിചാരിതമായി ഇങ്ങനെ കലാശിച്ചതു കണ്ട് അന്തം വിട്ടുപോയ ഞാൻ അയാളോട് നന്ദി പറയാൻ ഓർത്തില്ല. ഞാൻ പട്ടാളമുറയ്ക്ക് പിൻതിരിഞ്ഞു വാതുക്കലേക്കു നടന്നു. ആ സമയത്തൊക്കെ വിചാരിച്ചത് അയാൾ പിന്നിൽനിന്നും എന്റെ തോളിലേക്ക് വെടിവയ്ക്കുമെന്നും ആ റൊട്ടി എന്റെ കൂട്ടർക്ക് കൊണ്ടുപോയി കൊടുക്കാൻ എനിക്കു കഴിയാതെപോകുമെന്നുമായിരുന്നു. പക്ഷേ ഒന്നും സംഭവിച്ചില്ല. പിന്നേയും മരണം എന്നെ കടന്നുപോയി. അതിന്റെ തണുത്ത നിശ്വാസം മാത്രം എന്റെ മേൽപതിച്ചു.

"ഒരിക്കൽപ്പോലും കാലിടറാതെ ഞാൻ കമാൻഡാൻറിന്റെ മുറിക്കു പുറത്തെത്തി. പക്ഷേ പുറത്തെത്തിയപ്പോൾ ഞാൻ അങ്ങോട്ടുമിങ്ങോട്ടും ആടിത്തുടങ്ങി. വേച്ചുവേച്ചു ഞാൻ ബാരക്കിലെത്തി ആ സിമൻറ് തറയിലേക്ക് വീണു. എന്റെ ബോധം മറഞ്ഞു. വെട്ടം വീഴുന്നതിനുമുമ്പുതന്നെ കൂട്ടുകാർ എന്നെ ഉണർത്തി. 'എന്തു പറ്റിയെന്ന് പറയൂ!' കമാൻഡാൻറിന്റെ മുറിയിൽ വച്ചു നടന്നതെല്ലാം എനിക്ക് അപ്പോൾ ഓർമ്മ വന്നു. ഞാൻ എല്ലാം അവരോടു പറഞ്ഞു. 'കിട്ടിയ സാധനങ്ങൾ നമ്മൾ എങ്ങിനെ വീതിക്കും ?' എന്റെ തൊട്ടടുത്തുള്ള ബാങ്കിലെ ആൾ ചോദിച്ചു. അയാളുടെ ശബ്ദം വിറക്കുന്നുണ്ടായിരുന്നു. 'എല്ലാവർക്കും ഒരു പോലെ.' ഞാൻ അയാളോടു പറഞ്ഞു. വെളിച്ചം വരുന്നതുവരെ ഞങ്ങൾ കാത്തിരുന്നു. ഒരു കഷ്ണം ചരടുകൊണ്ട് ഞങ്ങൾ റൊട്ടിയും കൊഴുപ്പും ചെറുകഷ്ണങ്ങളായി മുറിച്ചു. ഓരോരുത്തർക്കും ഒരു തീപ്പെട്ടിയുടെ വലിപ്പമുള്ള ഓരോ കഷ്ണം റൊട്ടി കിട്ടി . ഞങ്ങൾ ഒരു തരിപോലും വെറുതെ കളഞ്ഞില്ല. കൊഴുപ്പ് ഞങ്ങൾക്ക് ചുണ്ടുകളിൽ പുരളാൻ മാത്രമേ കിട്ടിയുള്ളു. പക്ഷേ ഞങ്ങൾ ഉള്ളത് ന്യായമായി എല്ലാവർക്കും ഒരു പോലെ വീതിച്ചു.

"അധികകാലം കഴിയുന്നതിനുമുമ്പ് കൂട്ടത്തിൽ ഏറ്റവും ശക്തന്മാരായ മുന്നൂറോളം പേരെ ഒരു ചതുപ്പുനിലം വറ്റിക്കാനുള്ള ജോലിക്ക് അയച്ചു. പിന്നെ ഞങ്ങളെ ഒരു ഖനിയിൽ പണിയെടുപ്പിക്കാനായി റൂർ പ്രദേശത്തേക്കു കൊണ്ടുപോയി. നാല്പത്തിനാലുവരെ ഞാൻ അവിടെയുണ്ടായിരുന്നു. അതിനിടയ്ക്ക് നമ്മുടെ ആളുകൾ ജർമ്മൻകാരുടെ മുഷ്ക്ക് അല്പം കുറച്ചുകഴിഞ്ഞിരുന്നു. ഫാസിസ്റ്റുകൾ യുദ്ധത്തടവുകാരായ ഞങ്ങളോട് വലിയ അവജ്ഞ കാട്ടാറില്ല. പകൽജോലി ചെയ്തിരുന്നവരെ എല്ലാം ഒരു ദിവസം വരിയായി നിർത്തി. സന്ദർശനത്തിനെത്തിയ ഒരു ലെഫ്റ്റനൻറ് ദ്വിഭാഷിയുടെ സഹായത്തോടെ ഇങ്ങനെ പറഞ്ഞു: 'പട്ടാളത്തിൽ വച്ചോ യുദ്ധത്തിനുമുമ്പോ ഡ്രൈവറായി ജോലിചെയ്തിട്ടുള്ളവർ ഒരടി മുമ്പോട്ട് നീങ്ങിനിൽക്കുക.' മുമ്പ് ഡ്രൈവറന്മാരായിരുന്ന ഞങ്ങൾ ഏഴുപേർ മുമ്പോട്ടു വന്നു. അവർ ഞങ്ങൾക്ക് ഓരോ പഴയ പണിക്കുപ്പായങ്ങൾ തന്നിട്ട് പാറാവുകാരെ കൂട്ടി ഞങ്ങളെ പോട്ട്സ്ഡാമിലേക്ക് അയച്ചു. അവിടെവച്ച് ഞങ്ങൾ പല വഴിക്കു തിരിഞ്ഞു. ഞാൻ 'തോഡ്റ്റി'ൽ ജോലിചെയ്യാൻ നിയോഗിതനായി . റോഡുനിർമ്മാണത്തിനും പ്രതിരോധപ്രവർത്തനങ്ങൾക്കും വേണ്ടിയുള്ള വകുപ്പിന് ജർമ്മൻകാർ

കൊട്ടുത്തിരുന്ന പേരാണ് അത്.

“ഞാൻ ഒരു ജർമ്മൻ മേജറെ ഒരു ‘ഓപ്പൽ-- അഡ്മിറാലിൽ ഓടിച്ചുകൊണ്ടിരുന്നു. അയാൾ ശരിക്കും ഒരു ഫാസിസ്റ്റ് പന്നിയായിരുന്നു! കുടവയറുള്ള ഒരു മുണ്ടൻ. അയാളുടെ നീളവും വീതിയും ഏതാണ്ട് തുല്യമായിരുന്നു. പിൻഭാഗം ഒരു സ്ത്രീയുടേതുപോലെയായിരുന്നു. താടി മൂന്നു മടക്കുകളായി കോളറിന്റെ മുകളിൽനിന്ന് തൂങ്ങിക്കിടന്നു. കഴുത്തിനു പിന്നിലും മൂന്നു മടക്കുണ്ടായിരുന്നു. അയാളുടെ ദേഹത്ത് നൂറു റാത്തൽ കൊഴുപ്പെങ്കിലും ഉണ്ടായിരുന്നിരിക്കണം. നടക്കുമ്പോൾ അയാൾ തീറ്റക്കിരുന്നാൽപ്പിന്നെ രക്ഷയില്ല! ഒരു ദിവസം മുഴുവൻ ചവച്ചുകൊണ്ടും ഫ്ലാസ്കിൽനിന്ന് ബ്രാണ്ടി കുടിച്ചുകൊണ്ടും അവിടെയിരിക്കും. വല്ലപ്പോഴുമൊക്കെ എനിക്കും തിന്നാൻ എന്തെങ്കിലും കിട്ടുമായിരുന്നു. വഴിയിൽ കാറു നിർത്തിച്ച് അയാൾ കുറെ സോസേജും പാൽക്കട്ടിയും മുറിച്ച് തിന്നുതുടങ്ങും. അല്പം കുടിക്കുകയും ചെയ്യും. നല്ല നേരമാണെങ്കിൽ ഒരു പട്ടിക്കിട്ടുകൊടുക്കുന്നതുപോലെ എനിക്കും വല്ലതും ഇട്ടുതരും. ഒരിക്കലും അയാൾ കൈയിൽ തരില്ല, അതു് അയാളുടെ അന്തസ്സിനു ചേർന്നതല്ലല്ലോ. ഇതൊക്കെയാണെങ്കിലും അതു് തടങ്കൽപ്പാളത്തിലെ ജീവിതത്തെ അപേക്ഷിച്ച് വളരെ ഭേദമായിരുന്നു. ക്രമേണ ഞാൻ കാഴ്ചയ്ക്ക് വീണ്ടും ഒരു മനുഷ്യനായി തുടങ്ങി. എനിക്ക് കുറേശ്ശെ തൂക്കം വർദ്ധിച്ചു.

“ഞാൻ ഏകദേശം രണ്ടാഴ്ച മേജറെ പോട്ട്സ്ഡാമിൽനിന്ന് ബർലിനിലേക്കും തിരിച്ചു പോട്ട്സ്ഡാമിലേക്കും കൊണ്ടുപൊയ്ക്കൊണ്ടിരുന്നു. അപ്പോൾ നമ്മുടെ സൈന്യങ്ങൾക്ക് എതിരായുള്ള പ്രതിരോധനിരകൾ നിർമ്മിക്കുവാനായി അയാൾ യുദ്ധമുന്നണിയിലേക്ക് അയയ്ക്കപ്പെട്ടു. അക്കാലത്ത് രാത്രിയിൽ ഒരിക്കലും എനിക്ക് ഉറങ്ങാൻ കഴിഞ്ഞിട്ടില്ല. എന്റെ സ്വന്തം രാജ്യത്തേക്ക്, എങ്ങിനെ രക്ഷപ്പെടാൻ കഴിയും എന്ന് ആലോചിച്ചുകൊണ്ട് ഞാൻ രാത്രിമുഴുവൻ ഉറങ്ങാൻ കിടക്കും.

“പോലൊത് സ്ക് എന്ന പട്ടണത്തിലേക്ക് ഞങ്ങൾ കാറോടിച്ചുപോയി. വെള്ളപ്പാൻകാലത്ത് രണ്ടു വർഷത്തിനിടയിൽ ആദ്യമായി ഞാൻ നമ്മുടെ പീരങ്കികളുടെ ശബ്ദം കേട്ടു. എന്റെ ഹൃദയം എങ്ങിനെ മിടിച്ചുവെന്ന് നിങ്ങൾക്ക് ഊഹിക്കാമല്ലോ. എന്റെ ചങ്ങാതി, ഇറീനയോട്ട് ഞാൻ ആദ്യമായി പ്രേമപ്രകടനം നടത്തിയപ്പോൾ പോലും എന്റെ ഹൃദയം അത്ര വേഗം മിടിച്ചിട്ടില്ല!

പോലൊത് സ്കിന് പതിനെട്ടുകിലോമീറ്റർ കിഴക്കായി പോരാട്ടം നടക്കുകയായിരുന്നു. ആ പട്ടണത്തിലുണ്ടായിരുന്ന ജർമ്മൻകാർ പ്രത്യക്ഷത്തിൽത്തന്നെ വളരെ ദുഃഖിതരായിരുന്നു. അവർ അങ്ങേ അറ്റത്തെ ബേജാറു കാണിച്ചു. എന്റെ കുടവയറൻ കൂടുതൽ കൂടുതൽ കുടിച്ചുതുടങ്ങി. പകൽസമയത്ത് അയാൾ പലയിടത്തും സഞ്ചരിച്ച് പ്രതിരോധനിരകൾ നിർമ്മിക്കുന്നതിനെപ്പറ്റി നിർദ്ദേശം നല്കിക്കൊണ്ടിരിക്കും. രാത്രിയായാൽപ്പിന്നെ ഒറ്റയ്ക്കിരുന്ന് കുടിയാണ്. അയാൾ ആകെ ഒന്നുകൂടി ചീർത്തു. അയാളുടെ കണ്ണുകൾക്കു താഴെ തൊലി സഞ്ചിപോലെ തൂങ്ങിക്കിടന്നു.

"ശരി, ഞാൻ വിചാരിച്ചു, ഇനി കാത്തിരുന്നിട്ടു കാര്യമില്ല, ഇതാണ് പറ്റിയ അവസരം. ഞാൻ ഒറ്റയ്ക്ക് ഓടിപ്പോവാനല്ല ഉദ്ദേശിച്ചത്. കുടവയറനെക്കൂടെ കൊണ്ടുപോകണം. അവിടെ ചെന്നാൽ അയാളെ പ്രയോജനപ്പെടുത്താം.

"ബോംബു വീണു തകർന്ന ഒരു കെട്ടിടത്തിന്റെ അവശിഷ്ടങ്ങളുടെ കൂട്ടത്തിൽ ഞാൻ ഒരു ഘനമുള്ള ഇരുമ്പുകട്ടി കണ്ടുപിടിച്ചു. അതു ഞാൻ ഒരു പഴന്തുണിയിൽ പൊതിഞ്ഞു. അയാളെ അതു കൊണ്ട് ഇടിക്കുകയാണെങ്കിൽ ചോര പുറത്തു വരികയില്ലല്ലോ. അതു കൊണ്ടാണ് ഞാൻ അങ്ങിനെ ചെയ്തത്. കുറെ ടെലിഫോൺ കമ്പിയും ഞാൻ റോഡിൽനിന്ന് ശേഖരിച്ചു. അങ്ങിനെ എനിക്കു വേണ്ടതെല്ലാം തയ്യാറാക്കി സീറ്റിന്റെ അടിയിൽ ഒളിച്ചുവച്ചു. രക്ഷപ്പെടുന്നതിന് രണ്ടു ദിവസം മുമ്പ് ഒരു സായാഹ്നത്തിൽ പെട്രോൾ നിറച്ചിട്ട് വരുന്ന വഴിയിൽ ഒരു ജർമ്മൻ സാർജൻറ് കുടിച്ചു ലക്കില്ലാതെ ഭിത്തികളിൽ പിടിച്ചു പിടിച്ച് നടന്നുപോകുന്നതു ഞാൻ കണ്ടു. കാർ അവിടെ നിർത്തിയിട്ട് അയാളെ ഒരു പൊളിഞ്ഞ കെട്ടിടത്തിന്റെ ഉള്ളിലേക്ക് കൊണ്ടുപോയി. അയാളുടെ യൂണിഫോറം അഴിച്ചെടുത്തു. തലയിൽ നിന്ന് തൊപ്പിയും എടുത്തു. അതെല്ലാം കാറിൽ കൊണ്ടുപോയി സീറ്റിനടിയിൽ വച്ചിട്ട് ഞാൻ ഓടിച്ചുപോയി.

"ജൂൺ 29--ാംനു രാവിലെ തന്നെ പട്ടണത്തിനു വെളിയിൽ ത്രൊാസ്നീത്സയുടെ ഭാഗത്തേക്ക് കൊണ്ടുപോകണമെന്ന് മേജർ എന്നോട്ട് പറഞ്ഞു. അവിടെ നടന്നുകൊണ്ടിരുന്ന പ്രതിരോധനിർമ്മാണത്തിന്റെ മേൽനോട്ടം വഹിച്ചിരുന്നത് അയാളാണ്. ഞങ്ങൾ കാറോടിച്ചുപോയി. മേജർപിൻസീറ്റിലിരുന്ന് സുഖമായി ഉറങ്ങുകയായിരുന്നു. വർദ്ധിച്ചുവരുന്ന ഹൃദയമിടിപ്പോടെ ഞാൻ മുൻപിലിരുന്ന്

കാറോടിച്ചു. ഞാൻ വളരെ വേഗത്തിലാണ് കാറോടിച്ചു. പക്ഷേ പട്ടണത്തിനു വെളിയിൽ കടന്നപ്പോൾ വേഗത കുറച്ചു. പിന്നീട്ട് ഞാൻ കാർ നിർത്തി പുറത്തിറങ്ങി ചുറ്റുപാടും കണ്ണോടിച്ചത്. വളരെ ദൂരം പിന്നിലായി രണ്ടു ലോറികൾ സാവധാനം ഓടിച്ചുവരുന്നുണ്ട്. ഞാൻ ഇരുമ്പുകട്ട പുറത്തെടുത്തിട്ട് കതക് മലർക്കെ തുറന്നു. കുടവയറൻ സീറ്റിൽ ചാരിക്കിടന്നുകൊണ്ട്, ഭാര്യയുടെ കൂടെ കിടന്നുറങ്ങുന്നതുപോലെ കൂർക്കം വലിച്ച് ഉറങ്ങുകയാണ്. ഇരുമ്പുകട്ട കൊണ്ടു് അയാളുടെ ഇടത്തെ ചെന്നിക്ക് ഞാനൊരു ഇടി കൊടുത്തു. അയാളുടെ തല നെഞ്ചിലേക്ക് കുനിഞ്ഞു. ഉറപ്പുവരുത്താൻവേണ്ടി ഞാൻ അയാളെ കൊല്ലണമെന്ന് എനിക്ക് ആഗ്രഹമില്ലായിരുന്നു. അയാളെ ജീവനോടെ മറുവശത്തെത്തിക്കണമെന്നായിരുന്നു എന്റെ മോഹം. നമ്മുടെ കൂട്ടരോട്ട് പ്രധാനപ്പെട്ട പലതും പറയുവാൻ അയാളുടെ തോക്ക് ഉറയിൽനിന്നും വലിച്ചെടുത്ത് എന്റെ പോക്കറ്റിൽ ഇട്ടു. പിന്നീട്ട് ഒരു സ്പാനർ പിൻസീറ്റിന്റെ പുറകിലേക്കു തള്ളിക്കയറ്റി ടെലിഫോൺ കമ്പി മേജറുടെ കഴുത്തിൽ കെട്ടിയിട്ട് അതു് സ്പാനറിൽ ബന്ധിച്ചു. വേഗത്തിൽ ഞാൻ കാറോടിക്കുമ്പോൾ അയാൾ ഒരു വശത്തേക്കു ചരിഞ്ഞുപോകാതിരിക്കുവാനാണ് അങ്ങിനെ ചെയ്തതു്. ഞാൻ ജർമ്മൻ യൂണിഫോറവും തൊപ്പിയും ധരിച്ചിട്ട് ഭൂമി വിറച്ചുകൊണ്ടിരിക്കുന്നിടത്തേക്ക്, നേരെ ഓടിച്ചുപോയി.

"രണ്ടു ബങ്കറുകളുടെ ഇടയിൽക്കൂടി ഞാൻ ജർമ്മൻ മുന്നണിക്കപ്പുറത്തേക്ക് പാഞ്ഞുപോയി. ഒരു സംഘം യന്ത്രത്തോക്കുകാർ ഒരു കിടങ്ങിൽനിന്നും പുറത്തേക്കോടിവന്നു. ഞാൻ അപ്പോൾ മനപ്പൂർവ്വം വേഗത കുറച്ചു. ഒരു മേജറെയാണു ഞാൻ കൊണ്ടുപോകുന്നതു് എന്ന് അവർ കാണാൻ വേണ്ടിയാണ് ഞാനിങ്ങിനെ ചെയ്തതു്. ഞാൻ അങ്ങോട്ടു പോകരുതെന്ന് അവർ വിളിച്ചു പറയുകയും ആംഗ്യം കാണിക്കുകയും ചെയ്തുകൊണ്ടിരുന്നു. പക്ഷേ എനിക്കതു മനസ്സിലായില്ലെന്നു ഭാവിച്ചുകൊണ്ടു് ഞാൻ ഏകദേശം എൺപതു കിലോമീറ്റർ വേഗത്തിൽ കാർ ഓടിച്ചുപോയി. സംഭവിച്ചതെന്താണെന്നു മനസ്സിലാക്കി അവർ വെടിവച്ചുതുടങ്ങിയപ്പോഴേക്കും ഞാൻ അവരുടെ മുന്നണിക്കപ്പുറത്തുള്ള സ്ഥലത്തെത്തിക്കഴിഞ്ഞിരുന്നു ഷെല്ലുകൾ പൊട്ടിയ കുഴികളുടെ ഇടയിൽക്കൂടി ഒരു മുയലിന്റെ സാമർത്ഥ്യത്തോടെ ഞാൻ കാറു മുമ്പോട്ടു കൊണ്ടുപോയി.

"പിന്നിൽനിന്നും ജർമ്മൻകാർ വെടിവച്ചുകൊണ്ടിരുന്നു. പിന്നെ

നമ്മുടെ ഭാഗക്കാർക്ഷോഭിച്ച് മുമ്പിൽ നിന്നും എന്റെ നേർക്ക് വെടിവ ച്ചുതുടങ്ങി. വിൻഡ്സ്ക്രീനിൽ നാല് ഉണ്ടകൾ കൊണ്ടു. റേഡിയേറ്ററിൽ വെടി കൊണ്ടു. എന്നാൽ അകലെയല്ലാതെ ഒരു തടാകത്തിന്റെ വക്കിൽ ഒരു മരക്കൂട്ടം ഉള്ളത് ഞാൻ കണ്ടു. നമ്മുടെ കൂട്ടർ ആ സമയത്ത് കാറിനടുത്തേക്ക് ഓടിവരുന്നുണ്ടായിരുന്നു.ഞാൻ ആ മരക്കൂട്ടത്തിനിടയിലേക്ക് കാറോടിച്ചു. കതകു തള്ളിത്തുറന്ന് ഞാൻ നിലത്തു കമഴ്ന്നു കിടന്ന് ആ മരക്കൂട്ടത്തിനിടയിലേക്ക് കാറോടിച്ചു. കതകു തള്ളിത്തുറന്ന് ഞാൻ നിലത്തു കമഴ്ന്നു കിടന്ന് ആ മണ്ണിനെ ചുംബിച്ചു. എനിക്ക് ശ്വാസം വിടാൻ വിഷമം തോന്നി.

"തോളിൽ കാക്കിപ്പട്ട പിടിപ്പിച്ചിട്ടുള്ള യൂണിഫോറം-- അത് ഞാൻ മുമ്പു കണ്ടിട്ടില്ല-- ധരിച്ച ഒരു യുവാവാണ് ആദ്യം എന്റെ അടുക്കൽ എത്തിയത്. പരിഹാസത്തോടെ ചിരിച്ചുകൊണ്ട് അയാൾ എന്നോടു പറഞ്ഞു: 'എന്താ, നാസി പിശാചേ, വഴി തെറ്റിപ്പോയോ?' ഞാൻ ജർമ്മൻ യൂണിഫോറം വലിച്ചെറിഞ്ഞു. ജർമ്മൻ തൊപ്പി ഊരി നിലത്തിട്ടുകൊണ്ട് ഞാൻ അയാളോട് പറഞ്ഞു: 'മോനേ, സുന്ദരക്കുട്ടാ! വൊറോനിഷിൽ ജനിച്ചുവളർന്ന ഞാൻ നാസിയാണ്, അല്ലേ! ഞാനൊരു യുദ്ധത്തടവുകാരനായിരുന്നു, മനസ്സിലായോ? നീ, ആ കാറിലിരുന്ന തടിയനെ ഇളക്കിയെടുത്ത് കമാൻഡറുടെ മുമ്പിൽ ഹാജരാക്കൂ. അയാളുടെ ബാഗ് എടുത്തു കൊണ്ടുപോകാൻ മറക്കരുത്. ഞാൻ എന്റെ കൈത്തോക്ക് അയാളെ ഏല്പിച്ചു. പലരുടേയും അടു ത്തേക്ക് എന്നെ മാറി മാറി കൊണ്ടുപോയി. വൈകുന്നേരമായപ്പോ ഴേക്കും ഞാൻ ആ ഡിവിഷന്റെ കമാൻഡറായിരുന്ന കേണലിന്റെ സന്നിധിയിൽ ഹാജരായി. ഇതിനിടയ്ക്ക് ഞാൻ ആഹാരം കഴിക്കു കയും കുളിക്കുകയും ചെയ്തു. എന്നെ ചോദ്യം ചെയ്തതിനുശേഷം ഒരു പുതിയ യൂണിഫോറം അവർ എനിക്കു നല്കി. അങ്ങിനെ ഞാൻ ദേഹവും മനസ്സും ശുദ്ധമാക്കി, നല്ല വേഷവുമണിഞ്ഞു് ഒരു യോഗ്യനാ യിട്ടാണ് കേണലിന്റെ മുമ്പിൽ പ്രത്യക്ഷപ്പെട്ടത്. കേണൽ മേശയുടെ പിന്നിൽനിന്നെഴുന്നേറ്റ്, അവിടെ കൂടിയിരുന്ന ഓഫീസറന്മാരുടെ എല്ലാവരുടേയും മുമ്പിൽവച്ച് എന്നെ കെട്ടിപ്പിടിച്ചുകൊണ്ട് ഇങ്ങിനെ പറഞ്ഞു: 'പട്ടാളക്കാരാ, നിങ്ങൾ ഞങ്ങൾക്കു കൊണ്ടുവന്നു തന്ന വില പിടിച്ച സമ്മാനത്തിനു നന്ദി. ഞങ്ങൾ യുദ്ധമുന്നണിയിൽ വച്ചു തടവു കാരായി പിടിക്കുന്ന ഇരുപതു ജർമ്മൻകാർക്ക് ഞങ്ങളോടു പറയാൻ കഴിയുന്നതിൽ കൂടുതൽ വിവരങ്ങൾ നിങ്ങളുടെ മേജറും അയാളുടെ

ബാഗും നല്കിക്കഴിഞ്ഞു. നിങ്ങൾക്ക് ഒരു ബഹുമതിമുദ്ര നല്കാൻ ഞാൻ ശുപാർശ ചെയ്യുന്നതാണ്.' അദ്ദേഹത്തിന്റെ വാക്കുകളും അദ്ദേഹം പ്രകടിപ്പിച്ച വാത്സല്യവും എന്നെ സ്പർശിച്ചു. എന്റെ ചുണ്ടുകൾ നിറച്ചു. എനിക്ക് പറയാൻ കഴിഞ്ഞത് ഇത്ര മാത്രമാണ്: 'സഖാവു കേണൽ, ഒരു റൈഫിൾ യൂണിറ്റിൽ എന്നെ ചേർക്കണമെന്ന് ഞാൻ അപേക്ഷിക്കുന്നു.'

"പക്ഷേ കേണൽ അതു കേട്ട് ചിരിക്കുകയാണ് ചെയ്തത്. അദ്ദേഹം എന്റെ തോളിൽ തട്ടിക്കൊണ്ടു പറഞ്ഞു: 'എഴുന്നേറ്റു നില്ക്കാൻ ശക്തിയില്ലാത്ത നിങ്ങൾ എങ്ങനെ യുദ്ധം ചെയ്യാനാണ്? ഞാൻ നിങ്ങളെ നേരെ ആശുപത്രിയിലേക്ക് അയയ്ക്കാൻ പോകുകയാണ്. അവർ നിങ്ങളുടെ ഉള്ളിൽ കുറച്ച് ആഹാരം ചെലുത്തുകയും നിങ്ങളുടെ ദേഹം ഒന്നു നന്നാക്കുകയും ചെയ്യും. അതിനുശേഷം നിങ്ങൾ ഒരു മാസത്തെ അവധിക്ക് വീട്ടിൽ പോയിട്ട് തിരിച്ചുവന്നാൽ മതി. അപ്പോൾ നിങ്ങളെ എവിടെയാണ് ഇടേണ്ടതെന്ന് നമുക്ക് ആലോചിക്കാം.'

"കേണലും അവിടെ ഉണ്ടായിരുന്ന എല്ലാ ഓഫീസറന്മാരും എനിക്ക് ഹസ്തദാനം ചെയ്യുകയും വളരെ ഹൃദയസ്പർശിയായ വിധം എന്നോട്ട് യാത്രപറയുകയും ചെയ്തു. ഞാൻ പുറത്തിറങ്ങിയപ്പോൾ എന്റെ തല കറങ്ങി. കാരണം ഒരു മനുഷ്യനോടു പെരുമാറുന്നതു പോലെ ആരെങ്കിലും എന്നോട്ട് പെരുമാറിയിട്ട് രണ്ട് വർഷം കഴിഞ്ഞിരുന്നു. അതിന്റെ സുഖം എന്തെന്ന് ഞാൻ മറന്നുകഴിഞ്ഞിരുന്നു. മേലുദ്യോഗസ്ഥന്മാരോടു സംസാരിക്കുമ്പോൾ തലയ്ക്ക് അടി കിട്ടുമോ എന്ന് അപ്പോഴും ഭയപ്പെടുന്നതുപോലെ ഞാൻ തല കുനിച്ചുപിടിക്കുമായിരുന്നു. തടവുകാരനായിരിക്കുമ്പോൾ ഉണ്ടായ ആ ശീലം മാറ്റാൻ അത്ര പെട്ടെന്ന് എനിക്ക് കഴിഞ്ഞില്ല. ഫാസിസ്റ്റ് തടങ്കൽ പാളയത്തിൽ ലഭിച്ച പരിശീലനം അതായിരുന്നു....

"ഞാൻ ആശുപത്രിയിൽ പ്രവേശിച്ച ഉടനെ ഇറീനയ്ക്ക് ഒരു കത്തെഴുതി. ഞാൻ തടവുകാരനായി പിടിക്കപ്പെട്ടതെങ്ങിനെയാണെന്നും മേജറേയും കൊണ്ട് രക്ഷപ്പെട്ടതെങ്ങനെയാണെന്നും ചുരുക്കത്തിൽ അവളെ അറിയിച്ചു. അങ്ങിനെ വീമ്പടിക്കുവാൻ എനിക്ക് കഴിഞ്ഞതെങ്ങിനെയാണന്ന് എനിക്കുതന്നെ അറിയില്ല. കേണൽ എനിക്ക് ബഹുമതിമുദ്ര നല്കാൻ ശുപാർശചെയ്യാമെന്ന് വാഗ്ദാനം ചെയ്തിട്ടുണ്ടെന്നുള്ള കാര്യം പോലും എഴുതാതിരിക്കാൻ എനിക്കു കഴിഞ്ഞില്ല...

“രണ്ടാഴ്ച ഉറക്കവും തീറ്റിയും മാത്രമായി കഴിഞ്ഞു. അവർ എനിക്ക് കുറേശ്ശെ കുറശ്ശെയാണ് ആഹാരം തന്നത്. പക്ഷേ ഒരു ദിവസം പലപ്രാവശ്യം തരുമായിരുന്നു. എനിക്ക് കൊതിയുള്ള ആഹാരം മുഴുവൻ ഒരുമിച്ച് തിന്നാൽ ഞാൻ ചത്തുപോകുമെന്നാണ് ഡോക്ടറന്മാർ പറഞ്ഞത്. എന്നാൽ രണ്ടാഴ്ച കഴിഞ്ഞപ്പോഴേക്കും ഞാൻ ഭക്ഷണംവെറുത്തു. വീട്ടിൽനിന്നും യാതൊരു വിവരവും ഇല്ലായിരുന്നു. തുറന്നു പറയാമല്ലോ, എന്റെ മനസ്സ് അസ്വസ്ഥമായിത്തുടങ്ങി. എനിക്ക് ആഹാരം കഴിക്കുന്നതിനെപ്പറ്റി ഓർക്കാൻപോലും വിഷമമായിത്തീർന്നു. ഉറക്കം ഇല്ലാതെയായി. പല വിധത്തിലുള്ള അശുഭവിചാരങ്ങളും തലയ്ക്കുള്ളിൽ കടന്നുകൂടി. മൂന്നാമത്തെ ആഴ്ചയിൽ എനിക്ക് വൊറോനിഷിൽനിന്ന് ഒരെഴുത്തുകിട്ടി.പക്ഷേ അത് ഇറീനയുടേതായിരുന്നില്ല. എന്റെ അയല്ക്കാരിൽ ഒരാളുടേതായിരുന്നു ആ കത്ത്. ജർമ്മൻകാർ വിമാനനിർമ്മാണഫാക്ടറിക്ക് ബോംബിട്ടെന്നും ഒരു കനത്ത ബോംബ് എന്റെ വീടിന്റെ മുകളിൽ വീണെന്നും അയാൾ എഴുതിയിരുന്നു. അതു വന്നു വീണ സമയത്ത് ഇറീനയും പെൺകുട്ടികളും വീട്ടിനുള്ളിൽ ഉണ്ടായിരുന്നു.... അവരുടെ ഒരു തരിപോലും അവശേഷിച്ചില്ലെന്ന് അയാൾ എഴുതിയിരുന്നു. വീടിരുന്നിടത്ത് ഒരു ആഴമുള്ള കുഴിമാത്രം അവശേഷിച്ചു... ആദ്യത്തെ പ്രാവശ്യം എനിക്ക് ആ കത്തു മുഴുവൻ വായിക്കാൻ കഴിഞ്ഞില്ല. എന്റെ കണ്ണുകളിൽ ഇരുട്ടു കയറി. എന്റെ ഹൃദയം ഒരു ചെറിയ ഗോളമായി ചുരുങ്ങി. അതിനി ത്രസിക്കയില്ലെന്ന് എനിക്കു തോന്നി. ഞാൻ കിടക്കയിൽ ചാരിക്കിടന്നു. കുറച്ചു ശക്തി വീണ്ടുകിട്ടിയപ്പോൾ ഞാൻ കിടക്കയിൽ ചാരിക്കിടന്നു. കുറച്ചു ശക്തി വീണ്ടുകിട്ടിയപ്പോൾ ഞാൻ കത്തു മുഴുവൻ വായിച്ചുനോക്കി. ബോംബു വീണ സമയത്ത് അനത്തോലി പട്ടണത്തിലേക്കു പോയിരിക്കയായിരുന്നുവെന്ന് എന്റെ അയല്ക്കാരൻ എഴുതിയിരുന്നു. വൈകുന്നേരമായപ്പോൾ അവൻ തന്റെ വീടിരുന്ന സ്ഥലത്തു ചെന്ന് ബോംബു വീണുണ്ടായ കുഴി നോക്കിയിട്ട് അന്നു രാത്രിതന്നെ പട്ടണത്തിലേക്കു തിരിച്ചുപോയി. താൻ പട്ടാളത്തിൽ ചേരാൻ പോവുകയാണെന്ന് പോകുന്നതിനുമുമ്പ് അവൻ എന്റെ അയല്ക്കാരനോടുപറഞ്ഞിരുന്നു. ആ കത്തിൽ അത്രയുമേ ഉണ്ടായിരുന്നുള്ളു.

“എന്റെ ഹൃദയം അല്പമൊന്ന് അയഞ്ഞപ്പോൾ, എനിക്ക് ശരിക്ക് ബോധം വന്നപ്പോൾ, ഞാൻ യാത്ര ചോദിച്ച ദിവസം ഇറീന എന്നെ

വിടാതെ എന്നോട്ട് പറ്റിച്ചേർന്നു നിന്ന കാര്യം ഞനോർത്തു.

"ഞങ്ങളിനി ഈ ലോകത്തിൽവച്ച് കണ്ടുമുട്ടുകയില്ലെന്ന് അവളുടെ സ്ത്രീഹൃദയം അറിഞ്ഞിരുന്നിരിക്കണം. എന്നിട്ട് ഞാൻ അവളെ പിടിച്ചു തള്ളി.... ഒരിക്കൽഎനിക്ക് എൻറേതായ ഒരു കുടുംബമുണ്ടായിരുന്നു, ഒരു വീടുണ്ടായിരുന്നു. അനേകവർഷംകൊണ്ടാണ് ഞാൻ അതെല്ലാം പടുത്തുയർത്തിയതു്. പക്ഷേ ഞൊടിയിടകൊണ്ട് എല്ലാം നശിച്ചു. ഞാൻ ഏകനായി. എന്റെ ഈ താറുമാറായ ജീവിതം ഒരു സ്വപ്നം മാത്രമായിരുന്നിരിക്കണം. ഒരു തടവുകാരനായിരിക്കുമ്പോൾ എല്ലാ രാത്രിയിലും ഞാൻ നിശ്ശബ്ദം ഇറീനയോടും കുഞ്ഞുങ്ങളോടും സംസാരിക്കാറുണ്ടായിരുന്നു. ഞാൻ വീട്ടിൽ തിരിച്ചെത്തുമെന്നും എന്നെപ്പറ്റി വിഷമിക്കാനില്ലെന്നും പറഞ്ഞു് ഞാൻ അവരെ ആശ്വസിപ്പിക്കാൻ ശ്രമിക്കാറുണ്ടായിരുന്നു. ഞാൻ കരുത്തുള്ളവനാണ്, എനിക്കിതൊക്കെ സഹിക്കാൻ കഴിയും, ഒരു ദിവസം നമ്മളെല്ലാവരും ഒരുമിച്ചുചേരും, എന്നെല്ലാം ഞാൻ പറയാറുണ്ടായിരുന്നു. ഞാൻ രണ്ടു വർഷം മുഴുവൻ സംസാരിച്ചിരുന്നതു് മരിച്ചുപോയവരോടായിരുന്നോ?!"

അയാൾ ഒരു നിമിഷനേരം മിണ്ടാതെ ഇരുന്നതു് പെട്ടെന്ന് മറ്റൊരു സ്വരത്തിൽ പറഞ്ഞു:

"ചങ്ങാതീ, നമുക്കൊന്നു പുകവലിക്കാം. എനിക്ക് ശ്വാസം മുട്ടുന്നതുപോലെ തോന്നുന്നു."

ഞങ്ങൾ പുകയില കത്തിച്ചു. വെള്ളം കെട്ടിക്കിടന്ന കാട്ടിലെവിടെയോ ഒരു മരംകൊത്തി ഉറക്കെ മുട്ടിക്കൊണ്ടിരുന്നു. അപ്പോഴും ചൂടുള്ള ഒരു കാറ്റ് ആൾഡർ മരങ്ങളുടെ ഉണങ്ങിയ ഇലകളിൽനിന്നും മർമ്മരശബ്ദം ഉയർത്തിക്കൊണ്ടിരുന്നു. വലിച്ചുകെട്ടിയ വെളുത്ത കപ്പൽപ്പായകളെപ്പോലെ നീലാകാശത്തിൽ വെള്ളിമേഘങ്ങൾ അപ്പോഴും ഒഴുകിക്കൊണ്ടിരുന്നു. പക്ഷേ വസന്തത്തിന്റെ മഹത്തായ സാക്ഷാത്ക്കരണത്തിന് ഒരുങ്ങിനിൽക്കുന്ന, ജീവിതത്തിൽ ചൈതന്യത്തിന്റെ അനശ്വരസാന്നിദ്ധ്യം ഉറപ്പിച്ചുപറയാൻ തയ്യാറെടുത്തു നില്ക്കുന്ന, അനന്തമായ ലോകം ആ നിശ്ശബ്ദനിമിഷങ്ങളിൽ തികച്ചും വ്യത്യസ്തമായി എനിക്കു തോന്നി.

അയാളുടെ കഥ എന്റെ മനസ്സിനെ വളരെയധികം ക്ഷോഭിപ്പിച്ചു. മൗനം അവലംബിക്കാൻ കഴിയാതെ ഞാൻ ചോദിച്ചു:

"പിന്നെ എന്താണ് ഉണ്ടായതു്?"

"പിന്നെ എന്തുണ്ടായെന്നോ?" അയാൾ വൈമനസ്യത്തോടെ പറഞ്ഞുതുടങ്ങി. "കേണൽ എനിക്ക് ഒരു മാസത്തെ അവധി അനുവദിച്ചു. ഒരാഴ്ച കഴിഞ്ഞു് ഞാൻ വൊറോനിഷിൽ എത്തി. ഞാനും എന്റെ കുടുംബവും ഒരുകാലത്തു് താമസിച്ചിരുന്നിടത്തേയ്ക്കു് ഞാൻ നടന്നു. അവിടെ മലിനജലം കെട്ടിക്കിടക്കുന്ന ഒരു വലിയ കുഴിയുണ്ടായിരുന്നു. അതിന്റെ ചുറ്റും അരയറ്റം പൊക്കത്തിൽ പാഴ്ച്ചെടികൾ വളർന്നു നിന്നിരുന്നു. അവിടമാകെ ഒരു ശവപ്പറമ്പുപോലെ ശൂന്യവും നിശ്ചലവും ആയിരുന്നു. ചങ്ങാതി, സത്യം പറഞ്ഞാൽ അതു കണ്ടുനില്ക്കാൻ എനിക്കു കഴിഞ്ഞില്ല. ഞാൻ സ്റ്റേഷനിലേക്ക് തിരിച്ചുപോയി. ആ സ്ഥലത്തു് ഒരു മണിക്കൂർ തികച്ച് നില്ക്കാൻ ഞാൻ അശക്തനായിരുന്നു. അന്നുതന്നെ ഞാൻ എന്റെ ഡിവിഷനിലേക്കു മടങ്ങി.

"മൂന്നു മാസം കഴിഞ്ഞു് കാർമേഘങ്ങളുടെ ഇടയിൽനിന്നും പുറത്തു കടന്ന ഒരു കീറു വെളിച്ചംപോലെ എനിക്കൊരു സന്തോഷവാർത്ത ലഭിച്ചു. അനത്തോലിയെക്കുറിച്ചുള്ളതായിരുന്നു അതു്. എനിക്ക് അവന്റെ ഒരു കത്തുകിട്ടി. മറ്റൊരു മുന്നണിയിൽനിന്നാണ് അവൻ എഴുതിയിരുന്നതു് . എനിക്ക് കത്തയച്ച ആ അയല്ക്കാരനിൽനിന്നും അനത്തോലിയ്ക്കു് എന്റെ മേൽവിലാസം കിട്ടി. അവന് ആദ്യം ഒരു സൈനികകോളേജിൽ പ്രവേശനം ലഭിച്ചുവെന്നും കണക്കിൽ അവനുള്ള സാമർത്ഥ്യം അതിനവനെ സഹായിച്ചുവെന്നും അവന്റെ എഴുത്തിൽ ഉണ്ടായിരുന്നു. ഒരു വർഷം കഴിഞ്ഞു് അവൻ പ്രശസ്തവിജയം നേടി യുദ്ധമുന്നണിയിലേക്കു പോയി. ഒരു ക്യാപ്റ്റന്റെ റാങ്ക് തനിക്കു ലഭിച്ചുവെന്ന് അവൻ എഴുതിയിരുന്നു. അവൻ ഒരു ടാങ്ക് നശീകരണപീരങ്കിവിഭാഗത്തെ നയിക്കുകയായിരുന്നു. അവന് ആറ് ബഹുമതിമുദ്രകൾ കിട്ടിക്കഴിഞ്ഞിരുന്നു. ചുരുക്കത്തിൽ അവൻ അച്ഛനെ വളരെ പിന്നിലാക്കിക്കഴിഞ്ഞിരുന്നു. വീണ്ടും എനിക്ക് അവനെപ്പറ്റി യഥാർത്ഥത്തിൽ അഭിമാനം തോന്നി. എന്തു പറഞ്ഞാലും എന്റെ സ്വന്തം മകൻ ഒരു ക്യാപ്റ്റനും ഒരു ബാറ്ററിയുടെ കമാൻഡറുമാണ്. അതൊരു വലിയ കാര്യംതന്നെയാണ്! പോരാത്തതിന് ആ ബഹുമതിമുദ്രകളും! അവന്റെ അച്ഛൻ ഒരു ലോറിയിൽ ഷെല്ലുകളും മറ്റു സാമഗ്രികളും കയറ്റിയിറക്കുക മാത്രമാണ് ചെയ്തിട്ടുള്ളതു്. പക്ഷേ അതു സാരമില്ല. അച്ഛന്റെ കാലം കഴിഞ്ഞുപോയി. പക്ഷേ അവൻ ഒരു ക്യാപ്റ്റനാണ്. അവന്റെ മുമ്പിൽ ജീവിതം

നീണ്ടുകിടക്കുന്നു.

“രാത്രിയിൽ ഞാൻ ഒരു വൃദ്ധന്റെ മനോരാജ്യം കെട്ടിപ്പടുത്തുതുടങ്ങി. യുദ്ധം കഴിയുമ്പോൾ എന്റെ മോനെക്കൊണ്ട് ഒരു കല്യാണം കഴിപ്പിക്കണം. എന്നിട്ട് എനിക്ക് അവരുടെ കൂടെ പാർക്കണം. ഞാൻ ചില്ലറമരപ്പണികൾ ചെയ്യുകയും കുട്ടികളെ നോക്കുകയും ചെയ്യും. പക്ഷേ ആ ആശയും തകർന്നു. ശൈത്യകാലത്ത് ഞങ്ങൾ തുടർച്ചയായി മുമ്പോട്ട് തള്ളിക്കയറിക്കൊണ്ടിരുന്നു. എഴുത്തയയ്ക്കാൻ ഞങ്ങൾക്ക് അന്ന് സമയം ചുരുക്കമായിരുന്നു. പക്ഷേ യുദ്ധം അവസാനിക്കാറായപ്പോൾ, ബർലിന് തൊട്ടടുത്തുവച്ച് ഞാൻ അനത്തോലിയ്ക്ക് ഒരു കത്തെഴുതി. പിറ്റേ ദിവസംതന്നെ അവന്റെ മറുപടിയും കിട്ടി. ഞാനും അനത്തോലിയും രണ്ടു മാർഗ്ഗങ്ങളിൽക്കൂടി ജർമ്മൻ തലസ്ഥാനത്തിനടുത്ത് എത്തിയിരിക്കയാണെന്നും ഞങ്ങൾ അടുത്തടുത്താണെന്നും ആ കത്തിൽനിന്നു മനസ്സിലായി. ഞങ്ങൾ തമ്മിൽ കാണുന്ന നിമിഷം വന്നു.... മേയ് ഒമ്പതാം തീയതി , വിജയദിനത്തിന്റെ അന്നു രാവിലെ, ഒരു ജർമ്മൻ വെടിയുണ്ടയേറ്റ് എന്റെ അനത്തോലി കൊല്ലപ്പെട്ടു.

“അന്ന് ഉച്ച തിരിഞ്ഞപ്പോൾ കമ്പനി കമാൻഡർ എന്നെ വിളിപ്പിച്ചു. അദ്ദേഹത്തിന്റെ കൂടെ അപരിചിതനായ ഒരു ലെഫ്റ്റനൻറ് കേണൽ ഇരിക്കുന്നതു ഞാൻ കണ്ടു. മുറിയിൽ പ്രവേശിച്ച ഉടനെ തന്നേക്കാൾ സ്ഥാനം കൂടിയ ഒരാളെ കണ്ടിട്ടെന്നപോലെ അദ്ദേഹം എണീറ്റുനിന്നു. എന്റെ കമ്പനി കമാൻഡർ പറഞ്ഞു: ‘ഇദ്ദേഹം നിങ്ങളെ കാണാനാണ് വന്നിരിക്കുന്നത്, സൊക്കൊലോവ്. ‘ അദ്ദേഹം ഉടൻതന്നെ ജനാലയുടെ നേർക്ക് മുഖം തിരിച്ചുകഴിഞ്ഞു എന്റെ ദേഹത്തു വൈദ്യുതാഘാതമേറ്റതുപോലെ എനിക്കു തോന്നി. കാരണം എന്തോ കുഴപ്പമുണ്ടെന്ന് ആ നിമിഷം എനിക്കു മനസ്സിലായി. ലെഫ്റ്റനൻറ് കേണൽ എന്റെ മുമ്പിൽ വന്നു നിന്ന് പറഞ്ഞു: ‘ധൈര്യമായിരിക്കു, പിതാവേ. നിങ്ങളുടെ പുത്രൻ ക്യാപ്റ്റൻ സൊക്കൊലോവ് ഇന്ന് അദ്ദേഹത്തിന്റെ ബാറ്ററിയിൽവച്ച് കൊല്ലപ്പെട്ടു. എന്റെ കൂടെ വരു.

“എന്റെ കാലുകൾ വിറച്ചു. എങ്കിലും ഞാൻ പാദങ്ങൾ നിലത്തുറപ്പിച്ചുനിന്നു. പൊളിഞ്ഞുവീണ കെട്ടിടങ്ങളുടെ അവശിഷ്ടങ്ങൾ ചിന്നിച്ചിതറി കിടക്കുന്ന തെരുവീഥികളിൽക്കൂടി ഒരു വലിയ കാറിൽ ലെഫ്റ്റനൻറ് കേണലിനോടൊപ്പം നടത്തിയ യാത്ര വെറുമൊരു

സ്വപ്നമായിരുന്നുവെന്നാണ് ഇപ്പോൾപ്പോലും എനിക്കു തോന്നുന്നത്. വരിവരിയായി നില്ക്കുന്ന പട്ടാളക്കാരും ചുവന്ന വെൽവെറ്റുകൊണ്ടുമൂടിയ ശവപ്പെട്ടിയും അവ്യക്തമായിട്ടേ ഞാൻ ഓർമ്മിക്കുന്നുള്ളു. എന്നാൽ ചങ്ങാതി, നിങ്ങളെ കാണുന്നതുപോലെ വ്യക്തമായി എന്റെ അനത്തോലിയെ ഞാനിപ്പോഴും കൺമുമ്പിൽ കാണുന്നു. ഞാൻ ശവപ്പെട്ടിയുടെ അടുത്തു ചെന്നു നിന്നു. എന്റെ മകനായിരുന്നു അതിനുള്ളിൽ കിടന്നിരുന്നത്. എന്നാൽ അതേ സമയം അവനല്ലായിരുന്നുതാനും. എന്റെ മകൻ ഒരു ബാലനായിരുന്നു- ഇടുങ്ങിയതോളുകളും മെലിഞ്ഞ കഴുത്തും ഉന്തിനില്ക്കുന്ന കണ്ഠമുഴയുമുള്ള സദാ പുഞ്ചിരി തൂകുന്ന ഒരു ബാലൻ.എന്നാൽ അവിടെ കിടന്നത് വിരിഞ്ഞ ചുമലുകളുള്ള പൂർണ്ണവളർച്ച പ്രാപിച്ച സുഭഗനായ ഒരു പുരുഷനായിരുന്നു. ഞാൻ നിൽക്കുന്നതിനപ്പുറത്ത് വിദൂരതയിലെവിടെയോ നോക്കിക്കൊണ്ടിരിക്കുന്നതുപോലെ അവന്റെ കണ്ണുകൾ പാതി അടഞ്ഞിരുന്നു. അവന്റെ ചുണ്ടുകളുടെ കോണുകളിൽ മാത്രം എന്റെ മകന്റെ പുഞ്ചിരിയുടെ ലേശം തങ്ങിനിന്നിരുന്നു, എനിക്കു പരിചിതനായ അനത്തോലിയുടെ പുഞ്ചിരി. ലെഫ്റ്റനൻറ് കേണൽ ഒരു ലഘുപ്രസംഗം നടത്തി. എന്റെ അനത്തോലിയുടെ സുഹൃത്തുക്കൾ കണ്ണുനീർ തുടച്ചു. പക്ഷേ എനിക്ക് കരയാൻ കഴിഞ്ഞില്ല. എന്റെ കണ്ണുനീർ ഹൃദയത്തിനുള്ളിൽവച്ച്തന്നെ വറ്റിപ്പോയിരുന്നിരിക്കണം. അതു കൊണ്ടായിരിക്കാം ഇപ്പോഴും അവിടെ ഇത്രയേറെ വേദന അനുഭവപ്പെടുന്നത്.

"എന്റെ അവസാനത്തെ ആശയും , ആനന്ദവും താൻ ആ ജർമ്മൻ മണ്ണിൽ കുഴിച്ചിട്ടു. തങ്ങളുടെ കമാൻഡറോട് അന്ത്യയാത്ര പറയുവാനായി പീരങ്കികൾ ഒരു ചുറ്റു വെടിവച്ചു. എന്റെ ഉള്ളിൽ എന്തോ ഒന്ന് പൊട്ടിപ്പോയി.... യൂണിറ്റിൽ തിരിച്ചെത്തിയ ഞാൻ ഞാനല്ലാതായിക്കഴിഞ്ഞിരുന്നു. അധികകാലം കഴിയുന്നതിനുമുമ്പ് ഞാൻ സൈനികസേവനത്തിൽനിന്നും വിമുക്തനാക്കപ്പെട്ടു. എങ്ങോട്ടാണു പോകേണ്ടതു? വൊറോനിഷിലേക്കോ? ഇല്ല, അതു സാദ്ധ്യമല്ല. ശൈത്യകാലത്ത് യുദ്ധസേവനത്തിൽനിന്ന് ആരോഗ്യപരമായ കാരണത്താൽ ഒഴിവാക്കപ്പെട്ട എന്റെ സ്നേഹിതൻ ഉരുപ്പിൻസ്കിൽ താമസിക്കുന്നുണ്ടായിരുന്നു. അയാളുടെ കൂടെ താമസിക്കാൻ എന്നെ ഒരിക്കൽ അയാൾ ക്ഷണിച്ചിരുന്നു. ഞാൻ അങ്ങോട്ടു പോയി.

"എന്റെ സ്നേഹിതനും ഭാര്യയ്ക്കും കുട്ടികളുണ്ടായിരുന്നില്ല.

പട്ടണത്തിന്റെ ഒരറ്റത്ത് അവർക്ക് സ്വന്തമായി ഒരു ചെറിയ വീടു ണ്ടായിരുന്നു. അയാൾക്ക് പെൻഷൻ ലഭിക്കുണ്ടായിരുന്നെങ്കിലും ഒരു ലോറി ഡിപ്പോവിൽ അയാൾ ഡ്രൈവറായി പണിയെടുത്തിരുന്നു. എനിക്കും അവിടെ ഡ്രൈവറായി ജോലി കിട്ടി. ഞാൻ എന്റെ സ്നേ ഹിതന്റെ കൂടെ താമസമാക്കി. എന്നെ ഒരു കുടുംബാംഗത്തെപ്പോലെ അവർ സ്വീകരിച്ചു. ഞങ്ങൾ പട്ടണത്തിന്റെ പ്രാന്തപ്രദേശങ്ങളിൽ പലതരം ചരക്കുകൾ കയറ്റിയിറക്കി. ശരല്ക്കാലത്ത് ധാന്യം കൊണ്ടു പോകുന്ന ജോലിയിൽ ഏർപ്പെട്ടു. അന്നാണ് ഞാൻ എന്റെ പുതിയ പുത്രനുമായി പരിചയപ്പെട്ടത്. ആ മണലിൽ കളിക്കുന്ന കുട്ടിയാണ് അത്.

"ലോറിയുംകൊണ്ട് ഒരു ദീർഘയാത്ര കഴിഞ്ഞ് തിരിച്ചുവരു മ്പോൾ ഞാൻ ആദ്യമായി ചെയ്യുന്നത് ഒരു കഫേയിൽ കയറി എന്തെങ്കിലും തിന്നുകയും ക്ഷീണം മാറ്റാൻ ഒരു ഗ്ലാസ് വോഡ്ക്ക കുടിക്കുകയുമാണ്. ആദ്ദുശ്ശീലത്തോട് എനിക്ക് അക്കാലത്ത് വലിയ മമതയായിരുന്നുവെന്ന് തുറന്നു പറയട്ടെ. ഒരു ദിവസം ഈ കുട്ടിയെ ഞാൻ അവിടെ കണ്ടു. പിറ്റേ ദിവസവും കണ്ടു. എത്ര വൃത്തികെട്ട കോലവുമായിരുന്നെന്നോ അവൻ; മുഖത്തുമുഴുവൻ തണ്ണിമത്തന്റെ ചാറ് ഉണങ്ങിപ്പിടിച്ചിരുന്നു. മുഷിഞ്ഞുനാറിയ ഉടുപ്പുകൾ. പാറിപ്പറന്നു കിടക്കുന്ന തലമുടി. പക്ഷേ മഴകഴിഞ്ഞ് ആകാശത്തിൽ തെളിയുന്ന നക്ഷത്രങ്ങളെപ്പോലെ പ്രകാശിക്കുന്ന രണ്ടു കണ്ണുകൾ അവനുണ്ടായി രുന്നു! എനിക്ക് അവനോട് അതിയായ വാത്സല്യം തോന്നി. അവനെ കാണാതിരിക്കുമ്പോൾ എനിക്ക് വ്യസനം തോന്നിത്തുടങ്ങി എന്നു പറഞ്ഞാൽ നിങ്ങൾ അത്ഭുതപ്പെട്ടേക്കാം. എന്റെ ഓട്ടം കഴിഞ്ഞ് കഫേയിലെത്തി അവനെ കാണാനുള്ള ധൃതികൊണ്ട് ഞാൻ ലോറി അതിവേഗം ഓടിച്ചുതുടങ്ങി. കഫേയിൽനിന്നാണ് അവന് ആഹാരം ലഭിച്ചിരുന്നത്-- അവിടെ വരുന്നവർ വല്ലതും കൊടുക്കുന്ന ത് തിന്നാണ് അവൻ വിശപ്പടക്കിയിരുന്നത്.

"നാലാമത്തെ ദിവസം ലോറി നിറയെ ധാന്യവും കയറ്റിക്കൊണ്ട് സ്റ്റേറ്റ് കൃഷിക്കളത്തിൽനിന്നും ഞാൻ നേരെ കഫേയുടെ മുമ്പിലെ ത്തി. ആകുട്ടി കാലാട്ടിക്കൊണ്ട് അതിന്റെ നടയിലിരുന്നിരുന്നു. അവന്റെ മുഖം വിശപ്പുകൊണ്ട് വാടിത്തളർന്നു. ഞാൻ ലോറിയ്ക്കു പുറത്തേക്ക് ജനലിൽക്കൂടി തല നീട്ടിക്കൊണ്ട് അവനോടു വിളി ച്ചുപറഞ്ഞു. ഹേ,വാന്യാ! ലോറിയിൽ കയറിക്കോ. ഞാൻ നിന്നെ

എലിവേറ്ററിനടുത്തു കൊണ്ടുപോകാം. തിരിച്ചുവന്ന് വല്ലതും കഴിക്കാം.' എന്റെ ശബ്ദം കേട്ട് അവൻ ഒന്നു ഞെട്ടി.പിന്നെ ഇരുന്നിരുന്ന പടിയിൽനിന്നും നേരെ ലോറിയുടെ ഫുട്ട്ബോർഡി ലേക്ക് അവൻ ചാടിക്കയറി. ജനലിന്റെ നേരെ എത്തിവലിഞ്ഞു നിന്നു.'എന്റെപേര് വാന്യ എന്നാണെന്ന് എങ്ങിനെ അറിഞ്ഞു? ' പതുക്കെ ഇങ്ങിനെ ചോദിച്ചുകൊണ്ട് അവൻ ആ നക്ഷത്രക്കണ്ണുകൾ തുറന്നുപിടിച്ച് മറുപടി കാത്തുനിന്നു. എല്ലാകാര്യങ്ങളും അറിയാവുന്ന ആളുകളിൽ ഒരാളാണു ഞാൻ എന്ന് അവനോട്ട് ഞാൻ പറഞ്ഞു. അവൻ വലതുവശത്തു വന്നു. ഞാൻ കതകു തുറന്ന് അവനെ അകത്തു കയറ്റി എന്റെ അടുത്തിരുത്തിയിട്ട് ലോറി വിട്ടു. നല്ല പ്രസരിപ്പുള്ള ഒരു കുട്ടിയായിരുന്നു അവൻ . എന്നാൽ പെട്ടെന്ന് അവൻ നിശ്ശബ്ദനായി. ഇടയ്ക്കിടെ ചുരുണ്ട ഇമകൾക്കിടയിൽക്കൂടി നക്ഷത്രക്കണ്ണുകൾകൊണ്ട് എന്നെ നോക്കിയിട്ട് അവൻ നെടുവീർപ്പിട്ടുകൊണ്ടിരുന്നു. ആ ചെറിയ കുട്ടി നെടുവീർപ്പിടാൻ പഠിച്ചുകഴിഞ്ഞു. അവൻ നെടുവീർപ്പിടുകയാണോ ഈ പ്രായത്തിൽ വേണ്ടതു്? 'വാന്യ, നിന്റെ അച്ഛൻ എവിടെ?' ഞാൻ ചോദിച്ചു. 'യുദ്ധത്തിൽ മരിച്ചുപോയി,' അവൻ മന്ത്രിച്ചു 'അമ്മയോ?' 'ഞങ്ങൾ തീവണ്ടിയിൽ വരുമ്പോൾ ഒരു ബോംബു വീണ് അമ്മ മരിച്ചു. 'നീ എവിടുന്നാണ് തീവണ്ടിയിൽ കയറിയതു്?' 'എനിക്കറിയില്ല, ഞാൻ ഓർക്കുന്നില്ല....' 'ഇല്ല, ആരുമില്ല. ' 'പക്ഷേ നീ എവിടെയാണ് ഉറങ്ങുന്നതു്?' ' എവിടെയെങ്കിലും..'

"ചൂടുകണ്ണുനീർ എന്റെ തൊണ്ടയിൽ വന്നു തങ്ങി, ഞാൻ ആ നിമിഷത്തൽ എല്ലാ തീരുമാനിച്ചു. നാമെന്തിനാണ് ഇങ്ങിനെ അകന്നിരുന്ന് ഒറ്റക്കൊറ്റയ്ക്ക് ദുഃഖിക്കുന്നതു്! അവനെ എന്റെ സ്വന്തം പുത്രനായി ഞാൻ സ്വീകരിക്കും. പെട്ടെന്ന് എന്റെ മനസ്സ് സ്വസ്ഥമായി. അവിടെ എന്തോ ഒരു വെളിച്ചം വീണതുപോലെ തോന്നി. ഞാൻ അവന്റെ നേരെ തലകുനിച്ചുകൊണ്ട് വളരെ ശാന്തമായി പറഞ്ഞു: ' വാന്യാ, ഞാൻ ആരാണെന്ന് നിനക്കറിയാമോ?' അവൻ മൃദസ്വരത്തിൽ അവനോടു പറഞ്ഞു: ' ഞാൻ നിന്റെ അച്ഛനാണ്.'

"ദൈവമെ, അപ്പോൾ എന്താണ് ഉണ്ടായതു്! അവൻ എന്റെ കഴുത്തിൽ കെട്ടിപ്പിടിച്ചു, എന്റെ കവിളുകളിലും ചുണ്ടിലും, നെറ്റിയിലും ഉമ്മവെച്ചു. ഒരു കിളിയെപ്പോലെ ആഹ്ലാദത്തോടെ മൊഴിഞ്ഞു: 'അച്ഛാ, എന്റെ പൊന്നച്ഛാ! എനിക്കറിയാമായിരുന്നു! അച്ഛനെന്നെ കണ്ടുപിടിക്കുമെന്ന് എനിക്ക് അറിയാമായിരുന്നു! എന്തൊക്കെ

സംഭവിച്ചാലും അച്ഛൻ വരുന്നതു കാത്തിരിക്കയായിരുന്നു!' അച്ഛൻ എന്നെ കണ്ടുപിടിക്കുമെന്ന് എനിക്ക് അറിയാമായിരുന്നു. ഇത്ര നാളും ഞാൻ അച്ഛൻ വരുന്നതു കാത്തിരിക്കയായിരുന്നു. ഒരു പുൽക്കൊടി കാറ്റിൽ വിറയ്ക്കുന്നതുപോലെ അവൻ വിറയ്ക്കുന്നുണ്ടായിരുന്നു. എന്റെ കണ്ണുകൾ നനഞ്ഞു. എന്റെ ദേഹവും വിറച്ചു. എന്റെ കൈ വിറച്ചു... സ്റ്റിയറിംഗ്‌വീൽ ഞാൻ എങ്ങിനെ നിയന്ത്രിച്ചുവെന്ന് എനിക്കുതന്നെ അറിയില്ല. ലോറി എങ്ങിനെയോ ഓടയിൽ അകപ്പെട്ടു . ഞാൻ എഞ്ചിൻ നിർത്തി. എന്റെ കണ്ണുകൾ അങ്ങിനെ നനഞ്ഞിരിക്കുമ്പോൾ ലോറി ഓടിച്ചാൽ ആരുടെയെങ്കിലും ദേഹത്ത് ചെന്നുകേറിയെങ്കിലോ എന്ന് ഞാൻ ഭയപ്പെട്ടു. ഏകദേശം അഞ്ചു മിനിട്ടു നേരം ഞങ്ങൾ അവിടെ ഇരുന്നു. എന്റെ കുഞ്ഞുമോൻ ഒന്നും പറയാതെ എന്നെ കെട്ടിപ്പിടിച്ചുകൊണ്ട് ഇരുന്ന് വിറയ്ക്കുകയായിരുന്നു. ഞാൻ എന്റെ വലത്തുകൈ അവന്റെമേൽ ചുറ്റി ഓടിച്ചു. ഞാൻ പോയതു് താമസസ്ഥലത്തേക്കാണ്. എലിവേറ്ററിനടുത്തേക്കു പോകുന്ന കാര്യം അപ്പോൾ എനിക്ക് ഓർക്കാൻകൂടി കഴിഞ്ഞില്ല.

"ഞാൻ ലോറി പടിക്കലിട്ടിട്ട് എന്റെ പുതിയ മകനെ കോരിയെടുത്ത് വീട്ടിലേക്കു കൊണ്ടുപോയി. അവന്റെ കുഞ്ഞിക്കൈകൾ എന്റെ കഴുത്തിൽ ചുറ്റിയിരുന്നു. അവൻ എന്റെ ക്ഷൗരം ചെയ്യാത്ത മുഖത്ത് കവിൾ അമർത്തിവച്ചു. അങ്ങിനെയാണ് ഞാൻ വീട്ടിനുള്ളിലേക്ക് അവനെ എടുത്തുകൊണ്ടുപോയതു് . എന്റെ സ്നേഹിതനും ഭാര്യയും വീട്ടിലുണ്ടായിരുന്നു. ഞാൻ മുറിയിൽ കയറിയ ഉടനെ അവരെ നോക്കി കണ്ണിറുക്കി കാണിച്ചുകൊണ്ട് ആഹ്ലാദം കലർന്ന സ്വരത്തിൽ തന്റേടത്തോടെ പറഞ്ഞു: 'ഇതാ, എനിക്കെന്റെ കൊച്ചു വാന്യയെ ഒടുവിൽ കിട്ടിയിരിക്കുന്നു. ഇതാ ഞങ്ങൾ, സ്നേഹിതരെ!' അവർക്ക് കുട്ടികൾ ഉണ്ടായിരുന്നില്ല. ഒരു കുട്ടി വേണമെന്ന് രണ്ടുപേരും വളരെ ആഗ്രഹിച്ചിരുന്നു. അതുകൊണ്ട് അവർക്ക് കാര്യം മനസ്സിലായി. അവർ ധൃതിയിൽ ഓരോ ജോലികൾ ചെയ്തുതുടങ്ങി. എനിക്ക് എന്റെ മകന്റെ അടുത്തുനിന്ന് മാറാൻ കഴിഞ്ഞില്ല. ഞാൻ സോപ്പിട്ടു് അവന്റെ കൈകഴുകിച്ചിട്ട് അവനെ മേശക്കടുത്തിരുത്തി. എന്റെ സ്നേഹിതന്റെ ഭാര്യ അവന് ഒരു പിഞ്ഞാണി സൂപ്പ് പകർന്നു കൊടുക്കുന്നതു കണ്ടപ്പോൾ അവർ പൊട്ടിക്കരഞ്ഞു. അവർ കണ്ണു തുടച്ചുകൊണ്ട് അടുപ്പിനടുത്തു നില്ക്കുകയായിരുന്നു. എന്റെ വാന്യ അവർ കരയുന്നതു കണ്ടു. അവൻ ഓടിച്ചെന്ന് അവരുടെ പാവാടയിൽ

പിടിച്ചുവലിച്ചുകൊണ്ട് പറഞ്ഞു: 'അമ്മായി, എന്തിനാണ് കരയുന്ന തു്? കഫേയുടെ അടുത്തുവച്ച് അച്ഛന് എന്നെ കണ്ടുകിട്ടി. എല്ലാവരും സന്തോഷിക്കയാണ വേണ്ടതു്.' അതു കേട്ടപ്പോൾ അവരുടെ കരച്ചിൽ ഒന്നുകൂടി കൂടുകയാണ ചെയ്തതു്. കരഞ്ഞുകരഞ്ഞു് അവരുടെ വസ്ത്രങ്ങൾ നനഞ്ഞു.

"ഭക്ഷണം കഴിഞ്ഞു് ഞാൻ അവനെ ഒരു ബാർബറുടെ അടുത്തു കൊണ്ടുപോയി അവന്റെ തലമുടി വെട്ടിച്ചു. വീട്ടിൽ കൊണ്ടുവന്ന് ഞാൻതന്നെ അവനെ കുളിപ്പിച്ചു. ഒരു വൃത്തിയുള്ള ഷീറ്റുകൊണ്ട് അവനെ പൊതിഞ്ഞു. അവൻ എന്നെ കൊട്ടിപ്പിടിച്ചുകൊണ്ട് എന്റെ കൈയിൽ കിടന്ന് ഉറങ്ങി. അവനെ പതുക്കെ കട്ടിലിൽ കിടത്തി യിട്ടു്, ഞാൻ എലിവേറ്ററിലേക്കു ലോറിയോടിച്ചുപോയി. അവിടെ ധാന്യം ഇറക്കിവച്ചിട്ട് ലോറി പാർക്കിൽ കൊണ്ടുപോയി ഇട്ടു. അവിടുന്നു ഞാൻ അങ്ങാടിയിലേക്കാണ് പോയതു്. ഒരു ട്രൗസറും ഒരു ഷർട്ടും,വേനൽക്കാലത്തിടാനുള്ള ഒരു ജോടി ഷൂസും ഒരു തൊപ്പിയും ഞാൻ വാന്യയ്ക്കുവേണ്ടി വാങ്ങി. വീട്ടിൽ ചെന്നപ്പോൾ അതൊന്നും പാകമായിരുന്നില്ല. തുണിയും മോശമായിരുന്നു. ട്രൗസറിനെപ്പറ്റി എന്റെ സ്നേഹിതന്റെ ഭാര്യ എന്നോട് അല്പം കയർത്തു സംസാരി ക്കുകപോലും ചെയ്തു. 'നിങ്ങൾക്ക് ഭ്രാന്തുണ്ടോ?' അവർ ചോദിച്ചു. 'ഈ വേനൽക്കാലത്ത് ആരെങ്കിലും കുട്ടികളെ ഇത്തരം ചൂടുള്ള ട്രൗസർ ഇടീക്കുമോ?' അടുത്ത നിമിഷംതന്നെ അവർ തുന്നൽയന്ത്രം മേശപ്പു റത്തുകൊണ്ടുവച്ചു. അലമാരിയിൽനിന്നും എന്തൊക്കെയോ തപ്പിയെ ടുത്തു. ഒരു മണിക്കൂർകൊണ്ട് ഒരു നിക്കറും വെള്ള ഷർട്ടും തയ്യാറാ യിക്കഴിഞ്ഞു. രാത്രിയിൽ ഞാൻ വാന്യയെ എന്റെ കൂടെ കിടത്തി. അനേകനാൾ കൂടിയിട്ട് ആ രാത്രിയിൽ ഞാൻ ശാന്തമായി ഉറങ്ങി. എങ്കിലും രാത്രി നാലു പ്രാവശ്യം ഞാൻ ഉണർന്നു. ഇലകളുടെ കീഴിൽ ഉറങ്ങുന്ന ഒരു കുരുവിയെപ്പോലെ വാന്യ എന്റെ കൈയ്ക്കു താഴെ കിടന്ന് മൃദുവായി ശ്വാസോച്ഛ്വാസം ചെയ്തുകൊണ്ട് ഉറങ്ങുന്നുണ്ടാ യിരുന്നു. എനിക്കപ്പോൾ തോന്നിയ സന്തോഷം എത്രയാണെന്ന് പറഞ്ഞറിയിക്കാൻ വയ്യ. അവൻ ഉണരുമോ എന്നു പേടിച്ച് ഞാൻ അനങ്ങാതെ കിടക്കും. പക്ഷേ അധികനേരം അങ്ങിനെ കിടക്കാൻ എനിക്കു കഴിഞ്ഞില്ല. ഞാൻ സാവധാനം എഴുന്നേറ്റു് ഒരു തീപ്പെട്ടി ഉരച്ച് ആ വെളിച്ചത്തിൽ അവനെ നോക്കി നില്ക്കും....

"നേരം വെളുക്കുന്നതിനു കുറച്ചു മുമ്പ് ഞാൻ ഉണർന്നു.ശ്വാസം

മുട്ടുന്നതുപോലെ തോന്നാൻ കാരണം എന്താണെന്ന് എനിക്ക് മനസ്സിലായില്ല. പക്ഷേ എന്റെ മകൻ എന്റെ നെഞ്ചത്ത് കയറി കിടക്കുകയായിരുന്നു. അവന്റെ കുഞ്ഞുകാൽ എന്റെ തൊണ്ടയിലാണ് വിശ്രമിച്ചത്. ആ ഇളക്കക്കാരന്റെ കൂടെ കിടക്കാൻ പ്രയാസമായിരുന്നു. പക്ഷേ ഞാൻ അതു ശീലിച്ചുകഴിഞ്ഞു. അവൻ അടുത്തില്ലെങ്കിൽ എനിക്ക് ഉറക്കം വരില്ല. രാത്രിയിൽ അവൻ ഉറങ്ങിക്കിടക്കുമ്പോൾ നോക്കിയിരിക്കുകയോ ചെയ്യുമ്പോൾ ഹൃദയം ദുഃഖം കൊണ്ട് കല്ലുപോലെ കഠിനമായിത്തീർന്നിരുന്നു.

"ആദ്യമൊക്കെ ഞാൻ ലോറിയും കൊണ്ടു പോകുന്ന ദിക്കിലെല്ലാം അവനും കൂടെ വരുമായിരുന്നു. പക്ഷേ അതു പാടില്ലെന്ന് പിന്നീട് ഞാൻ മനസ്സിലാക്കി. ഞാൻ തനിച്ചായിരിക്കുമ്പോൾ എനിക്കെന്തു വേണം? ഒരു റൊട്ടിയും ഒരു ഉള്ളിയും കുറച്ച് ഉപ്പും ഒരു ദിവസത്തേക്ക് ധാരാളം മതി . പക്ഷേ അവനുണ്ടെങ്കിൽ അതു മതിയോ? അവനു പാലു വാങ്ങിക്കണം. മുട്ട പുഴുങ്ങിക്കൊടുക്കണം. എപ്പോഴും ചൂടുള്ള എന്തെങ്കിലും തിന്നാൻ കൊടുക്കണം. എനിക്ക് എന്റെ ജോലി ചെയ്യണമല്ലോ. അതുകൊണ്ട് ഞാൻ ധൈര്യം സംഭരിച്ച് അവനെ എന്റെ സ്നേഹിതന്റെ ഭാര്യയുടെ സംരക്ഷണയിലാക്കി. പകൽ മുഴുവൻ അവൻ കരഞ്ഞുകൊണ്ടിരുന്നു. വൈകിട്ട് എലിവേറ്ററിനടുത്തേക്ക് ഓടിവന്നു. രാത്രി വളരെ ഇരുട്ടുന്നതുവരെ അവൻ അവിടെത്തന്നെ കാത്തുനിന്നു.

"ആദ്യം അവനെക്കൊണ്ട് ഞാൻ കുറച്ചു ബുദ്ധിമുട്ടി. വളരെ ക്ഷീണിച്ച ഒരു ദിവസം ഞങ്ങൾ നേരത്തെ ഉറങ്ങാൻ കിടന്നു. എന്നും അവൻ ഒരു കിളിയെപ്പോലെ ചിലച്ചുകൊണ്ടിരിക്കുകയാണു പതിവ്. പക്ഷേ അന്ന് അവൻ ഒന്നും മിണ്ടിയില്ല. 'നീ എന്താണ് ആലോചിക്കുന്നത്,മോനെ? ' ഞാൻ ചോദിച്ചു. അവൻ മച്ചിലേക്കു നോക്കിക്കൊണ്ട് ചോദിച്ചു:'അച്ഛന്റെ തുകൽക്കോട്ട് എന്തുചെയ്തു?' എനിക്ക് ജീവിതത്തിൽ ഒരിക്കലും ഒരു തുകൽക്കോട്ട് ഉണ്ടായിരുന്നില്ല! പക്ഷേ അവനോട്ട് സമാധാനം പറയാതെ നിവൃത്തിയില്ല. 'വൊറോനിഷിൽ ഇട്ടിട്ടു പോന്നു, ' ഞാൻ പറഞ്ഞു. 'എന്നെ കണ്ടുപിടിക്കാൻ ഇത്ര വൈകിയത് എന്താണ്?' 'മോനെ, ഞാൻ നിന്നെ നോക്കി ജർമ്മനിയിൽ നടന്നു, പോളണ്ടിൽ നടന്നു, ബിലോറഷ്യ മുഴുവൻ നടന്നു, പക്ഷേ നീ ഉര്യുപ്പിൻസ്കിലായിരുന്നു. ' 'ഉര്യുപ്പിൻസ്കാണോ ജർമ്മനിയേക്കാൾ അടുത്തുള്ളത് ? നമ്മുടെ വീട്ടിൽനിന്നും പോളണ്ടിലേക്ക്

ഒരുപാട്ട ദൂരമുണ്ടോ?' ഉറങ്ങുന്നതുവരെ ഞങ്ങൾ അങ്ങിനെ സംസാരിച്ചുകൊണ്ടിരുന്നു.

"അവൻ ആ തുകൽക്കോട്ടിന്റെ കാര്യം ചോദിച്ചത് അകാരണമായിട്ടാണെന്ന് നിങ്ങൾക്കു തോന്നുന്നുണ്ടോ, ചങ്ങാതി? അല്ല. അതിന്റെ പിന്നിൽ ഒരു കാരണമുണ്ട്, എന്നെങ്കിലും അവന്റെ യഥാർത്ഥത്തിലുള്ള പിതാവ് അത്തരമൊരു കോട്ട് ഇട്ടിട്ടുണ്ടായിരുന്നു എന്നാണ് അതിനർത്ഥം . അവന് അത് ഓർമ്മവന്നു. കുട്ടികളുടെ ഓർമ്മശക്തി വേനല്ക്കാലത്തെ മിന്നൽ പോലെയാണ്. അത് ഒരു നിമിഷനേരം പ്രകാശം പരത്തിക്കൊണ്ട് മിന്നിമറയുന്നു. അങ്ങിനെയാണ് അവന്റെ ഓർമ്മശക്തിയും പ്രവർത്തിക്കുന്നത്. വേനല്ക്കാലത്തെ മിന്നൽപോലെ അതും മിന്നിമറയുന്നു.

"ഉര്യുപ്പിൻസ്കിൽ ഒരു വർഷം കൂടെ ഞങ്ങൾ താമസിക്കുമായിരുന്നു. പക്ഷേ നവംബറിൽ ഞാൻ ഒരു അപകടത്തിൽ ചാടി . ഒരു ഗ്രാമത്തിലുള്ള ചെളി നിറഞ്ഞ റോഡിൽക്കൂടി ലോറി ഓടിച്ചുകൊണ്ടിരിക്കുമ്പോൾ , നിയന്ത്രണം വിട്ടുപോയി. വഴിയിൽ ഒരു പശു നില്പുണ്ടായിരുന്നു. അതിന്റെ മേൽ ലോറി മുട്ടി അതു താഴെവീണു. നിങ്ങൾക്കറിയാമല്ലോ ഇത്തരം കാര്യങ്ങളൊക്കെ. സ്ത്രീകൾ വലിയ കോലാഹലമുണ്ടാക്കി. ആളുകൾ ഓടിക്കൂടി. ഒരു ട്രാഫിക്ക് ഇൻസ്പെക്ടർ സ്ഥലത്തെത്തി.ഞാൻ അയാളോട്ട് ദയ കാണിക്കാൻ അപേക്ഷിച്ചു. പക്ഷേ അയാൾ എന്റെ ലൈസൻസ് നഷ്ടപ്പെട്ടു. ഞാൻ ഒരു തച്ചന്റെ ജോലി ചെയ്തുകൊണ്ട് ശൈത്യകാലം കഴിച്ചുകൂട്ടി. അതിനുശേഷം പട്ടാളത്തിൽ എന്നോടൊപ്പം ഉണ്ടായിരുന്ന ഒരു പഴയ സ്നേഹിതനുമായി എഴുത്തുകുത്തു നടത്തി. അയാൾ നിങ്ങളുടെ പ്രദേശത്തെ കഷാറി ജില്ലയിൽ ഒരു ഡ്രൈവറായി പണിയെടുക്കുകയാണ്. തന്റെകൂടെ താമസിക്കുവാൻ അയാൾ എന്നെ ക്ഷണിച്ചിട്ടുണ്ട് . ഒരു വർഷം ഞാൻ തച്ചനായി ജോലിചെയ്തിട്ട് ഈ പ്രദേശത്ത് ഒരു പുതിയ ലൈസൻസ് വാങ്ങിക്കാം എന്നാണ് അയാൾ നിർദ്ദേശിച്ചിരിക്കുന്നത്. അങ്ങിനെ ഞാനും എന്റെ മകൻ കൂടെ കഷാറിയിലേക്ക് പോവുന്ന വഴിയാണ്.

"ആ അപകടം പിണഞ്ഞില്ലായിരുന്നെങ്കിലും ഞാൻ ഉര്യുപിസ്കിൽ നിന്ന് താമസം മാറ്റുമായിരുന്നു. ഒരിടത്തും കൂടുതൽ കാലം താമസിക്കാൻ എന്റെ ദുഃഖം എന്നെ അനുവദിക്കുന്നില്ല. വാന്യ വളർന്ന് സ്കൂളിൽപ്പോകാൻ തുടങ്ങുമ്പോൾ ഞാൻ ഒരിടത്ത്

സ്ഥിരതാമസമാക്കിയെന്നു വരാം . പക്ഷേ തല്ക്കാലം ഞങ്ങൾ രണ്ടുപേരും റഷ്യൻ കരയിൽ ചുറ്റിത്തിരിയുകയാണ്."

"അവൻ ക്ഷീണിക്കുകയില്ല?" ഞാൻ ചോദിച്ചു.

"അവൻ അധികം നടക്കാറില്ലേ. എന്റെ തോളിലാണ് അവന്റെ സവാരി. അവൻ കാലു നിവർത്തണമെന്നു തോന്നുമ്പോൾ ചാടിയിറങ്ങി റോഡുവക്കിൽ ഓടിക്കളിക്കും. ഒരു ആട്ടിൻകുട്ടിയെപ്പോലെ അവൻ തുള്ളിച്ചാടും.അതൊന്നും സാരമില്ല, ചങ്ങാതി. ഞങ്ങൾയോജിച്ച് മുമ്പോട്ടു പോകും. പക്ഷേ എന്റെ ഹൃദയത്തിന് എന്തോ തകരാറുണ്ടെന്നുള്ളതാണ് കുഴപ്പം. അതിന്റെ പിസ്റ്റൺ മാറ്റി പുതിയതിടേണ്ടിയിരിക്കുന്നു. ചിലപ്പോൾ എനിക്ക് കഠിനമായ വേദന അനുഭവപ്പെടും. അപ്പോൾ എന്താണു ചെയ്യേണ്ടതെന്ന് എനിക്കറിയില്ല. ഒരു ദിവസം ഞാൻ ഉറക്കത്തിൽ മരിച്ചു പോവുകയും എന്റെ കുഞ്ഞുമോനെ ഭയപ്പെടുത്തുകയും ചെയ്യുമോ എന്നാണ് എന്റെ പേടി. പിന്നെ മറ്റൊരു കുഴപ്പവുമുണ്ട്. എന്നും രാത്രി എനിക്ക് നഷ്ടപ്പെട്ട എന്റെ പ്രിയപ്പെട്ടവരെ ഞാൻ സ്വപ്നം കാണാറുണ്ട്. ഞാൻ മുള്ളുവേലിക്കുള്ളിലും അവർ സ്വതന്ത്രരായി പുറത്തും നില്ക്കുന്നതായിട്ടാണ് സ്വപ്നങ്ങൾ അധികവും. ഞാൻ ഇറീനയോടും കുഞ്ഞുങ്ങളോടും പലതും സംസാരിക്കും. പക്ഷേ മുള്ളുവേലി പൊളിച്ചുമാറ്റാൻ കൈ നീട്ടിയാലുടൻ അവർ എന്റെ കൺമുമ്പിൽനിന്ന് മാഞ്ഞുപോവും. അതിലും ശ്രദ്ധേയമായ മറ്റൊരു കാര്യമുണ്ട്. പകൽ സമയത്ത് ഞാൻ സ്വയം നിയന്ത്രിച്ചുകൊണ്ടിരിക്കും. ഒരു തേങ്ങലോ ഒരു നെടുവീർപ്പോ ആരും കേൾക്കുകയില്ല. പക്ഷേ ചിലപ്പോൾ രാത്രിയിൽ ഞാനുണരും. പക്ഷേ ചിലപ്പോൾ രാത്രിയിൽ ഞാനുണരും. അപ്പോൾ എന്റെ തലയിണ കണ്ണുനീരിൽ കുതിർന്നിരിക്കും...."

പുഴയിൽനിന്നും എന്റെ സ്നേഹിതന്റെ ശബ്ദവും തുഴയുടെ ശബ്ദവും കേട്ടു.

എന്റെ അടുത്ത സ്നേഹിതനാണെന്ന് ഇതിനകം എനിക്കു തോന്നിയ ആ അപരിചിതൻ ഇരുമ്പുപോലെ ഉറപ്പുള്ള അയാളുടെ വലിയ കൈ എന്റെ നേർക്കു നീട്ടി.

"വന്ദനം , ചങ്ങാതി, നിങ്ങൾക്ക് നല്ലതു വരട്ടെ!"

"നന്ദി. ഹേയ്, മോനെ, നമുക്ക് വഞ്ചിയുടെ അടുത്തേക്ക് പോവാം."

ആ കുട്ടി അച്ഛന്റെ അടുത്തേക്ക് ഓടിച്ചെന്ന് അയാളുടെ ജാക്കറ്റിന്റെ

അറ്റത്തു പിടിച്ചുകൊണ്ട് പതുക്കെ നടന്നു പോയി.

രണ്ട് അനാഥർ. യുദ്ധത്തിന്റെ ഭയങ്കരമായ കൊടുങ്കാറ്റിൽപ്പെട്ട് അന്യദിക്കിലെവിടെയോ ചെന്നടുത്ത രണ്ടു മൺതരികൾ... അവരുടെ ഭാവി എന്താണ് തകർക്കാനാകാത്ത മനോവീര്യമുള്ള ഈ മനുഷ്യൻ, ഈ റഷ്യക്കാരൻ, ഭാവിയിലും തന്റേടമായി നിൽക്കുമെന്നും, ഈ ചെറുബാലൻ അച്ഛനോടൊപ്പം വളർന്ന് സ്വരാജ്യത്തിനുവേണ്ടി എന്തും സഹിക്കാനും ഏത് ക്ലേശങ്ങളേയും തരണം ചെയ്യാനും കരുത്തുള്ള ഒരു പുരുഷനായിത്തീരുമെന്നും വിശ്വസിക്കാൻ ഞാൻ ആഗ്രഹിക്കുന്നു.

വ്യസനത്തോടെ ഞാൻ അവർ നടന്നുപോകുന്നതു നോക്കി നിന്നു. കുറച്ചു ദൂരം ചെന്നിട്ടു വാന്യ തിരിഞ്ഞു നിന്ന് അവന്റെ ഇളംചുവപ്പു നിറമുള്ള കൈവീശി എന്നോട്ട് ഒരിക്കൽക്കൂടി യാത്ര ചോദിച്ചില്ലായിരുന്നെങ്കിൽ ഒരുപക്ഷേ എന്റെ ഹൃദയത്തിൽ ആരോ നഖങ്ങൾകൊണ്ട് അള്ളിപ്പിടിക്കുന്നതുപോലെ തോന്നി. ഞാൻ ഉടൻതന്നെ മുഖം തിരിച്ചുകളഞ്ഞു. യുദ്ധത്തിനിടയ്ക്ക് തലനരച്ചുപോയ പ്രായം ചെന്ന മനുഷ്യർ കരയുന്നത് ഉറക്കത്തിൽ മാത്രമല്ല ഉണർന്നിരിക്കുമ്പോഴും അവർ കരയാറുണ്ട്. പക്ഷേ ഒരു കുട്ടിയുടെ ഹൃദയത്തെ വ്രണപ്പെടുത്താതിരിക്കുകയെന്നതും കവിളുകളെ ചുട്ടുപൊള്ളിക്കുന്ന വരണ്ട കണ്ണുനീർ അവനെ കാണിക്കാതിരിക്കുകയെന്നതുമാണ് പ്രധാനം.

(വിവർത്തനം: ഓമന)

www.ingramcontent.com/pod-product-compliance
Lightning Source LLC
LaVergne TN
LVHW040001051026
849558LV00001B/9
* 9 7 8 9 3 8 7 3 9 8 5 3 5 *